D1764127

இவான் இல்லிச்

இவான் இல்லிச் ஆஸ்த்ரிய நாட்டு வியன்னா நகரில் 1926ஆம் ஆண்டு பிறந்தார். ரோமிலுள்ள கிரெகோரியன் பல்கலைக்கழகத்தில் இறையியலும், மெய்யியலும் படித்தார். சால்ஸ்பெர்க் பல்கலைக்கழகத்தில் வரலாற்றுத் துறையில் பி.எச்டி பட்டம் பெற்றார். 1951ஆம் ஆண்டு அமெரிக்கா வந்தார். கத்தோலிக்க மதகுருவான அவர் நியூயார்க் நகரில் ஐரிஷ் – பெட்ரோ ரிக்கோ திருச்சபையில் துணை சமயகுருவாகப் பணியாற்றினார். 1956 முதல் 1960 வரை பெட்ரோ ரிக்கோ கத்தோலிக்கப் பல்கலைக்கழகத்தில் துணை அதிபராகப் பணியாற்றினார். அங்கு கத்தோலிக்க அருள்பணியாளர்களுக்கு அமெரிக்கப் பண்பாட்டில் பயிற்சி அளிக்கும் மையம் ஒன்றை அமைத்தார். மெக்சிகோ நாட்டு குயர்னவாகாவில் உள்ள பன்னிலைப் பண்பாட்டு ஆவணமாக்கல் மையத்தின்(*Centre for Intereutural Documentation (CIDOC))* இணை நிறுவனர். இவர் பல நூல்களின் ஆசிரியர். பெடகோகி ஆஃப் தி அப்ரெஸ்டு *(Pedagogy of the Oppressed)* என்ற ஒடுக்கப்பட்டோரின் கல்விக்கான நூலின் ஆசிரியர் பாலோ ஃப்ரையரும் இவரும் உலகின் கல்விச்சிந்தனையைப் புரட்டிப் போட்டவர்கள்.

ச. வின்சென்ட்

மதுரை, கருமாத்தூர் அருள் ஆனந்தர் கல்லூரியில் ஆங்கிலத்துறைத் தலைவராக இருந்து ஓய்வு பெற்றவர். நைஜீரிய நாவலாசிரியர் சினுவ அச்சிபியின் நாவல்களை ஆய்வு செய்து முனைவர் பட்டம் பெற்றவர். பல நூல்களை ஆங்கிலத்திலிருந்து தமிழுக்கும் தமிழிலிருந்து ஆங்கிலத்திற்கும் மொழியாக்கம் செய்திருக்கிறார். சுயமுன்னேற்ற நூல்கள், முதியோருக்கான நூல் ஆகியவற்றையும் எழுதியிருக்கிறார். எதிர் வெளியீட்டில் இதுவரை *'ஃபிராய்ட்'* முதல் *'நான் செய்வதைச் செய்கிறேன்'* வரை பன்னிரண்டு நூல்கள் வெளிவந்திருக்கின்றன. பொள்ளாச்சி அருட்செல்வர் மகாலிங்கம் மொழிபெயர்ப்பு மையம், நியூ செஞ்சுரி புக் ஹவுஸ், நம் வாழ்வு, பன்முக மேடை முதலிய பதிப்பகங்கள் அவரது நூல்களை வெளியிட்டிருக்கின்றன.

கல்விக் கூடத்திலிருந்து விடுபடும் சமுதாயம்

இவான் இல்லிச்

தமிழில்

ச. வின்சென்ட்

எதிர்
வெளியீடு

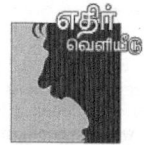

கல்விக் கூடத்திலிருந்து விடுபடும் சமுதாயம்
இவான் இல்லிச்
தமிழில்: ச. வின்சென்ட்

முதல் பதிப்பு: ஜனவரி 2020
இரண்டாம் பதிப்பு: ஜூன் 2024

எதிர் வெளியீடு,
96, நியூ ஸ்கீம் ரோடு, பொள்ளாச்சி - 642 002
தொலைபேசி: 04259 - 226012, 99425 11302

விலை: ரூ. **220**

Kalvi KuDathiliRunthu ViduPadum SamudhAyam
Deschooling Society
Ivan Illich

Copyright © Ivan Illich
All Rights Reserved.

Tamil Translation Copyright with Ethir veliyeedu

Translated by S. Vincent

First Edition: January 2020
Second Edition: June 2024

Published by
Ethir Veliyeedu, 96, New Scheme Road, Pollachi - 2
Email: ethirveliyedu@gmail.com
www.ethirveliyeedu.com

ISBN:978-93-87333-83-3
Cover Design: Jeevamani
Printed at Jothy Enterprises, Chennai.

All rights reserved. No part of this book may be reprinted or reproduced or utilised in any form or by any electronic, mechanical or other means, now known or hereafter invented, including photocopying and recording, or in any information storage or retrieval system, without permission in writing from the Publisher.

பொருளடக்கம்

முன்னுரை | 7

1. நாம் ஏன் கல்விக்கூடத்தை நிறுவன அமைப்பிலிருந்து அகற்றவேண்டும்? | 11
2. கல்விக்கூடத்தின் புறத்தோற்றவியல் | 41
3. முன்னேற்றத்தைச் சடங்குகளுக்கு உட்படுத்துதல் | 53
4. நிறுவன நிறமாலை | 76
5. அறிவுக்கொவ்வாத முரண்பாடின்மை | 93
6. கற்றல் வலைப்பின்னல்கள் | 102
7. எபிமீத்திய மனிதனின் மறுபிறப்பு | 138

முன்னுரை

பொதுக் கல்வியின்பால் எனக்கு ஆர்வம் ஏற்பட்டதற்குக் காரணம் எவெரெட் ரெய்மெர்தான். அவரை நான் பெட்ரொ ரிக்கோவில் 1958ஆம் ஆண்டு சந்தித்தேன். அதற்கு முன்னர் எல்லோருக்கும் கட்டாயமாகப் பள்ளிக்கல்வி தருவதன் அவசியம் பற்றி நான் வினா எழுப்பியதே இல்லை. கற்பதற்கான உரிமை, பள்ளிக்குச் செல்வது கட்டாயம் என்பதாலேயே பலருக்கும் மறுக்கப்படுகிறது என்று நாங்கள் சேர்ந்தே புரிந்துகொள்ளத் தொடங்கினோம். CIDOC - பன்னிலைப் பண்பாட்டு ஆவணமாக்கல் மையத்தில் தரப்பட்டு இந்த நூலில் தொகுக்கப்பட்டுள்ள கட்டுரைகள் நான் அவரிடம் கொடுத்த கொள்கை விளக்கத்திலிருந்து பிறந்தவை. இவற்றைப் பற்றி எங்கள் உரையாடல்களின் பதிமூன்றாவது ஆண்டில், அதாவது 1970ஆம் ஆண்டில் நாங்கள் விவாதித்தோம். கடைசி அதிகாரம் எரிக் ஃப்ராம்முடன்* நான் நடத்திய பச்சோஃபென்னின்** மட்டரெச்ட் (*Mutterrecht*) பற்றிய உரையாடல்களுக்குப் பிறகு என்னுடைய சிந்தனையில் உதித்தவை.

1967ஆம் ஆண்டு முதல் நானும் ரெய்மரும் அடிக்கடி மெக்சிகோவிலுள்ள பன்னிலைப் பண்பாட்டு ஆவணமாக்கல் மையத்தில் (CIDOC) சந்திப்போம். அதன் இயக்குநரான வேலன்டின் போர்மன்சும் எங்களுடைய உரையாடலில் கலந்துகொள்வார். அவர் எங்களுடைய சிந்தனைகளை லத்தீன் அமெரிக்காவிலும் ஆப்பிரிக்காவிலும் சோதித்துப்பார்க்குமாறு தூண்டுவார். நிறுவனங்களை மட்டுமல்ல, சமுதாயத்தின் பொதுப் பண்பையே கட்டமைப்பிலிருந்து அகற்ற வேண்டுமென்ற அவருடைய நம்பிக்கையை இந்நூல் வெளிப்படுத்துகிறது.

★ எரிக் ஃப்ராம் ஜெர்மன் நாட்டு சமூக உளவியலாளர். மனித நேயத் தத்துவஞானி. (*Escape from Freedom*) எஸ்கேப் ஃப்ரம் ஃப்ரீடம் முதலான நூல்களை எழுதியுள்ளார்.

★★ பச்சோஃபன் ஸ்விஸ் நாட்டு மானுடவியலறிஞர். வரலாற்றில் முந்தைய நாட்களில் பெண் வழித் தலைமை இருந்தது என்பது அவருடைய கருத்து.

பள்ளிக்கல்வி அமைப்பின் மூலம் அனைவருக்கும் கல்வி என்பது சாத்தியமாகாது. இன்றைய கல்விக்கூடங்களின் மாதிரியில் நிறுவப்படும் மாற்று நிறுவனங்களாலும் அது சாத்தியமில்லை. மாணவர்கள்பால் ஆசிரியர்கள் காட்டும் புதிய அணுகுமுறையோ, அல்லது கல்வி தொடர்பான வன்பொருள் அல்லது மென்பொருளை வகுப்பறையிலோ, படுக்கையறையிலோ மிகுதியாகப் பயன்படுத்தலோ அல்லது மாணவரின் வாழ்நாள் முழுவதும் ஆக்கிரமிக்குமாறு ஆசிரியரின் பொறுப்புகளை விரிவாக்கும் முயற்சியோ ஆகிய எதுவுமே அனைவருக்கும் கல்வி என்பதை நிறைவேற்றப் போவதில்லை. இப்போது புதிய கல்வி வழிகளைத் தேடுகிறார்களல்லவா? அதனை மாற்றி அவர்கள் தங்களின் நிறுவனங்களின் உள்ளே மாற்றங்களைத் தேடவேண்டும். எப்படி? ஒவ்வொருவரும் தன்னுடைய வாழ்வின் ஒவ்வொரு கணத்தையும் கற்றல், பகிர்தல், அக்கறை காட்டல் நிறைந்த ஒன்றாக மாற்றும் வாய்ப்பினை உச்சப்படுத்தக்கூடிய கல்வி *வலைத் தளங்கள்* வேண்டும். கல்வியில் அத்தகைய ஆய்வுகள் மேற்கொள்வோருக்கும் பிற தொண்டுத் தொழில்களுக்கு மாற்றுத் தேடுவோருக்கும் தேவையான கோட்பாடுகளைத் தருவோம் என நம்புகிறோம்.

1970ஆம் ஆண்டு புதன்கிழமைகளில் மெக்சிகோவின் குயர்னவாகாவில் நடந்த CIDOC நிகழ்ச்சிகளில் பங்குபெற்றோரிடம் இந்தப் புத்தகத்தின் பல பகுதிகளைப் பற்றிப் பேசினேன். அப்போது பலர் தங்கள் கருத்துகளை முன் வைத்தார்கள். குறிப்பாக பாலோ ஃப்ரையர், பீட்டர் பெர்ஜர், ஜோஸ் மரியா புல்னஸ், ஜோசஃப் ஃபிட்ஸ்பேட்ரிக், ஜான் ஹோல்ட், ஏஞ்சல் க்வின்டரோ, லேமேன் ஆலன், ஃப்ரட் குட்மன், ஜெர்ஹாட் லேட்னர், டிடியர் பிவெட்யூ, ஜோபல் ஸ்பிரிங், ஆகஸ்டோ சலாஸர் போன்டி, டென்னிஸ் சல்லிவான் போன்ற பலருடைய கருத்துகள் இந்தப் பக்கங்களில் இடம் பெற்றிருக்கின்றன. அவர்களில் மிகப் பலர் எனது கருத்துகளை விமர்சனம் செய்தார்கள். அவர்களில் பால் குட்மன் என்னுடைய சிந்தனையை மீள்பார்வையிடச் செய்தார். இராபர்ட் சில்வெர்சு *"தி நியூயார்க் ரெவ்யூ ஆஃப் புக்ஸ்"* இதழில் வெளிவந்த 1, 3 மற்றும் 6 அத்தியாயங்களைத் தொகுக்க உதவினார்.

ரெய்னரும் நானும் எங்களுடைய ஆய்வு முடிவுகளைத் தனித்தனியாக வெளியிட முடிவு செய்தோம். அவர் அனைத்தையும் உள்ளடக்கிய ஆவணப்படுத்தப்பட்ட விளக்கவுரையை எழுதி வருகிறார். அது டபுல் டே குழுமத்தால் விரிவான ஆய்வுக்குப் பிறகு 1971ஆம் ஆண்டு வெளியிடப்பட்டது. எங்கள் கூட்டங்களில் செயலராகப் பணியாற்றிய டென்னிஸ் சல்லிவான் 1972ஆம்

ஆண்டு வெளியிட்ட ஒரு நூலை மீண்டும் வெளியிட ஆயத்தம் செய்து வருகிறார். அமெரிக்காவில் பொதுப் பள்ளிகளைப் பற்றிய இன்றைய விவாதத்தின் சூழலில் என்னுடைய கருத்தை அந்த நூல் முன்வைக்கும். குயர்னவாகாவில் 1972 - 73ஆம் ஆண்டுகளில் நடைபெறும் 'கல்வியில் மாற்றுநிலைகள்' எனும் கருத்தரங்கில் இந்த நூல் இன்னும் அதிகமான விமர்சனங்களைத் தூண்டுமென்ற நம்பிக்கையில் இதனைப் படைக்கிறேன்.

சமுதாயத்தில் கல்விக்கூடத்தை அகற்ற முடியுமென்ற கருதுகோள் ஏற்கப்படுமானால் எழும் சில குழப்பமூட்டும் கருத்துகளை விவாதிக்க விரும்புகிறேன். கல்விக்கூடம் அகற்றப்பட்ட சூழலில் அவை கற்றலுக்குத் துணையாக இருக்கின்றன என்பதால் வளர்ச்சிக்கு உதவுகின்றன என்பதால் அத்தகைய நிறுவனங்கள் எவை என்று கண்டறியும் அளவுகோல்களைத் தேட விரும்புகிறேன். மேலும் பணித் தொழில்கள் மேலாண்மைப் பொருளாதாரத்துக்கு எதிராக வேலை ஒழிந்த ஒரு யுகத்தின் *(schole)* வருகையை வளர்க்கும் இலக்குகளை விளங்கிக்கொள்ள முடியும்.

இவான் இல்லிச்
CIDOC
குயர்னவாகா, மெக்சிகோ
நவம்பர், 1970

1

நாம் ஏன் கல்விக்கூடத்தை நிறுவன அமைப்பிலிருந்து அகற்றவேண்டும்?

பல மாணவர்கள், அதிலும் குறிப்பாக ஏழை மாணவர்கள், கல்விக்கூடங்கள் அவர்களுக்கு என்ன செய்கின்றன என்று உள்ளுணர்வுகளாலேயே அறிந்திருக்கிறார்கள். அவை யாவும் அவர்களுக்குச் செயல்முறையையும் பொருளையும் குழப்பிக்கொள்ளப் பயிற்றுவிக்கின்றன. அவை தெளிவற்றுப் போகின்றபோது ஒரு புதுக் கொள்கை அனுமானித்துக்கொள்ளப்படுகிறது. அந்தக் கொள்கை என்ன? சிகிச்சை அதிகமானால் அதனால் நன்மை அதிகமாகும்; எதையும் அதிகமாக்கிக் கொண்டேபோனால் வெற்றி கிடைக்கும் என்பது அந்தளீ கொள்கை. இதன் அடிப்படையில் மாணவன் கற்பித்தலைக் கற்றலோடு குழப்பிக்கொள்கிறான். அதிக மதிப்பெண்கள் பெறுவதைக் கல்வியோடும், பட்டங்களைத் தகுதியோடும், சரளமான பேச்சைப் புதியது சொல்லும் ஆற்றலோடும் குழப்பிக்கொள்கிறான். அவனுடைய கற்பனை, விழுமியத்திற்குப் பதிலாகப் பணியை ஏற்றுக்கொள்ளப் பயிற்சி அளிக்கப்படுகிறது.

எனவே, மருத்துவ சிகிச்சையானது உடல்நலம் பேணல் என்றும், சமூகப்பணியானது சமுதாய வாழ்க்கை முன்னேற்றம் என்றும், காவல் துறை தரும் பாதுகாப்பை உறுதி என்றும், படை அணிவகுப்பைத் தேசியப் பாதுகாப்பு என்றும், வணிகப்போட்டியை வளர்ச்சிப்பணி என்றும் தவறாகக் கொள்ளப்படுகின்றன. உடல் நலம், கற்றல், கண்ணியம், விடுதலை, படைப்பு முயற்சி முதலான அனைத்தும் இந்த நோக்கங்களை நிறைவேற்றுவதாக உரிமை

கொண்டாடும் நிறுவனங்களின் செயல்பாடுகளின் அடிப்படை-யிலேயே அறியப்படுகின்றன. எனவே, அவற்றின் முன்னேற்றம் மருத்துவமனைகள், கல்விக்கூடங்கள், மற்றைய முகமைகள் ஆகியவற்றை நடத்துவதற்கான நிதிகளை ஒதுக்குவதையே சார்ந்திருக்கிறது.

இந்தக் கட்டுரைகளில் விழுமியங்களை நிறுவன மயமாக்குவது, பொருண்மை மாசடைதல், சமுதாயப் படிநிலைகள் ஏற்படல், உள்ளம் சார்ந்த மலட்டுத்தன்மை ஆகியவற்றில் போய் முடிந்தே தீரும் என்று காட்டுவேன். உலகம் முழுவதும் சீரழிதல், நவீனத்துவத் துன்பம் முதலான நிகழ்வுகளின் மூன்று பரிமாணங்கள் இவை. இந்தச் சீரழிவு நிகழ்வது எப்போது வேகமாகிறது? பொருள்சாராத் தேவைகள் பொருட்களின் தேவைகளாக மாற்றப்படும்போது, நலவாழ்வு, கல்வி, தனிமனிதனின் உரிமை, மக்கள்நலம், உள்ளத்தைக் குணப்படுத்தல் ஆகியவை பணிகள் அல்லது 'சிகிச்சைகளின்' விளைவு என்று விளக்கப்படும்போது, சீரழிவு துரிதப்படுகிறது.

இதனையும் இங்கே விளக்குவேன். இதை ஏன் செய்கிறேன் என்றால் வருங்காலத்தைப் பற்றிய இப்போதைய ஆய்வுகளெல்லாம் விழுமியங்களை இன்னும் அதிகமாக நிறுவனமயமாக்க முயல்கின்றன என்று நான் உறுதியாக நம்புகிறேன். மேலும் இதற்கு எதிரானது நடப்பதற்கான நிபந்தனைகளை நாம் கண்டறிய வேண்டும். தொழில்நுட்பத்தை வேறு வகையான நிறுவனங்களை உருவாக்கப் பயன்படுத்துவதற்கான ஆய்வுகள் தேவை. இந்த நிறுவனங்கள் தனிப்பட்ட, படைப்பாற்றலுள்ள, தற்சார்புடைய தொடர்பை உண்டாக்கப் பயன்படும். அப்போது, தொழில்நுட்பக்காரர்களின் ஆதிக்கத்தில் கட்டுப்படாத விழுமியங்கள் தோன்றும். அதாவது இன்றைய வருங்காலவியலுக்கு (futurology) மாற்றான ஆய்வுகள் தேவைப்படும்.

மனித இயல்பு எது? இன்றைய புதுநிலை நிறுவனங்களின் தன்மை என்ன? இதுதான் நமது உலகம் பற்றிய கண்ணோட்டத்தையும், மொழியையும் நிர்ணயிக்கிறது. இந்த இரண்டு இயல்புகள் பற்றியும் பொதுவானதொரு வினாவை எழுப்ப விரும்புகிறேன். இதற்காகக் கல்விக்கூடத்தை ஒரு மாதிரியாக எடுத்துக்கொள்கிறேன். எனவே கூட்டிணைய அரசின் அதிகார முகமைகளான நுகர்வுக் குடும்பம், அரசியல் கட்சி, படை, சமயம், ஊடகம் ஆகியன பற்றி மறைமுகமாகவே குறிப்பிடுகிறேன். பள்ளிக் கல்வியில் மறைந்திருக்கும் பாடத் திட்டத்தை நான் பகுப்பாய்வு செய்யும்போது, இங்கே நான் கோடிட்டுக்காட்டுவது தெளிவாகும்.

சமுதாயத்திலிருந்து கல்விக்கூடத்தை விலக்கும்போது பொதுக்கல்வி பயனடையும். அது போலவே அதுபோன்ற பகுப்பாய்வுக்கு உட்படுத்தப்படும்போது, குடும்ப வாழ்க்கை, அரசியல், பாதுகாப்பு, (மத) நம்பிக்கை, செய்தித் தொடர்பு ஆகியனவும் பயன்பெறும்.

என்னுடைய இந்த முதற் கட்டுரையில் கற்பித்தலுக்கு உட்பட்டிருக்கும் சமுதாயத்திலிருந்து கல்விக்கூடத்தை அகற்றுவது என்றால் என்ன என்று விளக்குவதன் மூலம் நான் எனது பகுப்பாய்வைத் தொடங்குகிறேன். இதன் தொடர்பாக அடுத்த அதிகாரங்களில் நான் ஆராயப்போகும் ஐந்து கருத்துகளை ஏன் தேர்ந்து கொண்டேன் என்பது புரியும்.

கல்வி மட்டுமல்ல; சமுதாய நிதர்சனம், சமூகத்தின் உண்மைநிலைகூட ஒரு கற்றல் சூழலுக்கு உட்பட்டுவிட்டது. ஏழைகளும் பணக்காரர்களும் பிறரைச் சார்ந்திருக்கப் பயிற்றுவிக்கும் கல்விக்கான செலவு ஏறத்தாழச் சமமாகவே இருக்கிறது. அமெரிக்காவின் இருபது நகரங்களில் ஒன்றை எடுத்துக்கொள்வோம். அங்கு சேரிவாழ் மாணவர்களுக்கும் பணக்கார மாணவர்களுக்கும் படிப்பதற்காக ஆகின்ற ஆண்டுச் செலவு ஒன்று போலவே இருக்கிறது. சில வேளைகளில் ஏழைகளுக்குச் சாதகமாகக்கூட இருக்கிறது. ஏழைகளும் பணக்காரர்களும் பள்ளிகளையும் மருத்துவமனைகளையுமே சார்ந்திருக்கிறார்கள். அவைதான் அவர்களுடைய வாழ்க்கைக்கு வழிகாட்டுகின்றன, அவர்களுடைய உலகக் கண்ணோட்டத்தை உருவாக்குகின்றன, எது சட்டப்படி சரியென்றும் எது தவறென்றும் நிர்ணயிக்கின்றன.

மருத்துவமனையும் கல்விக்கூடமும் தாமாக மருத்துவம் பார்த்துக்கொள்வதைப் பொறுப்பற்றது என்றும், தாமாகக் கற்பதை நம்பத்தக்கது இல்லை என்றும் கருதுகின்றன. மேலும் அதிகாரத்தில் உள்ளவர்களால் ஊதியம் வழங்கப்படாதபோது பொதுநல அமைப்பை ஒரு வகை ஆக்கிரமிப்பு என்றும் அழிவுச்செயல் என்றும் எண்ணுகின்றன. இரண்டுமே நிறுவன அமைப்பைச் சார்ந்திருப்பதால் தனிப்பட்ட சாதனையைச் சந்தேகக் கண்ணோட்டத்துடனே பார்க்கின்றன. தற்சார்பும் சமூகச் சார்பும் சிறிது சிறிதாகக் குன்றிவருவது பிரேசிலின் வடகிழக்குப் பகுதியைவிட வெஸ்ட்செஸ்டரில் அதிகமாகி இருக்கிறது. எனவேதான் எல்லா இடங்களிலும் கல்விக்கூடத்தை மட்டுமல்லாமல் சமுதாயத்தையே கல்வி பயிற்றலிலிருந்து நீக்கவேண்டும்.

பொதுநல அரசின் அதிகார வர்க்கம், எது மதிப்புடையது, எது சாத்தியமானது என்று தரங்களை விதிப்பதில் சமுதாயக்

கற்பனைக்கும் மேலாகத் தனக்குத்தான் தொழிற்தகுதி, அரசியல் பொருளாதார ஏகபோகத் தனியுரிமை இருக்கிறது என்று உரிமை கொண்டாடுகிறது. இந்தத் தனியுரிமைதான் ஏழ்மையை நவீனமயமாக்கலுக்கு மூலகாரணமாக அமைகிறது. ஒவ்வொரு சாதாரணத் தேவைக்கும் ஒரு நிறுவனம் சார்ந்த விடை காணப்படுகிறது. இது ஒரு புதிய ஏழ்மை நிலையைக் கண்டுபிடிக்கவும் ஏழ்மைக்குப் புதிய இலக்கணம் வரையறுக்கவும் அனுமதிக்கிறது. பத்தாண்டுகளுக்கு முன்னர் மெக்சிகோவில் ஒருவர் தனது சொந்த வீட்டிலேயே பிறந்து, அங்கேயே இறந்து தனது நண்பர்களாலேயே புதைக்கப்படுவது சாதாரண நிகழ்வாக இருந்தது. அவருடைய ஆன்மாவின் நலம் பற்றி மட்டுமே நிறுவனத் திருச்சபைகள் கவனம் செலுத்தின. ஆனால் இன்றோ ஒருவர் தனது சொந்த வீட்டில் பிறப்பதும் இறப்பதும் ஏழ்மை அல்லது இறப்புரிமையின் அடையாளமாக ஆகிவிட்டது. இறப்பதும் இறப்பும், மருத்துவர்கள் மற்றும் புதைக்கும் பணிசெய்வோர் ஆகியோரின் நிறுவன மேலாண்மையின்கீழ் வந்துவிட்டன.

அடிப்படைத் தேவைகள் என்பவை அறிவியல் உண்டாக்கும் பொருட்களின் தேவைப்பாடாக மாறிவிட்ட பிறகு, ஏழ்மை வேறு அளவுகோல்களால் அளக்கப்படுகின்றது. இத்தர அளவுகோலைத் தொழில்நுட்ப வல்லுநர்கள் தங்கள் விருப்பம்போல மாற்றிக்கொள்கிறார்கள். அப்போது ஏழ்மை என்பது ஒரு குறிப்பிட்ட துறையில் விளம்பரப்படுத்தப்பட்ட நுகர்பொருளைப் பயன்படுத்தாததைக் குறிப்பதாக ஆகிவிடும். மெக்சிகோவில் மூன்றாண்டுப் பள்ளிப் படிப்பு கிடைக்காதவர்கள் ஏழைகள். நியூயார்க் நகரில் பன்னிரண்டு ஆண்டு பள்ளிப் படிப்பு கிடைக்காதவர்கள் ஏழைகள்.

ஏழைகள் எப்போதுமே சமுதாயத்தில் வலிமை குன்றியவர்கள். அவர்களுடைய செயலிழந்த தன்மைக்கு அவர்கள் அதிகம் அதிகமாக நிறுவனத்தின் கவனிப்பைச் சார்ந்திருப்பது இன்னொரு பரிமாணத்தைத் தருகிறது. அவர்கள் மனத்தைப் பொறுத்த வரையில் கையாலாகாதவர்களாக, ஆண்மையற்றவர்களாகத், தங்களைத் தாங்களே கவனித்துக்கொள்ள இயலாதவர்களாக ஆகிவிடுகிறார்கள். ஆண்டிஸ் மலையின் சமவெளிப் பகுதிகளில் விவசாயிகள் நிலக்கிழார்களாலும், வணிகர்களாலும் சுரண்டப்படுகிறார்கள். இவர்கள் லிமா பகுதியில் குடிபெயர்ந்தால், அப்போது அவர்கள் அரசியல் தலைவர்களைச் சார்ந்திருக்க வேண்டியிருக்கிறது. பள்ளிப்படிப்பு இல்லாததால் அவர்கள் சுரண்டப்படுவது எளிதாகிறது. இதனால் நவீனமாக்கப்பட்ட ஏழ்மை தனிப்பட்ட

ஆண்மையை, செயல்திறனை இழந்ததோடு சூழ்நிலைகளைத் தங்கள் கட்டுக்குள் வைக்க முடியாத திறனின்மையையும் சேர்த்துக் கொள்கிறது. இங்ஙனம் ஏழ்மையைப் புதுத் தன்மையாக ஆக்குதல் உலகம் முழுவதும் இருக்கிறது. இதுதான் இன்றைய வளர்ச்சிக் குறைவின் அடிப்படைக் காரணம். ஆனால், அது பணக்கார நாடுகளிலும் ஏழை நாடுகளிலும் வெவ்வேறு போர்வைகளில் வருகிறது.

இந்தப் புது வகையான ஏழ்மை நிலை அமெரிக்க நகரங்களில் ஆழமாக உணரப்படுகிறது. வேறெங்கும் ஏழ்மைக்கு இவ்வளவு பணம் செலவழித்துத் தீர்வைப் பார்ப்பதில்லை. ஏழ்மை கையாளப்படும் விதம் வேறெங்கும் இவ்வளவு அதிகமாகச் சார்ந்திருத்தல், கோபம், எரிச்சல், இன்னும் அதிகப்படியான தேவைகள் ஆகியவற்றை உண்டாக்கவில்லை. நவீனமாக்கப்பட்ட ஏழ்மை டாலர்களால் கையாளப்படும் விதம் எதிர்ப்பு சக்தியை உண்டாக்கியிருப்பது வேறெந்த நாட்டிலும் வெளிப்படையாகக் காணப்படவில்லை. இங்குதான் வேறு வகையான நிறுவன அமைப்பில் ஒரு புரட்சி தேவைப்படுகிறது.

அமெரிக்காவில் கறுப்பினத்தாரும், இடம்பெயர்ந்தோரும் கூட இன்றைக்குத் தொழில்திறன்மிக்க வகையில் தரமான பராமரிப்பை எதிர்பார்க்க முடியும். இதனை இரண்டு தலைமுறைகளுக்கு முன்னர் நினைத்துக் கூடப் பார்க்க முடியாது. மூன்றாம் உலக மக்களுக்கு இது விகாரமாகக் கூடத் தோன்றலாம். எடுத்துக்காட்டாக, அமெரிக்கக் குழந்தைகளுக்குப் பதினேழு வயது ஆகும் வரையில் அவர்களைக் கல்விக் கூடத்திலிருந்து வெளியில் போய்விடாமல் இருக்கவைக்க ஓர் அலுவலர் இருக்கிறார். ஒரு நாளைக்கு அறுபது டாலர் செலவாகும் மருத்துவமனைப் படுக்கைக்கு அனுப்புவதற்கு ஒரு மருத்துவர் இருக்கிறார். அறுபது டாலர் என்பது உலகின் பெரும்பான்மையான மக்களுக்கு மூன்று மாத வருவாய்க்குச் சமம். ஆனால் இப்படிப்பட்ட கவனமும் பராமரிப்பும் இன்னும் அதிகளவில் தங்களைக் கவனிக்க வேண்டும் என்பதைச் சார்ந்திருக்குமாறு அவர்களை ஆக்கிவிடுகிறது. அவர்களுடைய சொந்த அனுபவங்கள், அவர்களுடைய சமூகங்களிலிருக்கும் வளங்கள் ஆகியவற்றைச் சுற்றித் தங்கள் வாழ்க்கையை அமைத்துக் கொள்ள இயலாதவாறு இது செய்துவிடுகிறது.

அமெரிக்காவிலுள்ள ஏழைகள் தங்கள் நிலை பற்றிப் பேசக்கூடிய ஒரு சிறப்பான நிலையில் இருக்கிறார்கள். இந்த நிலைக்குப் புதுமையாக்கலுக்கு உட்படும் நாடுகள் அனைத்திலுமுள்ள ஏழைகள் தள்ளப்படுகிறார்கள். அமெரிக்க ஏழைகள் நலத்திட்டங்களை

வழங்கும் நிறுவனங்களில் அடிப்படையிலேயே காணப்படும் அழிவுத் தன்மையை எவ்வளவு டாலர்கள் இருந்தாலும் நீக்க முடியாது என்று கண்டுபிடித்து வருகிறார்கள். இது எதனால் சாத்தியமாகிறது என்றால் இந்த நிறுவனங்களில் பல படிநிலைகளில் பணியாற்றுவோர் தங்களுடைய பணி தேவையென்று சமுதாயத்தை நம்ப வைக்கின்றனர். கற்பித்தலுக்குட்பட்ட சமுதாயத்தில் சமுதாயம் தொடர்பான சட்டதிட்டங்கள் ஒரு தவறான கொள்கையின் அடிப்படையில் கட்டப்பட்டிருக்கின்றன. இப்பிழையை அமெரிக்காவின் நகரத்து ஏழைகள் தங்கள் அனுபவத்திலிருந்து காட்ட முடியும்.

“ஒரு நிறுவனத்தை அமைப்பதற்கு ஒரே வழி முதலீடு செய்வதுதான்” என்று உச்ச நீதிமன்ற நீதிபதி வில்லியம் ஓ. டக்ளஸ் கூறுகிறார். அதனுடைய கிளைக் கொள்கையும் உண்மைதான். உடல்நலம், கல்வி, பொதுநலம் ஆகியவற்றைக் கவனிக்கும் நிறுவனங்களுக்குத் தரப்படும் நிதியை நிறுத்தினால்தான் அதனுடைய பின்விளைவுகளால் ஏற்படும் ஏழ்மை நிலை அதிகமாவதைத் தடுக்க முடியும்.

அமெரிக்க அரசின் உதவித் திட்டங்களை மதிப்பிடும்போது இதனை மனத்தில் கொள்ளவேண்டும். ஓர் எடுத்துக்காட்டு: 1965 முதல் 1968 வரையில் ஆறு மில்லியன் குழந்தைகளின் நலனுக்காக அமெரிக்கப் பள்ளிகளில் மூன்று பில்லியன் டாலர்கள் செலவழிக்கப்பட்டன. இத்திட்டத்திற்கு ‘டைட்டில் ஒன்’ என்று பெயர். கல்வி கற்க வசதியில்லாதவர்களுக்கு ஈடு செய்யும் திட்டத்திற்கு உலகிலேயே மிக அதிகமான செலவு இதுவென்று சொல்லலாம். ஆனால், வசதியில்லாத குழந்தைகளின் கற்றல் நிலையில் எந்தவிதமான குறிப்பிடத்தக்க முன்னேற்றமும் ஏற்படவில்லை. அவர்கள் வகுப்பிலுள்ள நடுத்தர வர்க்கக் குழந்தைகளோடு ஒப்பிடும்போது, மிகவும் பின்தங்கிய நிலையிலேயே இருக்கிறார்கள். மேலும், இந்தத் திட்டத்தினை நிறைவேற்றுவதில் ஈடுபட்டிருந்த அலுவலர்கள் இன்றும் பத்து மில்லியன் குழந்தைகள் பொருளாதார, கல்விக் குறைபாடுகளுடன் இருந்ததைக் கண்டுபிடித்தார்கள். இதனால் இன்னும் அதிகமாக மையஅரசின் உதவியைக் கோர உரிமை கிடைக்கிறது.

இவ்வளவு அதிகமான பணத்தைச் செலவழித்தும் ஏழைகளின் கல்வியில் முன்னேற்றத்தை ஏற்படுத்துவதில் ஏற்படும் முழுமையான தோல்விகளை மூன்று வழிகளில் விளக்கலாம்:

1. ஆறு மில்லியன் குழந்தைகளின் கல்வித் தரத்தை உயர்த்த மூன்று பில்லியன் டாலர்கள் போதாது.

   அல்லது

2. பணத்தைத் தவறான திறமையற்ற வழிகளில் செலவழித்திருக்கலாம்: மாற்றுப்பாடத் திட்டங்கள், மேலும் சிறப்பான நிர்வாகம், ஏழைக் குழந்தைகளுக்காக மட்டும் பணம் செலவழிக்கப்படுவதில் கவனம், இன்னும் அதிகமான ஆய்வுகள் முதலானவை தேவைப்படலாம்.

   அல்லது

3. கல்வியில் வசதியின்மையைப் பள்ளிக்குள்ளேயே தரப்படும் கல்வியால் மட்டுமே சரிப்படுத்த முடியாது.

இங்கே முதன்மையாக வைக்கப்பட்ட கருத்து உண்மைதான். எப்போதென்றால் பணத்தைக் கல்விக்கூடத்தின் வரவு செலவுத் திட்டத்தின் மூலமே செலவு செய்யப்பட்டிருக்க வேண்டும். வசதியற்ற குழந்தைகள் அதிகமாக இருந்த பள்ளிகளுக்குத்தான் பணம் சென்றது. ஆனால், பணம் முழுவதும் ஏழைக் குழந்தைகளுக்காக மட்டும் செலவிடப்படவில்லை. உதவி பெறத் தகுதியான ஏழைகள் அந்தப் பள்ளிகளில் படித்தோரில் பாதிப்பேர்தான். குழந்தைகளைப் பாதுகாப்பாக வைத்திருப்பது, அவர்கள்மேல் ஒரு கொள்கையைத் திணிப்பது, சமுதாயத்தில் ஓர் இடத்தைத் தேர்வது, கல்வி ஆகிய அனைத்திற்காகவும் இந்தத் தொகை செலவிடப்படும். இந்தப் பணிகள் எல்லாம், கட்டங்கள், பாடத்திட்டம், ஆசிரியர்கள், நிர்வாகிகள் ஆகியவற்றோடு சேர்ந்து கலந்தே இருக்கும். ஆகவே, பள்ளியின் வரவு செலவுத் திட்டத்தில் இவை அனைத்தும் இடம்பெற்றுவிடும்.

ஏழைக் குழந்தைகளோடு படிக்கும் பணக்காரக் குழந்தைகளுக்கும் இந்த அதிகப்பபடியான நிதி பயன்படும். எனவே, ஏழைக் குழந்தைகள் கற்றலில் பின்தங்கி இருப்பதைச் சரிசெய்வதற்காக ஒதுக்கப்படும் பணத்தின் ஒரு சிறு பகுதிதான், பள்ளி வரவு செலவுத் திட்டத்தின் வழியாக அவர்களைச் சென்றடையும்.

அதேபோல ஒதுக்கப்பட்ட நிதி தவறான முறைகளிலோ அல்லது திறமையற்ற வழிகளிலோ செலவிடப்பட்டது என்பதும் உண்மைதான். பள்ளி அமைப்பில் போலத் திறமையின்மையை வேறெங்கும் காண முடியாது. பள்ளிகளின் கட்டமைப்பே வசதியற்றோர்பால் அதிகக் கவனம் செலுத்துவதை எதிர்க்கிறது. சிறப்புப் பாடத்திட்டம், தனி வகுப்புகள், நீண்ட பாட நேரங்கள்

அனைத்துமே அதிகச் செலவில் அதிகப்படியான பாகுபாட்டை ஏற்படுத்துகின்றன.

பென்டகனுக்கு ஆகும் செலவு போல மூன்று பில்லியன் டாலர்கள் காணாமல் போவதற்கு வரி செலுத்தும் மக்கள் அனுமதிக்க மாட்டார்கள். இன்றைய ஆட்சியாளர்கள், கல்வியாளர்களின் கோபம் ஒன்றும் செய்யாதென்று நினைக்கலாம். மத்திய தர அமெரிக்கா, இந்தத் திட்டம் நிறுத்தப்பட்டால் ஒன்றும் இழக்கப் போவதில்லை. ஏழைப் பெற்றோர் அவர்களுக்கு இழப்பு என்று நினைக்கலாம். ஆனால் அவர்கள் குழந்தைகளுக்கான நிதி தங்கள் அதிகாரத்தினுள் இருக்க வேண்டுமென்று கேட்கிறார்கள். நிதி ஒதுக்கீட்டை நிறுத்தவும், பயன்களை அதிகரிக்கவும் ஒரே வழி வேறு ஒரு முறையில் பள்ளிக் கட்டணங்களான மானிய வழிகளைத் தருவதுதான். மில்டன் ஃபிரைட்மேன் முதலானோர் இந்த முறையை முன்மொழிந்திருக்கிறார்கள். இதன்படிப் பயனாளிக்கு நேரடி நிதிகள் போய்ச் சேரும். அப்போது அவர் தனக்கு விருப்பமான கல்வி முறையைப் பெற முடியும். இதனைப் பள்ளிப் பாடத்திட்டத்திற்குள் அடக்க முடிந்தால், சம உரிமையைத் தர முடியும். ஆனால் இது, சமுதாய உரிமைகளில் சமத்துவத்தை அதிகப்படுத்தாது.

சமமான தரமுள்ள பள்ளிகளில் படித்தாலும் ஓர் ஏழைக்குழந்தை பணக்காரக் குழந்தையை எட்டிப்பிடிக்க முடியாது. சமமான நிலையிலுள்ள பள்ளிகளில் படித்தாலும், ஒரே வயதில் கல்வியைத் தொடங்கினாலும், ஏழைக் குழந்தைகளுக்கு மத்திய தரக் குழந்தைகளுக்குக் கிடைக்கும் கல்வி வாய்ப்புகள் கிடைக்காது. மத்திய தர வர்க்கக் குழந்தைகளுக்கு என்ன வசதிகள் கிடைக்கும்? வீட்டில் உரையாடல், வீட்டிலுள்ள நூல்கள், விடுமுறை காலப் பயணம் முதலியன ஏழைக் குழந்தைகளுக்குக் கிடைக்காது. பள்ளியிலும் வெளியிலும் தன்னைப் பற்றிய ஒரு மதிப்பீடும் வேறுபடும். எனவே ஏழைக் குழந்தைகள் தமது முன்னேற்றத்திற்கும் கற்றலுக்கும் பள்ளியையே நம்பியிருந்தால் பின்தங்கியே இருக்க வேண்டியதிருக்கும். ஏழைகளிடம் காணப்படும் வசதிக் குறைவுகளுக்காகத் தரப்படும் நடவடிக்கைக்கான சான்றிதழ் வேண்டாம். அவர்கள் கற்பதற்கான நிதிகளே வேண்டும்.

இது ஏழை நாடுகளுக்கும் பொருந்தும். ஆனால், அங்கே இது வேறொரு இடத்தில் தோன்றுகிறது. நவீனமாக்கப்பட்ட ஏழ்மையானது ஏழை நாடுகளில் மக்களைப் பாதிப்பது வெளிப்படையாகத் தெரிந்தாலும், மேலோட்டமாகவே இப்போதைக்கு இருக்கிறது. எடுத்துக்காட்டாக லத்தீன் அமெரிக்காவில் ஐந்தாம் வகுப்பு முடிப்பதற்கு முன்னரே மூன்றில்

இரண்டு பங்கு குழந்தைகள் படிப்பை நிறுத்தி விடுகின்றனர். ஆனால் அமெரிக்காவில் போல இடையில் படிப்பை நிறுத்திய வர்க்கம், அவ்வளவு மோசமாக வேறெங்கும் இல்லை.

பழங்காலத்திலிருந்த ஏழ்மையில் இன்னும் ஒருசில நாடுகளே உள்ளன. அந்த ஏழ்மை நிலையானதாக, மக்களை அதிகம் செயலற்றுப் போகச் செய்யாததாக இருந்தது. லத்தீன் அமெரிக்காவில் பல நாடுகள் பொருளாதார வளர்ச்சியிலும், போட்டி நுகர்வுக் கலாச்சாரத்திலும் முன்னே செல்லத் தொடங்கி விட்டன. அதன் வழியாக நவீன ஏழ்மையை நோக்கிச் சென்று கொண்டிருக்கின்றன. அந்த நாடுகளின் குடிமக்கள் பணக்காரர்கள் போலச் சிந்திக்கிறார்கள். ஏழைகளாக வாழ்கிறார்கள். அவர்கள் ஆறு முதல் பத்து ஆண்டுகள் பள்ளிக் கல்வியைக் கட்டாயமாக்கச் சட்டங்கள் இயற்றியிருக்கிறார்கள். அர்ஜென்டினாவிலும், மெக்சிகோவிலும், பிரேசிலிலும், சாதாரணக் குடிமகன் போதுமான கல்வி என்பதை விட அமெரிக்கத் தரத்தின் அடிப்படையில் கல்வியை வரையறுக்கிறான். ஆனால், இவ்வளவு நீண்ட காலமாகக் கல்வி பெறுவது ஒரு மிகச் சிறிய சிறுபான்மையினரால் தான் முடிகிறது. இந்த நாடுகளில் பெரும்பான்மையினர் கல்விக்கூடத்தோடு ஒரு முடிச்சு போட்டுக் கொள்கிறார்கள். அதாவது நன்றாகப் படிப்பவர்களை விட அல்லது நல்ல கல்விக் கூடங்களில் படிப்பவர்களைவிடத் தாங்கள் தாழ்ந்தவர்கள் என்று கற்பிக்கப்படுகிறார்கள். பள்ளிக் கல்வி மேல் அவர்களுக்கு இருக்கும் அதிகப்படியான ஆசையை இரண்டு மடங்காகப் பயன்படுத்திக் கொள்கிறார்கள். இந்தச் சுரண்டலில் ஒரு சிலரின் கல்விக்காகப் பொதுப்பணம் அதிகம் ஒதுக்கப்படுகிறது, பலரும் சமுதாயக் கட்டுப்பாட்டை அதிகம் அதிகமாக ஏற்றுக்கொள்கிறார்கள்.

இதில் வேடிக்கை என்னவென்றால், அனைவருக்கும் பள்ளிக் கல்வி அவசியம் என்பதன் மேலுள்ள நம்பிக்கை இந்த நாடுகளில் உறுதியாக இருக்கிறது. இங்கே கல்விக் கூடங்களில் ஒரு சிலரே பயன்பெறுவர். எனினும் லத்தீன் அமெரிக்காவில் பெரும்பான்மையான பெற்றோரும், குழந்தைகளும் கல்விக்கு வேறு பாதைகளைத் தேர்ந்துகொள்ள முடியும். ஒப்பிட்டுப் பார்க்கும்போது பணக்கார நாடுகளை விட இங்கு பள்ளிகள் மேலும் ஆசிரியர்கள் மேலும் பொதுப் பணத்தை அதிகம் முதலீடு செய்திருக்கலாம். ஆனால் இந்த முதலீடுகள் பெரும்பான்மையான குழந்தைகள் காலாண்டு கல்வி கற்பதற்குக்கூடப் போதுமானவையாக இருக்காது. ஃபிடல் காஸ்ட்ரோ கல்விக் கூடத்தை அகற்ற இருப்பதுபோலப் பேசுகிறார். 1980 ஆம் ஆண்டிற்குள், பல்கலைக்கழகத்தைக்

கலைத்துவிட முடியும். ஏனென்றால் கியூபா முழுவதுமே ஒரு கல்வி அனுபவமாக இருக்கும் என்று உறுதி அளிக்கிறார். ஆனால், பிறகு லத்தீன் அமெரிக்க நாடுகளில் நடப்பதுபோலத்தான் கியூபாவிலும் நடக்கிறது. பள்ளிப் பருவம் என்று சொல்லப்படுகின்ற காலத்தை அங்கு செலவிடுவதுதான் எல்லோருக்குமான இலக்கு என்பது போலச் செயல்படுகிறது. அதனை அடையக் கால தாமதமாவதற்குக் காரணம் தற்காலிகமான நிதிப்பற்றாக் குறைதான் என்று சொல்லுகிறார்கள்.

அமெரிக்காவில் ஒதுக்கப்பட்ட நிதியும், லத்தீன் அமெரிக்காவில் உறுதிமொழி அளவிலேயே இருக்கும் நிதியும் இரட்டை ஏமாற்று வேலைகள். வட அமெரிக்காவிலுள்ள ஏழைகள் பன்னிரண்டு ஆண்டுகள் நடவடிக்கைகளுக்குப் பிறகும் பின்தங்கியிருப்பதாக முத்திரை குத்தப்படுகிறார்கள். கட்டாயக் கல்விக் கூடங்களால் வட அமெரிக்காவிலும் சரி லத்தீன் அமெரிக்காவிலும் சரி ஏழைகள் சமமாக நடத்தப்படவில்லை. ஆனால், இரண்டு இடங்களிலும், கல்விக்கூடங்கள் இருப்பதே ஏழைகள் தாங்களாகவே தங்களுடைய கற்றலைத் தங்கள் கட்டுக்குள் கொண்டு வர முடியாமல் செய்கிறது. உலகம் முழுவதுமே, கல்விக் கூடம் சமுதாயத்தின்மேல் எதிர்க் கல்விப் பாதிப்பை ஏற்படுத்துகிறது. அதாவது கல்விக் கூடம் கல்வியில் சிறப்பு ஆற்றலுள்ள நிறுவனமாக அடையாளம் காணப்படுகிறது. கல்விக் கூடங்களின் தோல்விகள் பெரும்பாலான மக்களின் கல்விக்கு அதிகப் பணம் தேவைப்படுகிறது, மிகவும் சிக்கலானது, பெரும்பாலும் செய்து முடிக்கமுடியாத வேலை என்பதற்கான நிரூபணம் என்று எடுத்துக்கொள்ளப்படுகின்றன.

கல்விக்கூடம், கல்விக்காக இருக்கும் நிதி, மனிதர்கள், நல்லெண்ணம் ஆகியவற்றைத் தனக்குரியதாக எடுத்துக் கொள்கிறது. அதோடு பிற நிறுவனங்கள் கல்விப் பணியினை மேற்கொள்வதையும் ஊக்கப்படுத்துவதில்லை. வேலை, ஓய்வு, அரசியல், நகர வாழ்க்கை, குடும்ப வாழ்க்கையும்கூட கல்விக்கூடம் தருவதாகக் கருதப்படும் பழக்கங்கள், அறிவு ஆகியவற்றிற்காக அதைச் சார்ந்திருக்கின்றன. ஆனால், அவையே கல்விபெறும் வழிகளாக இருக்க வேண்டும். கல்விக்கூடங்களும், அவற்றைச் சார்ந்திருக்கும் பிற நிறுவனங்களும் ஒரே நேரத்தில் அதில் நிதி முதலீடு செய்ய இயலாத நிலையைப் பெற்றன.

அமெரிக்காவில் கல்விக் கூடங்களில் படிப்பதற்கு ஒரு ஆளுக்கு ஆகும் செலவு மருத்துவச் சிகிச்சைக்கு ஆகும் செலவின் வேகத்திலேயே கூடிக்கொண்டிருக்கிறது. ஆனால் மருத்துவர்களாலும் ஆசிரியர்களாலும் தரப்படுகின்ற

அதிகப்படியான நடவடிக்கையின் விளைவுகள் குறைந்துகொண்டே போகின்றது. கடந்த நாற்பது ஆண்டுகளில் நாற்பத்தைந்து வயதுக்கு மேற்பட்டவர்களுக்கான மருத்துவச் செலவு பலமுறை இரு மடங்குகளாக ஆகிவிட்டது. ஆனால், அதே சமயம் ஆண்கள் உயிர் வாழும் நாட்களின் எதிர்பார்ப்பு மூன்று விழுக்காடே அதிகரித்திருக்கிறது. கல்விக்கான செலவுகள் அதிகரித்துவிட்டது இன்னும் விநோதமான முடிவுகளைக் கொடுத்திருக்கிறது. இல்லாவிட்டால் அதிபர் நிக்சன் ஒவ்வொரு குழந்தையும் பள்ளியை விட்டுப் போவதற்கு முன்னால் வாசிப்பதற்கான உரிமையை விரைவில் பெற்றுவிடும் என்று உறுதியளித்திருக்கமாட்டார்.

அமெரிக்காவில் எல்லாத் தொடக்க [இலக்கண (grammer school)], உயர்நிலைப் பள்ளிகளிலும், அனைவருக்கும் சமமான கல்வி தரப்பட வேண்டுமென்றால் ஆண்டுக்கு எண்பது பில்லியன் டாலர்கள் ஆகுமென்று கணக்கிட்டிருக்கிறார்கள். இப்போது செலவிடப்படும் 36 பில்லியன் டாலர்களைவிட இரண்டு மடங்குக்கு மேலாகும். இப்போது முன்மொழியப்படும் 15 பில்லியன் டாலர்கள் 1974இல் 107 பில்லியன் டாலர்களாக ஆகிவிடும் என்று ஃபிளாரிடா பல்கலைக்கழக ஆய்வு முடிவுகள் தெரிவிக்கின்றன. இந்தச் செலவு உயர்கல்விக்கான செலவை முற்றிலுமாகக் கணக்கில் எடுத்துக் கொள்ளவில்லை. அமெரிக்கா 1969ஆம் ஆண்டு பாதுகாப்பிற்காக வியட்நாமில் படைகளை அனுப்பியதற்காக எண்பது பில்லியன் டாலர்களைச் செலவழித்தது.

சமமான கல்வியளிப்பதற்கு அதனால் முடியாது, அவ்வளவு ஏழை! எனினும் பள்ளி நிதி பற்றி ஆய்வதற்காக அதிபர் நியமித்துள்ள குழு இந்தச் செலவினங்களை எப்படி ஈடுகட்டுவது அல்லது எப்படி முறைப்படுத்துவது என்று ஆராய வேண்டாம். மாறாக அதனை எப்படித் தவிர்ப்பது என்று கவனமாக ஆராய வேண்டும். சமமான கல்விப் பள்ளிகள் பொருளாதார அடிப்படையில் சாத்தியமில்லை என்பதை ஏற்றுக்கொள்ள வேண்டும். லத்தீன் அமெரிக்காவில் ஒரு பட்டப் படிப்பு வகுப்பில் பயிலும் மாணவனுக்குச் செலவிடப்படும் பொதுமக்கள் பணமானது மத்திய தர வர்க்க குடிமகன் ஒருவருக்குச் செலவழிப்பதை விட 350 முதல் 1500 மடங்குகள் அதிகம். அமெரிக்காவில் இந்த குறைபாடு சிறியதுதான், ஆனால் வேறுபாடு மிகவும் கூர்மையானது. பணக்காரப் பெற்றோர் 10 விழுக்காட்டினர் இருப்பார்கள். அவர்கள் தங்கள் குழந்தைகளுக்குத் தனிப்பாடம் சொல்லிக் கொடுக்கச் செலவிட முடியும். அதற்கும் மேல் 10 விழுக்காடு மிக ஏழைக் குழந்தை ஒன்றுக்கு ஆகும் செலவை விட 10 மடங்குகள் அதிகமாகப் பொதுப் பணத்தை அவர்கள்

எடுத்துக்கொள்கிறார்கள். இதற்குக் காரணங்கள் என்ன? பணக்காரக் குழந்தைகள் அதிக நாட்கள் பள்ளியில் படிக்கிறார்கள். மேலும் உயர்கல்விக்கு, பல்கலைக்கழகக் கல்விக்கு என ஒரு ஆண்டு ஆகும் செலவு உயர்நிலைப் பள்ளிக் கல்விக்கு ஆகும் செலவை விடப் பலமடங்கு அதிகம். பல தனியார் பல்கலைக்கழகங்கள் மறைமுகமாகவேனும் மக்கள் வரிப் பணத்திலிருந்து பெறும் நிதியை நம்பி இருக்கின்றன.

அடுத்து, கட்டாயக் கல்வி ஒரு சமுதாயத்தைப் பல படிநிலைகளாக ஆக்கியிருக்கிறது. உலகின் நாடுகளைப் பன்னாட்டுச் சாதி முறையில் அது தரம் பிரிக்கிறது. சாதிகளைப் போல ஒரு நாடு அதன் குடிமகன் எத்தனை ஆண்டுகள் சராசரியாகப் பள்ளியில் செலவிடுகிறான் என்பதன் அடிப்படையில் தரம் பிரிக்கப்படுகின்றது. இது ஒரு தனி நபரின் தேசிய மொத்த வருவாயோடு தொடர்புடையது. ஆகவே இது மிகவும் வருந்தமளிக்கக்கூடியது.

கல்விக் கூடங்களின் முரண்பாடுகள் தெளிவாகிறது. அதிகமாக அவற்றிற்குச் செலவழிப்பது இங்கும் வெளிநாடுகளிலும் அவற்றின் அழிவுத் தன்மையை அதிகரிக்கின்றது. இந்த முரண்பாடுகள் ஒரு பொதுப் பிரச்சினையாக ஆக்கப்பட வேண்டும். நாம் பொருட்களை உற்பத்தி செய்யும் இப்போதைய முறைகளை மாற்றாவிட்டால் உயிர் வேதியியல் பொருட்களால் ஏற்படும் மாசினால் சுற்றுச்சூழல் அழிந்துவிடும் என்பதை எல்லோரும் ஏற்றுக்கொள்கிறார்கள். நலத்திட்டத்தைக் கட்டாயமாக ஆக்குவதும் போட்டிகளும் நுகர்வை அதிகமாக்குகின்றன. இதன் தவிர்க்க முடியாத பக்க விளைவு சமுதாய, தனிமனித வாழ்க்கையை மாசுபடுத்துகின்றது என்பதையும் அறிய வேண்டும்.

படைக்கலன்களைப் பெருக்குவது எவ்வளவு அழிவுகளைத் தருமோ அந்த அளவுக்குக் கல்விக் கூடங்களைப் பெருக்குவதும் அழிவுகளை ஏற்படுத்தும். ஆனால் வெளியில் தெரியாது. தேசிய மொத்த உற்பத்தியை விட வேகமாக உலகில் எல்லா நாடுகளிலும் பள்ளிக் கல்விக்கான செலவுகளும் அதிகரித்து வருகின்றன. அதே சமயம் பெற்றோர்கள், ஆசிரியர்கள், மாணவர்களின் எதிர்பார்ப்புகளை விட மிகக் குறைவாகப் பள்ளிச் செலவுகள் குறைந்து வருகின்றன. உலகெங்கும் இந்த நிலை கல்விக்கூடம் சாராத கற்றலைப் பெருமளவில் திட்டமிட நிதி ஒதுக்குவதை ஆதரிப்பதில்லை. இப்போதைய கல்விக்கூட அமைப்பு முறை இருப்பதாலேயே புதிய தேவைகளை உருவாக்குவதால் அவற்றைச் சந்திக்கும் அளவிற்கு, அவற்றை நிறைவேற்றும் அளவிற்கு உலகின் எந்த நாடும் பணம் படைத்ததாக இல்லை என்பதை அமெரிக்கா நிரூபித்துக்

கொண்டிருக்கிறது. ஏனென்றால் ஒரு வெற்றிகரமான கல்விக்கூட அமைப்பு, இன்னும் பெரியதொரு கல்விக்கூட அமைப்புக்குப் பெற்றோரையும், மாணவர்களையும் பயிற்றுவிக்கிறது. மேலதிக மதிப்பெண்களின் தேவை அதிகரிப்பதாலும், அவை அருகிக்கொண்டு போவதாலும் அதற்கான செலவுகள் அதிகமாகிக் கொண்டே போகிறது.

சமமான கல்வி தருவதை இப்போதைக்கு நடைமுறைப்படுத்த முடியாது என்று சொல்வதை விட அது பொருளாதார அடிப்படையில் ஒரு அபத்தம் என்பதையும் நாம் ஏற்றுக்கொள்ள வேண்டும். அதனை அடைய முயல்வது அறிவை மழுங்கச் செய்கிறது, சமுதாயத்தில் பிளவை உண்டாக்குகிறது, அதை வளர்க்கும் அரசியல் அமைப்பின் நம்பிக்கைத் தன்மையையே அழித்துவிடுகிறது. கட்டாயக் கல்வித் தரம் என்னும் கொள்கை எந்த மேல் எல்லையையும் அனுமதிப்பதில்லை. வெள்ளை மாளிகை இதற்கு ஓர் எடுத்துக்காட்டை அண்மையில் தந்திருக்கிறது. முனைவர் ஹட்ச்ரெக்கர் என்ற 'உளவியலாளர்' நிக்சன் அதிபர் பதவிக்குப் போட்டியிடத் தகுதியானவர் என்று தீர்மானிக்கும் முன்னர் அவருக்கு சிகிச்சை அளித்தார். அதிபர் நிக்சனுக்கு அவர் ஓர் ஆலோசனை வழங்கினார். ஆறு முதல் எட்டு வயது வரையிலுள்ள குழந்தைகளை ஓர் உளவியலாளர் ஆராய்ந்து அவர்களில் யார் அழிவு மனப்பாங்கு உள்ளவர்கள் என்று கண்டறிந்து அவர்களுக்குச் சிகிச்சை தர வேண்டும் என்பது அவரது ஆலோசனை. தேவையானால் அவர்களுக்குச் சிறப்புக் கல்வி நிலையங்களில் பயிற்சிகள் தர வேண்டும். அதிபர் அதன் சாத்தியக்கூறை மதிப்பிடுவதற்கு அனுப்பி வைத்தார். இன்னும் குற்றமே செய்யாதவர்களுக்குத் தடுப்புச் சித்தரவதை முகாம்கள் என்பது உண்மையில் கல்விக்கூட அமைப்பிற்கும் மேலான முன்னேற்றம்தான்!

கல்வியில் அனைவருக்கும் சமமான வாய்ப்பு என்பது உண்மையில் விரும்பக்கூடிய, நடைமுறைக்குச் சாத்தியமான இலக்குதான். ஆனால், இதனைக் கட்டாயப் பள்ளிக் கல்வியுடன் சமமாக வைத்துப் பார்ப்பது திருச்சபையை (கிறிஸ்தவ மதத்தை) மீட்போடு குழப்பிக்கொள்வது போலத்தான். நவீனமயமாக்கப்பட்ட உழைக்கும் வர்க்கத்திற்காகக் கல்விக்கூடம் உலக மதமாகிவிட்டது. தொழில்நுட்ப யுகத்திலுள்ள ஏழைகளுக்கு மீட்புத் தருவோம் என்ற வெற்று உறுதிமொழிகளைக் கல்விக்கூடம் தருகிறது. இன்றைய அரசாங்கங்களும் அதை ஏற்றுக்கொண்டு எல்லாக் குடிமக்களையும் தரப்படுத்தப்பட்ட பாடத் திட்டத்திற்குள் கட்டாயமாக இழுத்துக் கொள்கின்றன. அந்தக் காலத்துச் சடங்குகளுக்கு

மக்களை உட்படுத்துவது போலப் பட்டங்களைத் தருகின்றன. அந்தக் காலத்து ஸ்பானிய அரசர்கள் மறைநூலறிஞர்களின் தீர்ப்புகளை மத நீதிமன்றங்கள் மூலம் நிறைவேற்றினார்கள். அதுபோலவே இப்போது ஒரு நாட்டின் கல்வியாளார்களின் நீதியை அலுவலர்கள் மூலமும், வேலைகளின் தேவைகளுக்கு ஏற்பவும் நடைமுறைப்படுத்தும் பொறுப்பை அரசு ஏற்றுக்கொள்கிறது.

இரண்டு நூற்றாண்டுகளுக்கு முன்னர் அமெரிக்காவில் ஒரு திருச்சபையின் ஏகபோகத் தனியுரிமை இருந்தது. அதாவது ஒரு திருச்சபைதான் இருந்தது. இந்த நிறுவன அமைப்பை உடைத்தெறியும் இயக்கத்தில் அமெரிக்கா முன்னின்றது. இன்று அமெரிக்காவில் சட்டப்படி கல்விக்கூடத்தின் ஏகபோக உரிமையை, அந்த நிறுவன அமைப்பை, உடைக்க வேண்டியது அவசியமாகிறது. இதனால் சட்டப்படி வெறுப்புணர்வையும் பாகுபாட்டையும் இணைக்கும் ஓர் அமைப்பை நீக்க வேண்டும். இதன்படி இன்றைய, மனிதத்தை மதிக்கும் சமுதாயத்திற்கான உரிமைகள் சட்டத்தின் முதல் பிரிவு அமெரிக்க அரசியல் சாசனத்தின் முதல் திருத்தத்திற்கு இணையானதாக இருக்கும். "அரசாங்கம் கல்வியை நிறுவனப்படுத்துவது தொடர்பாக எந்தச் சட்டத்தையும் இயற்றக்கூடாது." அதாவது அனைவருக்கும் சடங்கு மாதிரியான கட்டாயமாக இருக்கக் கூடாது.

இந்த நிறுவனமயமானதை உடைப்பதைப் பயனுள்ளதாக ஆக்க என்ன செய்ய வேண்டும்? ஏதாவது ஒரு பாடத்திட்டத்தில் சேர்ந்து படித்ததை மட்டுமே அடிப்படையாக வைத்து கற்றல் மையங்களில் பணியமர்த்தல், வாக்களித்தல், பள்ளியில் சேர்த்தல் ஆகியவற்றில் பாகுபாட்டைத் தடுக்க ஒரு சட்டம் வேண்டும். இந்த உத்தரவாதம் ஒரு குறிப்பிட்ட பணிக்கு அல்லது வேலைக்கு தகுதித் தேர்வுகளை உட்படுத்தாது. எனினும் இப்போதிருக்கும் ஒரு அபத்தமான பாகுபாட்டை நீக்கிவிடும். இந்தப் பாகுபாட்டினால் ஒரு குறிப்பிட்ட திறனை, பொது மக்கள் பணத்தை அதிகளவில் செலவழித்துக் கற்றவர்கள் முதலிடம் பெறுகிறார்கள். அதுபோல எந்தப் பயனுள்ள திறனுக்கோ, வேலைக்கோ தொடர்பில்லாத பட்டங்களைப் பெறுகிறார்கள். இது தவிர்க்கப்படும். ஒரு குடிமகன் ஒரு கல்விக்கூடத்தில் கற்றதாலேயே தகுதியற்றவனாகக் கருதப்பட்டதிலிருந்து காப்பாற்றப்பட வேண்டும். அப்போதுதான் கல்வியைச் சட்டப்பூர்வமான வழியில் நிறுவன அமைப்பிலிருந்து நீக்குதல் உளவியல் சார்ந்த பயனளிக்கும்.

கல்விக்கூடப் பயிற்சியால் கற்றலோ நீதியோ முன்னெடுத்துச் செல்லப்படவில்லை. ஏனென்றால் கல்வியாளர்கள் கற்பித்தலைப்

பட்டம் தருவதோடு அல்லது சான்றிதழ் தருவதோடு இணைத்து விடுகிறார்கள். கற்றலும், சமூகத்தில் பணியிடங்களை நிரப்புவதும் கல்விக்கூட அமைப்பில் ஒன்றாகி விடுகின்றன. புதிய திறனை அல்லது உள்ளொளியைப் பெறக் கற்கிறோம். கற்றல் என்றால் அதுதான் பொருள். ஆனால் ஒரு பணியில் பதவி உயர்வு என்பது பிறர் ஒருவர்மேல் கொண்டிருக்கும் கருத்தைப் பொறுத்திருக்கிறது. கற்றல் என்பது கற்றுத் தருவதன் விளைவு. ஆனால், வேலைகள் சந்தையில் என்ன வேலை, எந்தத் துறை என்பது வருகைப் பதிவு காலத்தைப் பொறுத்தே இருக்கிறது.

கற்றுத் தருதல் என்பது கற்றலுக்கு உதவும் சூழல்களைத் தேர்ந்தெடுப்பது. ஆனால் பணிகளின் ஒரு தர நிலையை அடைவது ஒருவர் சாதிக்க வேண்டிய நிபந்தனைகளின்படி பாடத் திட்டத்தை அமைப்பதைப் பொறுத்தது. இந்தப் பணி நிலைகளுக்குக் கல்விக்கூடம் கற்றுத் தருதலை தொடர்புபடுத்துகிறது. கற்றலை அல்ல. இது பகுத்தறிவு சார்ந்தது இல்லை. விடுதலை தருவதாகவும் இல்லை. ஏன் அது அறிவுக்கு உகந்தது இல்லையென்றால் பணிகளுக்குத் தேவையான பண்புகளையோ திறன்களையோ அது தொடர்புபடுத்துவதில்லை. மாறாக, அந்தப் பண்புகளை அடையத் தகுந்தவையாகக் கருதப்படும் வழிமுறைகளையே தொடர்புபடுத்துகிறது. அது ஏன் விடுதலை தரவில்லை அல்லது கல்வியில்லை என்றால் சமுதாயக் கட்டுப்பாடு முன்னரே ஏற்றுக் கொண்ட அளவுகளுக்குத் தகுந்தவற்றைக் கற்றவர்களுக்கு மட்டுமே கற்பித்தலை கல்விக்கூடம் ஒதுக்கீடு செய்திருக்கிறது.

சமுதாயத்தில் ஓர் அந்தஸ்தை, ஒரு தரத்தைக் கொடுப்பதற்காகவே பாடத் திட்டம் பயன்பட்டிருக்கிறது. சில வேளைகளில் இது பிறப்பதற்கு முன்னரே குறிக்கப்பட்டதாக இருக்கலாம். கர்மம் உங்களை ஒரு சாதிக்கும் அரசுரிமைக்கும் உடமையாக்கலாம். பாடத்திட்டம் ஒரு சடங்காகலாம். போர் அல்லது வேட்டையில் நிகழ்த்திய சாகசங்களின் தொடர்ச்சியாகவும் இருக்கலாம். முந்தைய காலக்கட்டத்தில் அரசு வழங்கிய பதிவுகளால் கிடைக்கும் உயர்நிலையாக இருக்கலாம். அனைவருக்குமான கல்விக்கூட அமைப்பு தனிப்பட்ட வாழ்க்கை வரலாற்றிலிருந்து பதவி தருவதைப் பிரித்தெடுப்பதற்காக ஏற்பட்டது. அதாவது எந்தப் பதவிக்கும் பணிக்கும் அனைவருக்குமே சமமான வாய்ப்பளிப்பதற்காக ஏற்பட்டது.

இன்றும்கூட, கல்விக்கூடம் பொருத்தமான கற்றல் அடைவுகளின் மேல் மக்களின் நம்பிக்கையைச் சார்ந்திருப்பதை உறுதி செய்கிறது என்று கருதுகிறார்கள். எப்படியிருப்பினும் வாய்ப்புகளை

அனைவருக்கும் சமமாகத் தராமல், கல்விக் கூட அமைப்பு அவற்றைப் பகிர்ந்தளிப்பதில் முழு உரிமையைக் கொண்டாடுகிறது. பாடத்திட்டத்திலிருந்து தகுதி அல்லது திறனைப் பிரித்தெடுக்க வேண்டும். இது எப்படிச் சாத்தியமாகும்? ஒரு மனிதனுடைய கற்றல் வரலாற்றை, அதாவது அவனுடைய அரசியல் சார்பு, கோயிலுக்குப் போதல், வாரிசுப் பட்டியல், பாலியல் பழக்கங்கள், இனப்பின்னணி ஆகியவை பற்றிய கேள்விகளைக் கேட்பதை சமூகத் தடையாக ஆக்கவேண்டும். முந்தைய கல்விக்கூட அனுபவத்தின் பேரில் பாகுபாடு காட்டுவதைத் தடுக்கச் சட்டங்கள் இயற்ற வேண்டும். ஆனால், சட்டங்கள் அமைப்புக்குட்பட்ட கல்விக் கூடத்தில் கற்காதவர்களின் மேலுள்ள வெறுப்பைத் தடுக்க முடியாது. எனினும் அநீதியான பாகுபாட்டை ஊக்குவிக்காமல் இருக்க முடியும்.

கல்விக்கூட அமைப்பு பற்றிய இரண்டாவது பெரிய மாயை என்னவென்றால் பெரும்பாலான கற்றல் பயிற்சி கற்பித்தலால் நிகழ்கிறது என்பது. கற்பித்தல், சில சூழல்களில் சில வகையான கற்றல் நிகழ்வுகளை ஏற்படுத்தலாம் என்பது உண்மைதான். ஆனால் பெரும்பாலோர் பெறுகிறார்கள். தங்களுடைய அறிவைக் கல்விக்கூடத்திற்கு வெளியேதான் கற்கிறார்கள். ஒருசில பணக்கார நாடுகளில் கல்விக்கூடங்கள் சிறைச்சாலைகளாகவே பலருக்கு இருக்கின்றன.

பெரும்பாலான கற்றல் நிகழ்வுகள் முறைசாராச் சூழலில்தான் ஏற்படுகின்றது. கற்க வேண்டும் என்ற நோக்கத்தோடு கற்பதுகூட நிரல் சார்ந்த கற்பித்தலால் ஏற்படுவதில்லை. சாதாரணக் குழந்தைகள் தங்கள் முதல் மொழியை முறைசாராச் சூழலில்தான் கற்கிறார்கள். அவர்களுடைய பெற்றோர் கவனம் செலுத்தினால் கொஞ்சம் வேகமாகக் கற்கலாம். இரண்டாவது மொழியைக் கற்பவர்கள்கூட வித்தியாசமான சூழல்களில் இருப்பதால்தானே தவிர வரிசைப்படி அமைக்கப்பட்ட பாடத்திட்டத்தைச் சொல்லித் தருவதால் கற்பதில்லை. அவர்கள் இரண்டாவது மொழி பேசுகின்ற தாத்தா, பாட்டி வீட்டிற்குப் போய்க் கற்பார்கள். பயணம் செய்யும்போது கற்பார்கள், அல்லது வெளிநாட்டுக்காரரைக் காதலிப்பதால் கற்பார்கள். சரளமாக வாசிக்கும் திறன்கள் பாடத்திட்டம் சாராத செயல்பாடுகளின் விளைவாகவே வருகின்றன. பலவற்றை மகிழ்ச்சியோடு வாசிப்பவர்களை எங்கே வாசிக்கக் கற்றீர்கள் என்று கேட்டால் அவர்கள் பள்ளியில் என்று சொல்லுவார்கள். அப்படித்தான் பலரும் நம்புகிறார்கள். ஆனால் கொஞ்சம் அழுத்திக் கேட்டால் பள்ளிக்கு வெளியில்தான் வாசிக்கக் கற்றதாக ஒத்துக்கொண்டு முன்னதை மாயையென்று ஏற்றுக்கொள்வார்கள்.

ஆனால், பெரும்பாலான கற்றல் நிகழ்வுகள் முறைசாராச் சூழலில் இப்போது நடப்பதுபோலத் தோன்றுகிறது. வேலை அல்லது ஓய்வு என்று சொல்லப்படுகின்ற செயல்பாட்டின் துணை விளைவாகக் கற்றல் இருப்பதாகத் தோன்றுகிறது. இதனைக் கொண்டு திட்டமிடப்பட்ட கற்பித்தலினால் திட்டமிடப்பட்ட கற்றல் பயன்பெறவில்லை என்றும், இரண்டும் முன்னேற்றம் பெறுவதற்கான வழி இல்லை என்றும் கொள்ளக்கூடாது. இயல்பூக்கமுள்ள மாணவன் ஒரு புதிய கடினமான திறனைக் கற்க வேண்டுமென்று வைத்துக்கொள்வோம். அந்தக் காலத்து ஆசிரியர் வாசிக்கக் கற்றுக் கொடுத்தபோது பயன்படுத்திய அதே முறையை இவனும் பயன்படுத்துவான். ஈப்ரு மொழி, மறைக்கல்வி அல்லது வாய்பாடு ஆகியவை குருட்டு மனப்பாடம் வழியாகவே கற்றுத் தரப்பட்டன. ஆனால் கல்விக் கூடத்தில் இத்தகைய திரும்ப திரும்பச் சொல்ல வைத்து உருப்போடும் பயிற்சி முறை அருகி விட்டது. அவமானமாகவும் கருதப்படுகிறது. ஆனால் இப்பழைய முறையில் பயிற்றுவிக்கப்பட்டதால் இப்பழக்கம் உள்ள சாதாரணத் திறனுடைய மாணவன் சில மாதங்களில் பல திறன்களைக் கற்றுக்கொள்வான். குறியீடுகளையும், இரண்டாம் மூன்றாம் மொழிகளில் வாசிப்பதையும் எழுதுவதையும் சிறப்பு மொழிகளான அல்ஜிப்ரா, கணினி நிரல் எழுதுதல், வேதியியல் பகுப்பாய்வு அல்லது தட்டச்சு, கடிகாரம் செய்தல், குழாய் அமைத்தல், மின் கம்பி பதித்தல், தொலைக்காட்சிப் பெட்டி பழுது நீக்கம் முதலான உயர்திறன்களையும் நாட்டியம், காரோட்டல், தண்ணீரில் நீந்துதல் போன்றவற்றையும் இங்ஙனம் கற்க முடியும்.

சில வேளைகளில் ஒரு குறிப்பிட்ட திறனைக் கற்பிக்கும் நோக்கமுடைய ஒரு கற்றல் நிரல் வேறு ஒரு திறனில் தேர்ச்சி பெற்றிருக்க வேண்டுமென்பது ஓர் அடிப்படைத் தேவையாக இருக்கலாம். ஆனால், அந்தத் திறன்களைப் பெறும் முறையைச் சார்ந்திருக்கக் கூடாது. எடுத்துக்காட்டாக டி.வி. பழுது பார்த்தலுக்கு அடிப்படையாக மொழித்திறனும் கணிதமும் தேவை. நீந்துவதற்குக் குதிக்கும் திறனும், நீச்சல் திறனும் வேண்டும். ஆனால் காரோட்டுவதற்கு இவையிரண்டும் அதிகம் தேவைப்படாது.

திறன்களைக் கற்பதின் முன்னேற்றத்தை அளவிட முடியும். அதுபோலவே ஒரு சராசரியான ஆர்வமுள்ள, வயதுவந்தவருக்குத் தேவையான அதிகளவு காலத்தையும், பொருள்களையும் எளிதாகக் கணிக்க முடியும். அமெரிக்காவில் மேற்கு ஐரோப்பிய மொழியை இரண்டாவது மொழியாகச் சரளமான உயர்ந்த நிலைக்குக் கற்றுத் தருவதற்கு நானூறு முதல் அறுநூறு டாலர்கள் செலவாகும். கீழை

நாட்டு மொழியைக் கற்றுத்தர இரண்டு மடங்கு தேவைப்படும். இந்தச் செலவு நியூயார்க் நகரில் பன்னிரண்டு ஆண்டு காலக் கல்விக்கு ஆகும் செலவான 15,000 டாலரை விட மிகவும் குறைவுதான். ஆசிரியர் மட்டுமன்றி, அச்சகத்தாரும், மருந்தாளுநரும் தங்களுக்குத் தரப்படும் பயிற்சிக்கு மிகவும் செலவு பிடிக்குமென்ற மாயையை ஏற்படுத்தியிருக்கிறார்கள்.

இப்போது பள்ளிகள் பெரும்பாலான கல்வி நிதிகளை எடுத்துக் கொள்கின்றன. படைப் பயிற்சிக்குக் கல்விக் கூடத்திற்கு ஆகும் செலவை விடக் குறைவாகத்தான் ஆகிறது. பள்ளிக்கல்வியைத் தவிர்த்துவிடும் அளவிற்குப் பணக்காரர்களாக இருப்பவர்கள்தான் இதனைப் பெற முடியும். இராணுவமோ, பெரிய தொழில் நிலையங்களோ பணியிடைப் பயிற்சிக்கு அனுப்ப முடிகிறது. அமெரிக்கக் கல்வியைச் சிறிது சிறிதாக கல்விக்கூடப் பிடியிலிருந்து நீக்கும் திட்டத்தில், முதலாவதாகப் படைப் பயிற்சிக்கான நிதி குறைக்கப்படும். ஆனால் கடைசியில், யாருக்கும், தங்கள் வாழ்க்கையில் எந்த நேரத்திலும் நூற்றுக்கணக்கான திறன்களிலிருந்து தேர்ந்து பொதுப் பணத்தில் படிப்பதற்கு எந்தத் தடையும் இருக்காது.

ஏழைகளுக்கு மட்டுமின்றி இப்போதைக்கு எந்தத் திறன் மையத்திலும் எல்லா வயது மக்களுக்கும் ஒரு குறிப்பிட்ட அளவிற்குள் கடன் கொடுக்கப்படும். இந்தக் கடன் கல்விக் கடவுச் சீட்டு போல அல்லது கல்விக் கடன் அட்டை போலப் பிறந்தவுடனேயே ஒவ்வொரு குழந்தைக்கும் தரப்படும். ஏழைகளுக்கு முன்னுரிமை தருவதற்காக, அவர்கள் தங்கள் வாழ்நாளின் தொடக்கத்திலேயே இவ்வழியைப் பயன்படுத்த மாட்டார்கள். ஆதலால், அதிலிருந்து கிடைக்கும் வட்டியை அவர்கள் பின்னர் பயன்படுத்திக் கொள்ள முடியும். இந்தக் கடன் வழியில் எந்தத் திறனுக்கு அதிகமான தேவை இருக்கிறதோ அதனைத் தங்கள் வசதிப்படி, நன்றாகவும், செலவு குறைவாகவும், கல்விக் கூடத்தில் இருப்பதுபோல் எந்தப் பக்க விளைவுகளும் இல்லாமல் மக்கள் பெற முடியும்.

திறன்கள் கற்றுத் தரும் ஆசிரியர்களுக்குத் தட்டுப்பாடுகள் அதிக காலம் இருக்காது. ஏனென்றால் ஒரு திறனுக்கான தேவை ஒரு சமயத்தில் தன் பயன்பாட்டுக்குத் தக்கவே வளரும். அதே சமயம் ஒரு திறனைப் பயன்படுத்துபவர் அதனைக் கற்றுத் தரவும் முடியும். ஆனால் இப்போது தேவை அதிகமாக இருக்கும் திறன்களைப் பயன்படுத்துவோர் அவற்றைப் பிறரோடு பகிர்ந்துகொள்வது ஆதரிக்கப்படுவதில்லை. இப்படி உரிமங்களைத் தங்களுக்கு மட்டுமே ஏகபோகமாக வைத்துக்கொள்ளும் ஆசிரியர்கள் அல்லது

அவர்களுடைய நலன்களைக் காக்கும் தொழிற்சங்கங்கள் இதைச் செய்கின்றன.

வாடிக்கையாளர்கள் பெறும் பயன்களையும் விளைவுகளையும் கொண்டே மதிப்பிடப்படும். திறன் மையங்கள் அவை யாரை வேலைக்கு அமர்த்துகின்றன, எந்த விதமான முறைகளைப் பின்பற்றுகின்றன என்பனவற்றை வைத்துக் கணக்கிட மாட்டார்கள். இவை, எதிர்பார்க்காத வேலை வாய்ப்புகளை ஏற்படுத்தும். இப்போது வேலை பார்க்கத் தகுதியற்றவர்களுக்குக் கூட வாய்ப்பு கிடைக்கும். அத்தகைய திறன் மையங்கள் பணி இடத்திலேயே இயங்கலாம். தங்களுடைய கல்விக் கடன்களை இங்கு பயன்படுத்த விரும்புவோருக்கு வேலை தருபவரும் பிற பணியாளர்களும் கற்றுத் தருவார்கள்.

1956ஆம் ஆண்டு பியூட்ரோ ரிக்கர்களோடு பேச ஸ்பானிஷ் மொழி தெரிந்தவர்கள் தேவைப்பட்டார்கள். நியூயார்க் மறை மாநிலத்திலிருந்து நூற்றுக்கணக்கான ஆசிரியர்கள், சமூக நலத் தொண்டர்கள், மறைப்பணியாளர்கள் ஆகியோருக்கு ஸ்பானிஷ் மொழியைக் கற்றுத் தர வேண்டியிருந்தது. என்னுடைய நண்பர் ஜெரி மோரிஸ் ஸ்பானிஷ் வானொலி நிலையம் ஒன்றின் மூலம் ஹார்லம் பகுதியிலிருக்கும் ஸ்பானிஷ் மொழி பேசுவோருக்கு அழைப்பு விடுத்தார். அடுத்த நாள் இருநூறு இளைஞர்கள் அவருடைய அலுவலகத்தின் முன் நின்றார்கள். அவர்களிலிருந்து அவர் 48 பேரைத் தேர்ந்தெடுத்தார். அவர்களில் பலர் பள்ளி இடைநின்றவர்கள். அமெரிக்க வெளிநாட்டுப் பணிக் கல்லூரி தயாரித்திருந்த ஸ்பானிஷ் கையேட்டை எப்படிப் பயன்படுத்துவது என்று அவர்களுக்குப் பயிற்சி அளித்தார். அவர்கள் ஒரு வாரத்தில் ஆசிரியர்களாக ஆகிவிட்டார்கள். ஒவ்வொருவரும் நான்கு பேருக்கு ஸ்பானிஷ் மொழியில் பேசக் கற்றுக்கொடுத்தார். ஆறு மாதங்களில் நோக்கம் நிறைவேறிவிட்டது. கர்தினால் ஸ்பெல்மேனுக்கு இப்போது 127 பங்குகளில் மூன்று பேராவது ஸ்பானிஷ் மொழியில் பேசக்கூடியவர்கள் கிடைத்துவிட்டார்கள். இதனை எந்தப் பள்ளி பாடத்திட்டமும் சாதித்திருக்க முடியாது.

திறன்களைக் கற்றுத்தரும் ஆசிரியர்கள் அதிகம் கிடைக்காததற்குக் காரணம் உரிமங்களுக்குத் தரப்படும் மதிப்புதான். சான்றிதழ் தருவது சந்தையை ஒருவகையில் தங்களுக்கு ஏற்றவாறு மாற்றுவது. கல்விக்கூடப் பயிற்சி பெற்றவர்களால்தான் இது முடியும். கலைகளையும் தொழில்களையும் கற்றுத்தரும் ஆசிரியர்கள் சிறந்த கலைஞர்கள், தொழிலாளர்களை விடக் குறைந்த திறனுடையவர்களாகவே இருக்கிறார்கள். உயர்நிலைப் பள்ளிகளில்

ஸ்பானிஷ் அல்லது ஃபிரெஞ்சு மொழி பயிற்றுவிக்கும் ஆசிரியர்களில் பலர் மாணவர்களுக்கு மொழிப்பயிற்சி கொடுத்த பிறகும்கூட, அவர்களால் இலக்கணப் பிழையின்றிப் பேசமுடியவில்லை. ஏஞ்சல் குவிண்டரோ என்பவர் பியூட்ரோ ரிக்கோவில் ஓர் ஆய்வு நிகழ்த்தினார். அதன்படி, சரியான ஊக்கத் தொகை, பாடத்திட்டம், கருவிகள் தந்தால் இளைஞர்கள் தங்களுடைய பள்ளி ஆசிரியர்களைவிடச் சிறப்பாக அவர்களுடைய நண்பர்களுக்குத் தாவரங்கள், விண்மீன்கள் முதலியன பற்றியும் எப்படி மோட்டாரும், வானொலியும் செயல்படுகிறது என்றும் கற்றுத் தருகிறார்கள். 'சந்தை'யைத் திறந்துவிட்டோமென்றால், திறன்களைக் கற்றலுக்கான வாய்ப்புகள் பல மடங்கு அதிகமாகும். இது சரியான ஆசிரியரைச் சரியான மாணவனோடு இணைப்பதைப் பொறுத்திருக்கிறது. பயிற்சி அறிவுத் திறன் சார்ந்ததாகவும், பாடத்திட்டம் என்ற கட்டுப்பாடு எதுவுமில்லாமலும் இருக்க வேண்டும். மாணவன் இயல்பூக்கம் உடையவனாக இருக்க வேண்டும்.

இப்போது ஒரு புதுக்கருத்து முன்மொழியப்பட்டிருக்கிறது. அது அறிவுப் பூர்வமாக தோன்றுகிறது. பொதுக் கொள்கையின் ஆய்வு மையத்தைச் சார்ந்த கிறிஸ்டோபர் ஜென்க்ஸ் இதனைத் தயாரித்திருக்கிறார். அதன்படி படிப்புக்கான உதவித் தொகையை பெற்றோருக்கும் மாணவர்களுக்கும் கொடுத்துவிட வேண்டும். தனக்கு விருப்பமான பள்ளியில் படிக்க அந்தத் தொகையை அவர் செலவிடுவார். இங்ஙனம் தனித்தனியாக ஒவ்வொருவருக்கும் உதவியளிப்பது நல்ல திட்டம். ஒவ்வொரு குடிமகனுக்கும் வரிகள் மூலம் கிடைக்கும் கல்விக்கான தொகையில் சமமான பங்கு கிடைக்கவும், அந்தப் பங்கு சரியாக இருக்கிறதா என்று பார்க்கவும், உதவி மறுக்கப்பட்டால் வழக்கு மன்றம் செல்லவும் உரிமை உறுதி செய்யப்பட வேண்டும். பின்னோக்கி இழுத்துச் செல்லவும் வரி போடுவதைத் தடுக்கவும் இது உறுதி செய்யும். எனினும் ஜென்க்ஸ் முன்மொழிந்த கருத்து ஒரு எச்சரிக்கைக் கூற்றுடன் தொடங்குகிறது. "அமெரிக்காவின் கல்வி அமைப்பு பெரும்பாலான குழந்தைகளுக்குத் தரமான கல்வியைத் தர முடியாத அளவிற்கு மிகக் குறைந்த ஊக்கத் தொகையையே ஆசிரியர்களுக்குத் தருகிறது," என்று தொடங்குகிறது ஜென்க்சின் முன்மொழிவு, அது கல்விக் கூடத்தில் செலவழிப்பதற்காகத் தரப்படும் பள்ளி உதவித் தொகையாக இருக்குமென்று உறுதி கூறுகிறது. இதனாலேயே அது பயனற்றதாகிவிடுகிறது.

இது காலிழந்த ஒருவருக்கு ஊன்று கோல்கள் கொடுத்துவிட்டு, அவை இரண்டையும் ஒன்றாகக் கட்டிக் கொண்டுதான் நடக்க

வேண்டும் என்று நிபந்தனை விதிப்பதுபோல இருக்கிறது. இப்போது கல்விக்கான மானியத் தொகைகள் கற்பிப்பதைத் தொழிலாகக் கொண்டிருப்போரிடம் மட்டுமில்லாமல், இனவெறியர்கள், மத சம்பந்தமான பள்ளிகளை நடத்துபவர்கள், சமுதாயத்தைப் பிளவுபடுத்த நினைப்பவர்கள் கைகளில் போய்க் கிடைக்கின்றன. இதற்கும் மேலே கல்விச் சலுகைகள் கல்விக்கூடங்களில் மட்டுமே பயன்பட வேண்டும் என்பது, சமுதாய முன்னேற்றம் நிரூபணமான அறிவுடன் இல்லாமல், அதனைத் தருவதாகக் கருதப்படுகின்ற கற்றல் பாரம்பரியத்துடன், பழைய வழிமுறைகளுடன் கட்டப்பட்டிருக்கும் ஒரு சமூகத்தில் வாழ விரும்புகிறவர்களின் கையில் இந்தக் கல்வி மானியங்கள் போய்ச்சேர வழிவகுக்கும். கல்விக்கான நிதிகள் மாற்று வழிகளில் செலவிடப்பட வேண்டும் என்பதுதான் ஜென்க்சின் வாதம். இது கல்விக் கூடங்களுக்குச் சாதகமாகவே இருக்கிறது. இது கல்வியில் சீர்திருத்தத்துக்குத் தேவையான அடிப்படைக் கோட்பாட்டையே மதிப்பிழக்கச் செய்கிறது. அதாவது கற்றலுக்கான முன்னெடுப்பும், கணக்குக் காட்ட வேண்டிய பொறுப்பும் கற்பவருக்கும் அவருக்கு மிக நெருக்கமாகவுள்ள ஆசிரியருக்குமே தரப்பட வேண்டும் என்ற அடிப்படைக் கோட்பாடு கேள்விக்குறியாகியிருக்கிறது.

அதாவது சமுதாயத்தினைக் கல்விக் கூடப் பிடியிலிருந்து அகற்ற வேண்டும் என்பது கற்றலின் இரண்டு பக்கங்களுள்ள தன்மையை உள்ளடக்கியது. திறனைப் பெறப் பயிற்சி என்பதை மட்டும் முன்னிறுத்துவது அழிவையே தரும். கற்றலின் பிற பரிமாணங்களுக்கும் முக்கியத்துவம் தர வேண்டும். ஆனால் அதே சமயம் திறன்களைக் கற்கக் கல்விக்கூடம் தவறான இடம் என்றால் கல்வியைப் பெற அது இன்னும் மோசமான இடம் ஆகும். கல்விக் கூடம் இரண்டையும் சரிவரச் செய்வதில்லை. ஏனென்றால், அது இரண்டையும் வேறுபடுத்திப் பார்ப்பதில்லை என்பது ஒரு காரணம். திறன்களைக் கற்றுத் தருவதற்குக் கல்விக்கூடம் தகுதியற்றது. ஏனென்றால் அது பாடத்திட்டத்தைச் சார்ந்திருக்கிறது. பெரும்பாலான பள்ளிகளில் ஒரு பாடத்திட்டம் ஒரு குறிப்பிட்ட திறனை மேம்படுத்துவதாக மட்டும் இருப்பதில்லை. இது இன்னொரு பொருத்தமில்லாத திறனுடன் தொடர்புள்ளதாக இருக்கிறது. எடுத்துக்காட்டாக வரலாற்றுப் பாடம் கணக்குப் பாடத்தில் தேர்ச்சி பெறுவதுடன் தொடர்புடையது. வகுப்பிற்கு வருகை தருவது, விளையாட்டு மைதானத்தைப் பயன்படுத்துவதோடு தொடர்புடையது. அதாவது வகுப்பு நேரத்தில் விளையாடப் போக முடியாது.

பெறப்பட்ட திறன்களை எல்லையற்ற வகையில் புதிய முறைகளில் பயன்படுத்த ஊக்குவிக்கும் சூழல்கள் அமைக்கப்பட வேண்டும். இதற்கு 'முற்போக்கான கல்வி' என்று பெயர் சூட்டுவேன். கல்விக்கூடங்கள் இத்தகைய சூழல்களை அமைப்பதில் பின்தங்கியே இருக்கின்றன. இதற்கு முதன்மைக் காரணம் பள்ளிக்கூடம் கட்டாயமாகிவிடுகிறது. பள்ளிக்கல்வி என்பது பள்ளிக் கல்விக்காகவே என்றாகிவிடுகிறது. ஆசிரியர்களோடு இருப்பது கட்டாயமாகி விடுகிறது. திறன்களைக் கற்பித்தல் பாடத்திட்டப் பிடிகளிலிருந்து விடுவிக்கப்பட வேண்டியது போலவே முற்போக்கான கல்வி கட்டாய வருகையிலிருந்து விடுவிக்கப்பட வேண்டும். புதியன காணும், படைப்பாற்றல் நடத்தைக்கான கற்றலிலும், கல்வியிலும் நிறுவன அமைப்பு உதவ முடியும். ஆனால் அவை வெவ்வேறான, எதிரும் புதிருமான தன்மையுடையவை.

திரும்பத் திரும்பச் செய்கின்ற பயிற்சிகளினால் பல திறன்களைப் பெறவும், அவற்றில் முன்னேற்றம் காணவும் முடியும். ஏனென்றால் திறன் என்பது வரையறுக்கப்படக்கூடிய, முன்னறிந்து சொல்லக்கூடிய நடத்தையில் தேர்ச்சி நிலையை அடைவது. ஆனால் புதியன தேடும், படைப்புக்காகத் திறன்களைப் பயன்படுத்தும் கல்விப் பயிற்சிகளைச் சார்ந்திருக்க முடியாது. கற்பித்தலின் விளைவாகக் கல்வி இருக்கலாம். ஆனால் அந்தக் கற்பிக்கும் முறை அடிப்படையில் திரும்பத் திரும்பச் செய்யும் பயிற்சிக்கு எதிரானது. சமுதாயத்தில் சமுதாயத்தால் சேமித்து வைக்கப்பட்டிருக்கும் நினைவுப் பெட்டகத்துக்கான திறவுகோல்களில் சிலவற்றை வைத்திருக்கும் பங்குதாரர்களின் உறவைச் சார்ந்திருக்கிறது.

தேடுகின்றவருக்கும் (கற்பவருக்கும்) அவரது பங்குதாரருக்கும் புதிய கதவுகளைத் திறக்கும் எதிர்பாராத வினாவின் வியப்பினை அது சார்ந்திருக்கிறது. திறன்களைக் கற்றுத்தரும் ஆசிரியர் சில சூழல்களை வரிசைப்படுத்தி அமைக்கிறார். அவை கற்பவரை வழக்கமான பதிலிறுக்கும் செயல்களை வெளிப்படுத்த அனுமதிக்கின்றன. (அதாவது திறன் ஆசிரியர் கற்பவரிடம் ஒரு குறிப்பிட்ட விளைவை எதிர்பார்ப்பவர்) கற்றல் நிகழ்வதற்காகப் பொருத்தமுள்ள பங்குதாரர்கள் (Pairs) சந்திக்க கல்வி வழிகாட்டி ஆலோசகரோ அல்லது ஆசிரியரோ உதவுகிறார். தனியாட்களின் விடுவிக்கப்படாத வினாக்களில் தொடங்கி அவர்களைப் பொருந்தச் செய்கிறார். மாணவர் தனது ஐயம் அல்லது குழப்பம் என்னவென்று வரையறுக்க உதவுகிறார். ஏனென்றால் தெளிவான வினாதான் அதற்கு இணையான பொருத்தத்தைக் கண்டுபிடிக்கும் ஆற்றலைத் தரும்.

இணையும் அந்த மாணவனைப் போலவே அதே சூழலில் அந்தப் பிரச்சினையை ஆராய இறங்கியிருப்பார்.

ஒரு விளையாட்டிற்குத் திறன் ஆசிரியர்களையும் இணைகளையும் கண்டுபிடிப்பதைக் காட்டிலும் கல்வி நோக்கத்திற்காகப் பங்குதாரர்களைச் சரியாகச் சேர்ப்பது கடினம். இதற்குக் காரணம் கல்விக்கூடம் நமக்குள் ஓர் ஆழமான அச்சத்தை விதைத்திருக்கிறது. இந்த அச்சம் குற்றம் காண்பதிலேயே இருக்கிறது. உரிமம் பெறாமல் திறன்களை மாற்றிக்கொள்வது முன்னறிந்து சொல்லக்கூடியதாக இருக்கிறது. எனவே ஆபத்து குறைந்ததாகத் தோன்றுகிறது. அதே நேரத்தில் சமுதாய, அறிவு சார்ந்த, உணர்ச்சியளவில் அவர்களுக்கு முக்கியமாகத் தோன்றும் ஒரு சிக்கலைப் பற்றி மற்றவர்களுடன் பகிர்ந்துகொள்வதற்கான வாய்ப்பு அதிகம் இருக்கும்.

பிரேசில் நாட்டு ஆசிரியர் பாலோ ஃப்ரையர் இதனை அனுபவத்தின் மூலம் அறிந்திருந்தார். வயதுவந்த ஒருவர் அவருடைய முதல் வார்த்தைகள் அரசியல் முக்கியத்துவம் வாய்ந்த அல்லது பொருள்தரக் கூடியவையாக இருந்தால் அவர் நாற்பது மணி நேரத்திற்குள் வாசிக்கத் தொடங்கிவிடுவார் என்று அவர் கண்டுபிடித்தார். ஃபிரையர் அவர்களைக் கிராமங்களுக்குள் அனுப்பினார். அவர்கள் அப்போதைய முக்கியப் பிரச்சினைகளைக் குறிக்கும் சொற்களைக் கண்டுபிடித்தார்கள். எடுத்துக்காட்டாக ஒரு கிணற்றருகில் செல்லும் உரிமை அல்லது முதலாளிக்குப் பட்டிருக்கும் கடனுக்குக் கூட்டு வட்டி ஆகியவற்றைச் சேகரித்தார்கள். மாலையில் சந்தித்து இந்த முக்கியச் சொற்களை விவாதித்தார்கள். ஒவ்வொரு சொல்லும் அதன் ஒலி மறைந்த பிறகும் கரும்பலகையில் நிலையாக இருப்பதை உணரத் தொடங்கினார்கள். எழுத்துகள் உண்மை நிலையைத் திறந்துகாட்டி அதனை ஒரு சிக்கலாகக் கருதிச் சமாளிக்க வகை செய்தன. விவாதத்தில் இறங்கிய மக்கள் எப்படி சமூக விழிப்புணர்வு பெற்றார்கள் என்பதையும், எந்த அளவில் வேகமாக வாசிக்கக் கற்றார்களோ அதே வேகத்தில் அரசியல் புரட்சியில் இறங்கவும் தூண்டப்பட்டார்கள் என்பதையும் நான் நேரடியாகவே பார்த்தேன். உண்மை நிலையை எழுத்தில் எழுதும்போது அவர்கள் அதனைத் தங்களுடையதாகவே எடுத்துக் கொள்கிறார்கள்.

பென்சில்களின் எடையைப் பற்றிக் குறை சொன்ன ஒருவர் எனக்கு நினைவிற்கு வருகிறார். பென்சில்கள் மண்வெட்டியை விட எடை குறைவாக இருந்ததால் அவரால் அவற்றைக் கையில் பிடிக்க முடியவில்லையாம். இன்னொருவர் தன்னுடைய நண்பர்களுடன் வேலைக்குப் போய்க் கொண்டிருந்தபோது நின்று தனது அரிவாளால்

தரையில் *'தண்ணீர்'* என்று எழுதினார். 1962ஆம் ஆண்டு எனது நண்பர் ஃப்ரையர் ஒரு நாட்டிலிருந்து இன்னொரு நாட்டிற்குத் துரத்தப்பட்டுக் கொண்டிருந்தார். காரணம் என்னவென்றால் அவர் கல்வியாளர்கள் முன்னரே தேர்ந்தெடுத்த சொற்களைக் கொண்டு பாடம் நடத்த மறுத்து, அவருடைய மாணவர்கள் கொண்டு வந்த சொற்களை வைத்தே பாடம் நடத்தினார் என்பதுதான்.

ஏற்கெனவே வெற்றிகரமாகக் கல்விக் கூடத்தில் பயிற்சி பெற்றவர்களை இணைகளாகப் *(Pair)* பொருத்துதல் வித்தியாசமானதுதான். ஆய்வு நூல்களைப் படிக்கிறவர்கள் மத்தியில் கூட அத்தகைய உதவி எதுவும் தேவைப்படாதவர்கள் சிறுபான்மையினர்தான். பெரும்பாலானவர்களை ஒரு கோஷம், ஒரு சொல் அல்லது படத்தைச் சுற்றி விவாதத்திற்குள் கொண்டு வருவது இயலாது, கொண்டு வரவும் கூடாது. ஆனால் அடிப்படைக் கருத்து ஒன்றுதான். அவர்களால் முன்னெடுக்கப்பட்டு வரையறை செய்யப்பட்ட ஒரு சிக்கலைத் தேர்ந்து அதைச் சுற்றி அவர்கள் சிந்திக்கவேண்டும். படைப்பாற்றலுள்ள புதியன தேடும் கற்றலுக்கு ஒரே சொற்றொடர்கள் அல்லது பிரச்சனைகள் பற்றித் தடுமாற்றமடைந்திருக்கிற அல்லது குழம்பிப் போயிருக்கிற இணைகள் தேவை. பெரிய பல்கலைக்கழகங்கள் தங்கள் படிப்புப் பிரிவுகளைப் பெருக்கிக்கொண்டே போய் இப்படி இணைகளைப் பொருந்த வைக்க முயல்கின்றன. ஆனால், அதில் தோல்விதான் மிஞ்சுகிறது. ஏனென்றால் அவை பாடத்திட்டம், பாடப்பிரிவின் கட்டமைப்பு, அதிகார நிர்வாகம் ஆகியவற்றால் கட்டப்பட்டிருக்கின்றன. பள்ளிகளிலும், பல்கலைக்கழகங்களிலும் ஒரு குறிப்பிட்ட எண்ணிக்கை உள்ளவர்கள் ஒரு வரையறைக்குட்பட்ட சூழலில், ஏற்கெனவே நிர்ணயிக்கப்பட்ட சிக்கல்களைத் தீர்ப்பதில் ஈடுபடுத்தப் பெரும் தொகையைச் செலவழிக்கிறார்கள். இப்பள்ளி அமைப்பிற்குப் புரட்சிகரமான மாற்று என்ன? ஒவ்வொருவரும் தன்னுடைய அப்போதைய கவனத்தை ஈர்த்திருக்கும் பிரச்சினையை அதே அளவு ஆர்வத்தோடு எதிர்கொள்ளும் மற்றவர்களோடு பகிர்ந்துகொள்ளும் வாய்ப்பைத் தரவேண்டும்.

நான் சொல்லுவதை விளக்க ஓர் எடுத்துக்காட்டைத் தருகிறேன். நியூயார்க் நகரில் அறிவு சார்ந்த இணை எப்படி இயங்கும் என்று கூறுகிறேன். ஒவ்வொருவரும் ஒரு கணினிக்குத் தனது முகவரி, தொலைபேசி எண் ஆகியவற்றின் அடையாளத்தைக் கொடுக்க வேண்டும். அதில் அவர் பங்களிப்பவரைத் தேடுவதற்கான புத்தகம், ஆய்வுக் கட்டுரை, திரைப்படம் அல்லது இசைத்தட்டு ஆகியவற்றைக் குறிப்பிடுவார். ஒரு சில நாட்களிலேயே அவருக்கு

இதே முன்னெடுப்பை மேற்கொண்டோரிடமிருந்து ஒரு பட்டியல் மின்னஞ்சலில் கிடைக்கும். அதன் மூலம் தங்களுக்குத் தேவையான பாடத்தில் கலந்துரையாடத் தொலைபேசி மூலம் ஏற்பாடுகள் செய்துகொள்ளலாம்.

அதேபோல ஒரு குறிப்பிட்ட தலைப்பில் ஆர்வம் உள்ளவர்களை இணையர்களாக ஏற்படுத்துவது எளிது. இரண்டு பேருக்கும் பொதுவான தலைப்பை மூன்றாவது ஒருவர் தந்துள்ள கருத்தை விவாதிக்க வேண்டியதன் அடிப்படையில் ஒருவரை அடையாளப்படுத்திக்கொள்ள அனுமதி கிடைக்கும். இதன் தூய்மைத் தன்மை பற்றி மூன்று எதிர்ப்புகள் தரலாம். என்னுடைய முன்மொழிவின் மூலம் என்னுடைய கோட்பாட்டை விளக்கவே அவற்றை நான் எடுத்துக்கொள்கிறேன். ஏனென்றால் அவை கல்வியை கல்விக்கூடக் கட்டிலிருந்து விடுவிப்பதற்கு எழும் எதிர்ப்பையே சுட்டிக்காட்டுகின்றன. இவர்கள் சமுதாய அதிர்விலிருந்து கற்றலைப் பிரித்தலையும் எதிர்க்கிறார்கள். மேலும் இவை கற்றலுக்கு இதுவரை பயன்படுத்தப்படாத வளங்களைத் தெரிந்துகொள்ளவும் உதவும்.

முதல் எதிர்ப்பு: தன்னையே அடையாளம் காட்டிக் கொள்ளுதல் ஏன் ஒரு கருத்து அல்லது பிரச்சினையின் அடிப்படையில் இருக்கக்கூடாது? இங்ஙனம் ஒரு கருத்தினைக் குறிக்கும் சொற்றொடர்களைக் கணினியில் பயன்படுத்த முடியும். அரசியல் கட்சிகள், திருச்சபைகள், சங்கங்கள், பல மையங்கள், தொழில் கழகங்கள் ஏற்கெனவே தங்கள் கல்விச் செயல்பாடுகளை இவ்வாறே நடைமுறைப்படுத்துகின்றன. அவை உண்மையில் பள்ளிகளாகவே செயல்படுகின்றன. அவை சில கருப்பொருட்களை ஆராய மக்களைப் பொறுத்தப்பாட்டிற்கு உட்படுத்துகின்றன. அவற்றைப் பாடப்பிரிவுகள், கருத்தரங்குகள், பாடத்திட்டம் ஆகியவற்றின் மூலம் ஆராய்கின்றன. இங்கே பொதுவான 'விருப்பப் பாடங்கள்' என்பது ஏற்கெனவே தீர்மானிக்கப்பட்டது. இங்ஙனம் கருப்பொருளின் அடிப்படையில் இணைப்பது ஆசிரியரை மையப்படுத்தியது. இங்கே விவாதத்தைத் தொடங்கப் பங்களிப்பாளர்களுக்குக் கோடிட்டுக் காட்டுவதற்கு ஓர் அதிகாரம் செலுத்துகிறவர் தேவைப்படுகிறார்.

இதற்கு மாறாக, ஒரு புத்தகம் அல்லது திரைப்படத்தின் தலைப்பின் அடிப்படையில் இணை சேர்த்தல் அதனுடைய ஆசிரியரிடம் அந்தச் சிக்கல் சொல்லப்பட மொழி, சொற்றொடர்கள், வாக்கிய அமைப்பு ஆகியவற்றை நிர்ணயிக்கிற பொறுப்பு விடப்படுகிறது. இந்தத் தொடக்கநிலையை ஏற்றுக்கொள்பவர்கள் தங்களை ஒருவருக்கு ஒருவர் அடையாளப்படுத்திக் கொள்ள முடியும்.

எடுத்துக்காட்டாகப் 'பண்பாட்டுப் புரட்சி' என்ற கருத்தின் அடிப்படையில் மக்களைச் சேர்த்தல் குழப்பத்திலோ அல்லது வெற்று வார்த்தைகளிலோ கொண்டு சென்று முடித்துவிடும். மாறாக மாவோ, மார்கியுஸ், ஃபிராய்ட், குட்மேன் எழுதிய குறிப்பிட்ட கட்டுரையைப் புரிந்துகொள்ள ஒருவர் ஒருவரின் உதவியை நாடுபவர்களை ஒன்றிணைத்தல் பயன்தரும். இது பிளேட்டோவின் உரையாடல்களின் முன்னேற்றக் கற்றல் முறையில், பெரிய பாரம்பரியத்தில் செயல்படும் பிளேட்டோவின் உரையாடல்கள் சாக்ரடீசின் உரைகளின்மேல் பிறந்தவை. அதேபோல பீட்டர் த லம்பார்டின்* மேல் தரப்பட்ட தாமஸ் அக்வினாசின்** 'உரைகளுக்கு' ஒப்பாகும். எனவே இங்ஙனம் தலைப்புகளின் அடிப்படையில் இணை சேர்ப்பது புத்தக இயல்புகளின் அடிப்படையான கோட்பாட்டிலிருந்து மாறுபட்டது. ஏதோ சில சிகாகோ பேராசிரியர்கள் தேர்ந்தெடுத்த நூல்களை சார்ந்திராமல், இரண்டு பங்குதாரர்கள் ஒரு நூலை ஆய்வுக்குத் தேர்ந்து கொள்கிறார்கள்.

இரண்டாவது எதிர்ப்பு: இணைகளைத் தேடுவோர் பற்றிய அடையாளங்களில் வயது, பின்புலம், உலகக் கண்ணோட்டம், தகுதி, அனுபவம் அல்லது வேறு குறிப்பிடத்தக்க இயல்புகள் ஏன் இடம்பெறக் கூடாது? பல்கலைக்கழகங்களில் அவ்வகையான பாகுபாடு ஏற்படுத்தும் கட்டுப்பாடுகள் ஏன் இருக்கக்கூடாது என்பதற்கு எந்தக் காரணமும் இல்லை. ஆனால், அவை தலைப்பின் அடிப்படையில் இணை சேர்ப்பதை அடிப்படை அமைப்பு வழியாகக் கொள்ள வேண்டும். ஒரே ஆர்வமுள்ளவர்களின் கூட்டங்களில் தேர்வு செய்யப்பட்ட நூலின் ஆசிரியரோ அல்லது அவரது பிரதிநிதியோ இருப்பதை எண்ணிப் பார்க்கிறேன். அல்லது தகுதி வாய்ந்த ஓர் ஆலோசகர் இருக்கலாம். அல்லது ஒரு குறிப்பிட்ட துறையில் அல்லது பள்ளியில் பதிவு செய்த மாணவர்கள் மட்டுமே கலந்துகொள்ளலாம். அல்லது ஆய்வுக்கு எடுத்துக்கொண்ட தலைப்பு பற்றி ஒரு சிறப்பு அணுகுமுறையை வரையறுத்துக் கொண்டவர்கள் மட்டுமே அனுமதிக்கப்படலாம். இந்தக் கட்டுப்பாடுகள் ஒவ்வொன்றிலும் கற்றலின் குறிப்பிட்ட சிறப்பு நோக்கங்களை அடையும் பயன்களைக் காணலாம். ஆனால் அப்படிக் கட்டுப்பாடுகள் விதிப்பதன் உண்மையான காரணம் மக்களெல்லாம் அறிவிலிகள் என்ற எண்ணத்தினால் வரும் அகந்தையின் வெளிப்பாடாக இருந்துவிடும்

★ பீட்டர் த லம்பார்டு, பன்னிரண்டாம் நூற்றாண்டில் பாரிஸ் நகரக் கிறிஸ்தவ ஆயர். இறையியல் அறிஞர்.

★★ தாமஸ் அக்வினாஸ், இத்தாலி நாட்டு மெய்யியல், இறையியல் அறிஞர் (1225–1274) புனிதர் பட்டம் பெற்றவர்.

என்று நான் அஞ்சுகிறேன். ஏனென்றால் கல்வியாளர்கள் எப்போதுமே, அறிவிலிகள் வேறு அறிவிலிகளைக் கொண்டு ஒரு நூலை ஆய்வு செய்யச் சந்திப்பதைத் தவிர்க்க விரும்புவார்கள். அவர்களுக்கு நூல் புரியாவிட்டாலும், அவர்களுக்கு ஆர்வம் இருப்பதாலேயே அதனை வாசிப்பார்கள்.

மூன்றாவது எதிர்ப்பு: இணை தேடுவோருக்கு அவர்கள் கூட்டம் நடத்துவதற்கான இடம், கால அட்டவணை, வேறு கருவிகள் முதலியவற்றைக் கொடுத்து உதவி செய்தால் என்ன? பெரிய அதிகார வர்க்கத்தினருக்கே உரித்தான திறமைக் குறைவுகளோடு பள்ளிகளிலும் இப்பொழுது இவை நடைபெறுகின்றன. ஆனால் கூட்டங்கள் நடத்தும் முன்னெடுப்பை இணை தேடுவோரிடமே விட்டுவிடலாம். கல்வி அமைப்புகள் என இன்று கருதப்படாதவை திறமையாக ஏற்பாடுகள் செய்யமுடியும்.. உணவு விடுதி நடத்துபவர்கள், வெளியீட்டாளர்கள், தொலைபேசியில் உதவும் நிறுவனங்கள், பல்பொருள் அங்காடி நிர்வாகிகள் ஆகியோர் கல்விக் கூட்டங்களைத் தங்கள்பால் ஈர்க்கும் வகையில் சிறப்பாகச் செயல்படுவார்கள் என்று நான் எதிர்பார்க்கிறேன்.

காஃபிக் கடையில் நடக்கும் ஒரு கூட்டத்தை எடுத்துக்கொள்வோமே! முதல் கூட்டத்தில் பங்குதாரர்கள் தங்கள் காஃபிக் கோப்பைக்கு அருகில் ஆய்வு செய்யப் போகும் நூலை வைப்பார்கள். இது அவர்களை அடையாளப்படுத்திவிடும். இந்தக் கூட்டத்தை நடத்த முன்னெடுத்தவர்கள் என்னவெல்லாம் செய்ய வேண்டுமென்று விரைவில் கற்றுக்கொள்வார்கள். தாங்களாகவே சேர்ந்து மேடை விவாதம் தெரிந்தவர்களிடையே நடக்கும்போது நேர விரையம், ஏமாற்றம், லேசான மனக்கசப்புக் கூட ஏற்படும் வாய்ப்பிருக்கிறது. ஆனால், ஒரு மாணவன் கல்லூரியில் சேர விண்ணப்பிப்பதில் இதைவிட அதிகம் ஆபத்து இருக்கும். மேலும் கணினி மூலம் ஒரு தேசிய இதழில் வந்த கட்டுரையைப் பற்றி விவாதிக்கக் கூட்டம் ஏற்பாடு செய்யப்பட்டிருக்கிறது என வைத்துக்கொள்வோம். காஃபிக் கடையில் நடக்கும் அந்தக் கூட்டத்தில் பங்குகொள்ளும் ஒருவர் அடுத்தவரோடு ஒரு மணி நேரம் பேசிக்கொண்டிருக்க வேண்டுமென்ற கட்டாயம் எதுவுமில்லை. அது காஃபி குடிக்கும் நேரம்தான் என்று சொல்லலாம். அதுபோல அவர் வேறு யாரையும் பின்னால் சந்திக்க வேண்டிய அவசியமும் இராது. எனினும் இன்றைய நகர வாழ்க்கையின் தனிமை நிலையை நீக்கவும், புதிய நட்பு, தாங்களே ஏற்றுக்கொள்ளும் வேலை, விமர்சனக் கண்ணோட்டத்தோடு வாசிக்கும் முறை ஆகியன நிகழ்வதற்கும் வாய்ப்புகள் அதிகம். (இத்தகைய கூட்டங்களில் பதிவுகள் எஃப்பிஐ

(FBI) ஆல் பெறப்படும் என்பதை மறுக்க முடியாது. 1970 இல் இது யாரையுமே கவலைக்குள்ளாக்கும். ஆனால் ஒரு விடுதலை பெற்ற குடிமகனுக்கு இது வேடிக்கையாகவே இருக்கும். ஏனென்றால் அவர் அளிக்கும் பொருத்தமில்லாத விஷயங்களில் வேவு பார்ப்பவர்கள் மூழ்கிப்போய்விடுவார்கள்.)

அனைவருக்கும் கல்வி என்பது அனைவருக்கும் கல்வி. இது ஓர் அனுமானம். அதன் அடிப்படையில்தான் திறன்கள் பரிமாற்றமும், இணைகளைப் பொருத்துவதும் அமைகின்றன. பொதுமக்கள் பண்பாடு என்பது மொத்த மக்களையும் ஈடுபடுத்தும்போதுதான் ஏற்படுமே அன்றி ஒரு சிறப்புக் கல்விக்கூடத்தில் இயலாது. இப்போது என்ன நடக்கிறது? சான்றுபெற்ற ஆசிரியர்கள் மட்டும் இதனைக் கையிலெடுத்துக்கொள்கிறார்கள். இதனால் ஒவ்வொரு மனிதரும் கற்பதற்கும் கற்றுத் தருவதற்குமான தனது திறமையைப் பயன்படுத்தும் சம உரிமை ஆசிரியர்களால் பறித்துக் கொள்ளப்படுகிறது. ஆசிரியருடைய தகுதியும் திறமையும்கூட வகுப்பறையில் நடைபெறுவதிலேயே முடங்கிப் போகின்றன. அதன் விளைவாக வேலையும் ஓய்வும் ஒன்றுக்கொன்று முரண்பாடாக ஆகிவிடுகின்றன. பார்வையாளரும் பணியாளரும் ஒரே நேரத்தில் அவர்கள் தயாரித்து வைத்திருக்கின்ற கால அட்டவணைக்குள் பொருந்துமாறு இருக்கவேண்டிய கட்டாயம் ஏற்படுகிறது. உற்பத்தியாளரின் மாதிரித் திட்டம், பயிற்றுவித்தல், விளம்பரம் ஆகியவற்றிற்குத் தகுந்தவாறு மாறிக்கொள்ளுதல் கல்விக்கூடத்தினால் தரப்படும் முறை சார்ந்த கல்விக்கு அவர்களை ஆயத்தப்படுத்திக் கொள்கிறது. கல்விக்கூடத்தால் பயிற்றுவிக்கப்பட்டுள்ள ஒரு சமுதாயத்திற்கு புரட்சிகரமான மாற்று எது? முறை சார்ந்த வகையில் திறன்களைப் பெறுவதும் அவற்றைக் கல்வி சார்ந்த பயன்பாட்டுக்கு உட்படுத்துவதுமான முறைசார்ந்த, ஆனால் புதிய முறைகள் இதற்குப் பயன்படாது. மாறாக, கல்விக்கூடக் கட்டிலிருந்து விடுபட்ட சமுதாயம் என்றால் தற்செயலான அல்லது முறைசாராத கல்வியைப் பெறும் அணுகுமுறைதான்.

அதே சமயம் தற்செயலான கல்வி என்றால் கிராமங்களிலோ பழங்காலத்துச் சிறு நகரங்களிலோ நடைபெற்ற கல்விமுறைக்குத் திரும்பப் போவது என்ற பொருளல்ல. பழைய பாரம்பரியச் சமுதாயம் என்பது ஒன்றுக்குள் ஒன்றாக வட்டங்கள் இருக்கிற அர்த்தமுள்ள கட்டமைப்புகளாக இருந்தது. ஆனால், இன்று அப்படி இல்லை. இன்றைய நிலையில் பல கட்டமைப்புகளில் மனிதன் ஒரு நேரத்தில்தான் தொடர்பு வைத்திருக்கிறான். அதற்கும் அவன் எப்படி அர்த்தம் காண்பது என்பதைக் கற்றுக்கொள்ள வேண்டியதிருக்கிறது.

கிராமத்தில் மொழி, கட்டடக் கலை, வேலை, மதம், குடும்பப் பழக்கவழக்கங்கள் ஆகியவை ஒன்றுக்கொன்று பொருத்தமாக, ஒன்றையொன்று விளக்குவதாக, ஒன்றுக்கொன்று வலுவூட்டுவதாக இருந்தன. ஒன்றுக்குள் வளர்ந்தால் பிறவற்றிற்குள்ளும் வளர வேண்டும். சிறப்பான ஒரு தொழிலைக் கற்ற ஒருவரிடம் பயிற்சி பெறுவதுகூட சிறப்புச் செயல்பாடுகளின் துணை விளைவாகவே இருந்தது. எடுத்துக்காட்டாக காலணி தயாரித்தலையோ அல்லது திருப்பாடல்களைப் பாடுவதையோ சொல்லலாம். அங்ஙனம் பயிற்சி பெறுபவர் பெரிய காலணித் தயாரிப்பாளராகவோ அல்லது அறிஞராகவோ ஆகாவிட்டாலும் அவர் காலணி செய்வதிலும், கோவிலில் பாட்டுப் பாடுவதிலும் தனது பங்களிப்பைத் தருவார். அந்தக் காலத்தில் கல்வி என்பது பணி அல்லது ஓய்வுக்குத் தேவையான நேரத்தோடு போட்டி போடாது. அன்றைய கல்வி பலவற்றின் தொகுதியாக, வாழ்நாள் முழுவதும் நடப்பதாக, திட்டமிடப்படாததாக இருந்தது.

இன்றைய சமுதாயம் வேண்டுமென்று திட்டமிடப்பட்ட அமைப்புகளின் விளைவாக இருக்கிறது. அவற்றிற்கு ஏற்றாற்போலவே கல்வி வாய்ப்புகளும் வடிவமைக்கப்படுகின்றன. கல்விக்கூடம் வாயிலாகத் தரப்படும் சிறப்பான முழு நேரப் பயிற்சி அல்லது கற்பித்தலைச் சார்ந்திருப்பது இப்போது குறையும். நாம் கற்றலுக்கும் கற்பித்தலுக்கும் இன்னும் அதிகமான வழிகளைக் காண வேண்டும். அதாவது கல்வி நிலையங்கள் அனைத்திலும் கல்வித் தரம் மீண்டும் உயர வேண்டும். ஆனால் இது தெளிவற்றதொரு முன்னறிவிப்பு. அப்படியானால் இன்றைய புதிய நகரம் முழுவதுமான கற்பித்தல் முறைக்கு உட்பட்டுவிடும். ஏனென்றால் இப்போது சில புரட்சிகரப் பள்ளிகளில் ஒரு சில குழந்தைகளுக்காவது தரப்படும் சுதந்தரம் முழுவதுமாகப் பறிக்கப்பட்டுவிடும்.

மேலும் கல்விக் கூடங்கள் தரும் சான்றிதழ்களைப் பெற்றவர்கள் அவற்றின் பின்னால் நின்று தங்களைப் பாதுகாத்துக்கொள்கிறார்கள். ஆனால், இப்போது சான்றிதழ்களைக் கேடயங்களாகப் பயன்படுத்தாமல் மன உறுதி பெற்றுத் திரும்பப் பேசுவார்கள். அங்ஙனம் அவர்கள் பங்குகொள்ளும் கல்வி நிலையங்களைத் தங்கள் ஆளுகைக்குள் கொண்டு வந்து அவற்றின் கற்பித்தல் முறையையும் மேலாண்மை செய்வார்கள். இதனை நடைமுறைப்படுத்த வேண்டுமென்றால், வேலை, ஓய்வு ஆகியவற்றின் மதிப்பைக் கல்வியில் கொடுக்கல் வாங்கலால் மதிப்பிட்டு எடை போடக் கற்றுக் கொள்ள வேண்டும். அரசியலில், பணியிடத்தில், நூலகத்தில், செய்தி

நிகழ்ச்சியொன்றில் அல்லது மருத்துவமனையில் பயனுள்ள வகையில் பங்குகொள்வது கல்வி நிலையங்களின் தரத்தை அளக்கும் சிறந்த அளவுகோலாக இருக்கும்.

அண்மையில் பள்ளி மாணவர்கள் அடுத்த வகுப்பிற்குக் கட்டாயமாக அனுப்பப்படுவதை எதிர்க்கும் இயக்கத்தை அமைத்தார்கள். அவர்களிடம் நான் பேசினேன். அவர்களுடைய கோஷம் 'பங்குகொள்ளுதல், பாவனை செய்வது, இல்லை' என்பது. ஆனால் அதனைக் குறைந்த அளவு கல்விக்காகப் போராடுகிறார்கள் என்று தவறாகப் புரிந்துகொண்டார்கள். இது அவர்களுக்கு ஏமாற்றம் அளித்தது. நூறாண்டுகளுக்கு முன்னர் கோத்தா* திட்டத்தில் குழந்தைத் தொழிலாளர்கள் இருப்பதைத் தடை செய்யும் முயற்சிகள் நடந்தது. இதனைக் கார்ல் மார்க்ஸ் எதிர்த்தார். அவர் எதிர்த்ததற்குக் காரணம் குழந்தைகளின் கல்வியின் மேல் இருந்த ஆர்வம்தான். ஏனென்றால் வேலை செய்யும் போதுதான் அவர்கள் கற்க முடியும். மனிதனுடைய வேலையின் மிகப்பெரிய விளைவு அவன் அதனிடமிருந்து பெறும் கல்வியாக இருக்குமானால், அவன் செய்கின்ற வேலை மற்றவர்களின் கல்வியைத் தொடங்கும் வாய்ப்பாக இருக்குமானால், கல்வித் தத்துவத்தின் அடிப்படையில் இன்றைய மனிதச் சமுதாயம் தனிமைப்படுத்தப்படுவது பொருளாதாரத்தில் தனிமைப்படுத்தப்படுவதை விடக் கொடியது.

உண்மையான கல்வியைத் தர விரும்பும் ஒரு சமுதாயத்திற்குப் பெரிய தடைக்கல் எதுவென்று விளக்க சிக்காகோவில் என்னுடைய கறுப்பு நண்பர் ஒருவர் கூறியதை இங்கே எடுத்தாள வேண்டும். நமது கற்பனை எல்லாம் கல்விக்கூடக் கட்டுப்பாட்டுக்குள் அடைக்கப்பட்டுவிட்டது என்றார் அவர். இப்போது என்ன நடக்கிறது? அரசாங்கம் அதனுடைய குடிமக்களின் அனைவருக்குமான கல்வியிலுள்ள குறைபாடுகளை அறிந்து கொள்ளவும், அவற்றைச் சரிப்படுத்தி, சீர்செய்ய ஒரு சிறப்பு முகமையை ஏற்படுத்தவும் அனுமதிக்கிறோம். இங்ஙனம் ஒரு சீரழிவில் நாமும் பங்குகொள்கிறோம்.

★ கோத்தா திட்டம் என்பது ஜெர்மன் சோஷியல் டெமாக்ரடிக் பார்ட்டியின் திட்டம். 1875 இல் தொடங்கியது. தொழிலாளர் நலம், உரிமை முதலான திட்டங்களை முன்வைத்தது. கார்ல் மார்க்ஸ் இதனை எதிர்த்தார்.

2

கல்விக்கூடத்தின் புறத்தோற்றவியல்

சில சொற்களைப் பல வழிகளில் பயன்படுத்துவதால் அவை பயனிழந்து போகின்றன. பள்ளி அல்லது கல்விக்கூடம், கற்பித்தல் முதலான சொற்களும் அவற்றோடு சேர்கின்றன. அமீபா எந்த இடத்திலும் போய் உட்கார்ந்துகொள்ளும். அதுபோலவே இந்தச் சொற்களும் மொழியின் எந்த இடுக்கிலும் பொருந்திவிடும். எடுத்துக்காட்டாக, ஏபிஎம் ரஷ்யர்களுக்குக் கற்றுத் தருகிறது என்று கூறுகிறோம். ஐபிஎம் கறுப்பினக் குழந்தைகளுக்குக் கற்பிக்கிறது என்கிறோம். இராணுவம் கூட ஒரு நாட்டின் கல்விக்கூடமாக முடியும்.

எனவே, கல்விக்கான மாற்று வழிகளைத் தேடுவதற்கு முன்னர் கல்விக்கூடம் (School) என்றால் என்ன என்பதைத் தெளிவுபடுத்திக் கொள்ள வேண்டும். இதனைப் பல வழிகளில் செய்யலாம். இன்றைய கல்வி அமைப்புகள் ஆற்றும் செயல்களைப் பட்டியலிடுவதில் தொடங்கலாம்.

குழந்தைகளைப் பாதுகாப்பது அல்லது கவனிப்பது, தேர்ந்தெடுப்பது, ஒரு குறிப்பிட்ட கொள்கையை ஏற்றுக் கொள்ளுமாறு கற்பிப்பது, கற்றல் ஆகிய செயல்களைக் குறிப்பிடலாம். அடுத்து கல்விக்கூடத்தில் கற்போரைப் பகுப்பாய்வு செய்து இங்கு குறிக்கப்பட்ட உள்ளுறையான செயல்களில் எவையெல்லாம் ஆசிரியர்கள், பணியில் அமர்த்துபவர்கள், குழந்தைகள், பெற்றோர் அல்லது பணி செய்கின்றவர்கள் ஆகியோருக்கு நல்லதை அல்லது தீயதை விளைவிக்கின்றன என்று சரிபார்த்துக் கொள்ளலாம். இன்னொரு வழி மேலை நாட்டுப் பண்பாட்டு வரலாறு மற்றும் மானிடவியல் சேகரித்துவைத்திருக்கும் விபரங்களை ஆராய்வது. இதன்மூலம் இப்போது கல்விக்கூடங்கள்

நிறைவேற்றும் பணிகள் போன்றவற்றைச் செய்த அந்தக் காலத்து நிறுவனங்களைக் கண்டறியலாம். இறுதியில் கமினியஸ் அல்லது குவின்டிலியன் காலத்திலிருந்து முன்வைக்கப்பட்ட கருத்துகளை எடுத்துக்கொண்டு அவற்றில் எந்தக் கருத்துகளை இன்றைய கல்விக் கூட அமைப்பு மிக நெருக்கமாகக் கடைப்பிடிக்கிறது என்று கண்டுபிடிக்கலாம். ஆனால் இந்த அணுகுமுறைகளில் எதுவும் கல்விக் கூடத்திற்கும் கல்விக்குமுள்ள உறவு பற்றிய சில அனுமானங்களிலிருந்தே தொடங்க வேண்டியதிருக்கும். கல்வி என்றால் என்ன என்பதைப் பற்றி அடிக்கடி மேற்கோள் காணாமல், கல்விக் கூடத்தைப் பற்றிப் பேச ஒரு மொழி நடையை நான் ஏற்படுத்திக்கொள்ள வேண்டியிருக்கிறது. அதற்காகப் பொதுப் பள்ளியின் புறத் தோற்றவியல் *(Phenomenology)* என்று அழைக்கப்படுவதில் நான் தொடங்குகிறேன். இதற்காகக் 'கல்விக்கூடம்' என்பதற்கு குறிப்பிடப்பட்ட வயது, ஆசிரியர் தொடர்புடைய, கட்டாயமான பாடத்திட்டத்தில் முழு நேரம் வருகைப் பதிவு தரவேண்டிய ஒன்று என நான் வரையறை தருகிறேன்.

1. **வயது:** பள்ளிக்கூடம் மக்களை வயதுக்குத் தக்கவாறு ஒன்று சேர்க்கிறது. இந்தக் குழு சேர்த்தல் மூன்று அனுமானங்களைச் சார்ந்திருக்கிறது. இவற்றை யாரும் கேள்வி கேட்க முடியாது. அவை: குழந்தைகள் கல்விக் கூடத்திற்கு உரியவர்கள். குழந்தைகள் பள்ளியில் கற்கிறார்கள். குழந்தைகளுக்குக் கல்விக்கூடத்தில்தான் கற்றுத் தர முடியும். இந்த மூன்று அனுமானங்களையும் ஆராய்வது அவசியம். முதலாவதாக நமக்குக் குழந்தைகள் பழகிப்போய்விட்டனர். அவர்கள் பள்ளிக்குப் போக வேண்டுமென்றும், சொன்னபடி அவர்கள் செய்ய வேண்டுமென்றும் அவர்களுக்கென்று வருவாயோ குடும்பமோ இல்லையென்றும் தீர்மானித்துவிட்டோம். அவர்களுடைய இடத்தை அறிந்துகொண்டு குழந்தைகள் போல நடக்க வேண்டுமென்று எதிர்பார்க்கிறோம். அதே சமயம் நமது குழந்தைப் பருவத்தைக் கசப்புணர்வுடனோ, மகிழ்ச்சியாகவோ நினைத்துப் பார்க்கிறோம். மேலும் குழந்தைகளின் குழந்தைத்தனமான நடத்தையைப் பொறுத்துக் கொள்ள வேண்டுமென்று எதிர்பார்க்கப்படுகிறோம். நம்மைப் பொறுத்தவரையில் மனித இனம் என்பது குழந்தைகளைக் கவனிப்பது என்ற பொறுப்பால் ஆசீர்வதிக்கப்பட்டது அல்லது சபிக்கப்பட்டது. எனினும் குழந்தைப் பருவம் என்ற நமது கருத்துரு மேற்கு ஐரோப்பாவில் அண்மையில்தான் வளர்ச்சி பெற்றது என்பதை மறந்துவிடுகிறோம்.

மேற்கு ஐரோப்பாவிற்குப் பிறகுதான் அந்தக் கருத்துரு அமெரிக்காவிற்கு வந்தது. (நவீன முதலாளித்துவம் மற்றும் நவீன குழந்தைப்பருவ நிலையின் இணையான வரலாறுகளுக்கு ஃபிலிப்ஸ் அரீஸ், செஞ்சுரீஸ் ஆஃப் சைல்டு ஹுட், நோஃப், 1962 பார்க்கவும்.)

ஆனால், வரலாற்றுக் காலக்கட்டங்களில், சிசு நிலை, வளரிளம் பருவம், இளமைப் பருவம் ஆகியவற்றிலிருந்து வேறுபடுத்திக் குழந்தைப் பருவத்தைப் பார்க்கவில்லை. கிறிஸ்தவம் மேலோங்கியிருந்த நூற்றாண்டுகளில் குழந்தைகளின் உடலமைப்பைக் கூட அவர்கள் சரியாகப் பார்க்கவில்லை. ஒரு சிசு தாயின் கைகளில் அமர்ந்திருப்பதை ஓவியர்கள் சிறிய உருவத்திலிருக்கும் வயது வந்த ஒருவராகவே காட்டினார்கள். ஐரோப்பாவில் குழந்தைகளை கைக் கடிகாரத்துடன் வரைந்தார்கள். இருபதாம் நூற்றாண்டுக்கு முன்னர் பணக்காரர்களுக்கும் ஏழைகளுக்கும் தங்கள் குழந்தைகளின் உடைகள், விளையாட்டுகள் பற்றி ஒன்றும் தெரியாது. சட்டத்தின் முன்னர் அவர்களுக்கு விதிவிலக்கு இருந்தது என்பது கூடத் தெரியாது. குழந்தைப் பருவம் நடுத்தர வர்க்கத்தினருக்கே உரியது. வேலையாளின் குழந்தை, விவசாயியின் குழந்தை, பிரபுவின் குழந்தை ஆகிய அனைவரும் அவரவர் தந்தையரின் உடைகளை அணிந்து, அவர்களுடைய தந்தையர் விளையாடியது போலவே விளையாடினார்கள். அவர்களுடைய தந்தையரைப் போலவே கழுத்தில் சுருக்கு மாட்டித் தூக்கிலிடப்பட்டார்கள். ஆனால் நடுத்தர வர்க்கத்தார் ‘குழந்தைப் பருவத்தைக்’ கண்டுபிடித்த பிறகு அனைத்தும் மாறிவிட்டது. இளைஞரின் பெருமையையும், முதிர்ச்சியையும் சில கிறிஸ்தவ சபைகளே தொடர்ந்து ஏற்றுக்கொண்டன. இரண்டாம் வத்திக்கான் சங்கம் வரையில் குழந்தைக்கு ஒரு கிறிஸ்தவன் ஒழுக்க நெறியையும், விடுதலையையும் ஏழாவது வயதில்தான் புரிந்துகொள்கிறான் என்று கற்றுக்கொடுத்தார்கள். அதன்பிறகுதான் அவன் பாவம் செய்யத் தகுந்தவனாக ஆகிறான் என்றும், நரகத் தண்டனைக்கு உள்ளாவான் என்றும் கற்பிக்கப்படுகிறான். இருபதாம் நூற்றாண்டின் மத்திய பகுதியில் மத்தியதர வர்க்கப் பெற்றோர் குழந்தைகளுக்கு இந்தக் கோட்பாடு பாதிப்பு ஏற்படுத்தாமல் பார்த்துக்கொண்டார்கள். அவர்களுடைய சிந்தனைப் போக்கே இப்போது கிறிஸ்தவ சபையில் ஏற்றுக் கொள்ளப்படுகிறது.

பத்தொன்பதாம் நூற்றாண்டு வரையில் மத்தியதரவர்க்கப் பெற்றோர் தங்கள் குழந்தைகளை ஆசிரியர்கள் அல்லது தனிப்

பள்ளிகள் உதவியுடன் வீட்டிலேயே உருவாக்கினார்கள். தொழில் புரட்சிக்குப் பிந்தைய சமுதாயத்தில்தான் 'குழந்தைப் பருவத்தைப்' பெரிய அளவில் உருவாக்கம் செய்வது சாத்தியமாயிற்று, எல்லோரையும் அது சேர்ந்தது. எனவே தான் பள்ளிக்கல்வி முறை புதுயுகத்தின் தோற்றம் ஆகிறது. குழந்தைப் பருவத்தையும் அதுதான் கட்டமைக்கிறது.

இன்றைய நாட்களில் தொழில் நகரங்களுக்கு வெளியில் மக்கள் வசிப்பதால் பெரும்பாலானோருக்குக் குழந்தைப் பருவ அனுபவமே இருப்பதில்லை. ஆனால் கிராமப்புறங்களில் அப்படியில்லை. ஆண்டீஸ் மலைத்தொடரில் நீங்கள் பயனுள்ள வயதுநிலை அடைந்தவுடன் நிலத்தைக் கொத்த வேண்டும். அதற்கு முன்னர் ஆடு மேய்க்க வேண்டும். உடல் ஊட்டமுடன் வளர்ந்திருந்தால் பதினோரு வயதிலேயே நீங்கள் பயனுள்ளவர்களாக ஆவீர்கள் அல்லது பன்னிரண்டு வயது ஆக வேண்டும். அண்மையில் நான் எனது இரவுக் காவல்காரர் மார்க்கோசுடன் பேசிக்கொண்டிருந்தேன். அவர் தனது பதினோரு வயது மகன் சவரம் செய்யும் கடையில் வேலை செய்வதாகக் கூறினார். நான் ஸ்பானிஷ் மொழியில் அவரிடம் "அவன் இன்னும் குழந்தை," என்றேன். அவர் வியப்படைந்து புன்முறுவலோடு, "ஆமாம், டான் இவான், நீங்கள் சொல்வது சரிதான்," என்றார். நான் இதைச் சொன்னது வரையில் மார்க்கோஸ் சிறுவனை 'மகன்' என்றுதான் கருதி வந்திருந்தார். எனவே அவர்களிடையே குழந்தைப் பருவம் என்ற திரையைத் தொங்கவிட்டதற்கு நான் வருந்தினேன். ஆனால் அதே சமயம் நியூயார்க் நகரில் சேரியில் வசிக்கும் ஒருவரிடம் வேலை செய்யும் அவருடைய மகன் இன்னும் குழந்தைதான் என்று சொல்லியிருந்தால் அவர் வியப்படைந்திருக்கமாட்டார். அவருடைய பதினோரு வயது மகனுக்கு அவனுடைய குழந்தைப் பருவத்தை அனுபவிக்க அனுமதித்திருக்க வேண்டும் என்று அவருக்குத் தெரியும். என்றாலும் அவரால் முடியவில்லை என்ற உண்மையை அவர் வெறுக்கிறார். மார்க்கோசின் மகனுக்குக் குழந்தைப் பருவத்தை அனுபவிக்க வேண்டுமென்ற ஆசை இல்லை. ஆனால் நியூயார்க் நகரச் சிறுவனுக்கு அது ஒரு இழப்பாகத் தெரிகிறது.

அதாவது, உலகில் பலர் தங்கள் குழந்தைகளுக்குப் புதுயுகக் குழந்தைப் பருவத்தைக் கொடுக்க விருப்பமில்லை, அல்லது கொடுக்க முடியவில்லை. ஆனால் அதே சமயம் அது கிடைக்கப் பெற்றவர்களில் பலருக்கும் குழந்தைப் பருவம்

ஒரு சுமையாக இருக்கிறது. அவர்களில் பலர் அந்தப் பருவத்தைக் கடந்து செல்ல வேண்டியது ஒரு கட்டாயமென்று உணர்கிறார்கள். குழந்தை என்னும் பொறுப்பை மகிழ்ச்சியோடு ஏற்றுக்கொள்வதில்லை. குழந்தைப் பருவத்தில் வளர்த்தல் என்றால் அவர்களுக்கு ஒரு தண்டனை போல் இருக்கிறது. ஏனென்றால் தன்னிலை அறிதலுக்கும், பள்ளி போகும் வயது என்று சமுதாயம் சுமத்தும் பாத்திரத்திற்கும் இடையே ஒரு மிருகத்தனமான போட்டியில் மாட்டிக்கொள்கிறார்கள். ஸ்டீபன் டிடாலசோ*, அலெக்சாண்டர் போர்ட்னோயோ** குழந்தைப் பருவத்தை அனுபவித்திருக்கமாட்டார்கள். நம்மில் பலருமே குழந்தைகளாக நடத்தப்படுவதை விரும்பியிருக்கமாட்டோம். வயதின் அடிப்படையில் கட்டாயக் கல்வி இல்லையென்றால் 'குழந்தைப் பருவமே' இல்லாது போகும். பணக்கார நாடுகளின் இளைஞர்கள் அதன் அழிவுத் தன்மையிலிருந்து விடுதலை பெறுவார்கள். ஏழை நாடுகள் பணக்காரர்களின் சிறுபிள்ளைத்தனத்தை வெற்றிகொள்ள முயலமாட்டார்கள். சமுதாயம் அதனுடைய குழந்தைப் பருவ யுகத்திலிருந்து மீண்டு வளர வேண்டுமென்றால், அது இளைஞர்கள் வாழத் தகுந்த இடமாக மாற வேண்டும். இன்றைக்கு வயது வந்தோர் சமுதாயம் மனிதநேயம் உள்ளதாகப் போலியாக நடித்துக் கொண்டிருப்பதற்கும், உண்மை நிலையைக் கேலி செய்யும் கல்விக்கூடச் சூழலுக்கும் இடையேயுள்ள பிரிவினை இருக்காது.

நிறுவன அமைப்பிலிருந்து பள்ளிகளை நீக்குவதன் மூலம் சிசுக்கள், வயது வந்தவர்கள், முதியோர்கள் ஆகியோர் குழந்தைகளின் நன்மைக்காகப் பாகுபாட்டுக்கு உள்ளாவது நின்றுவிடும். குழந்தைநிலை வளரிளம் பருவத்தைத் தாண்டி இளமைப் பருவத்தை அடையும் வரையில் தொடர்கிறது. எப்படி என்று பார்க்கலாம். குழந்தை முதல் நான்கு ஆண்டுகளில்தான் மிக அதிகமான கற்றல் திறனை உடையது. அப்படி அறிவில் வளராத, தாமாகக் கற்கும் மனத்திறனின் உச்சத்திற்கு வராத குடிமக்களுக்குக் கல்விக்காக வளங்களை ஒதுக்கும் சமுதாயத்தின் முடிவு இயற்கைக்கு மாறுபட்டதாகத் தோன்றுகிறது.

நிறுவனம் சார்ந்த ஞானம் குழந்தைகளுக்குக் கல்விக்கூடம் தேவையென்று கூறுகிறது. நிறுவனம் சார்ந்த ஞானம் குழந்தைகள் கல்விக்கூடத்தில் கற்கிறார்கள் என்றே கூறுகிறது.

★ ஜேம்ஸ் ஜாய்ஸ் என்று ஐரிஷ் நாவலாசிரியர் படைத்த இளவயதுப் பாத்திரம்.
★★ ஃபிலிப் ராத் என்ற அமெரிக்க நாவலாசிரியரின் படைப்பு.

ஆனால் இந்த ஞானம் பள்ளிக்கூடத்தின் உருவாக்கம்தான். ஏனென்றால் குழந்தைகள் மட்டும்தான் கல்விக்கூடங்களில் கற்பிக்கப்பட முடியுமென்று இயல்பறிவு சொல்கிறது. மனிதரைக் குழந்தைப் பருவம் என்று தனியாகப் பிரித்தால்தான் அவர்களைப் பள்ளி ஆசிரியரின் அதிகாரத்திற்கு உட்படுத்த முடியும்.

2. **ஆசிரியரும், மாணவரும்:** குழந்தைகள் நமது வரையறைப்படி மாணவர்கள். இந்தக் குழந்தைகளுக்கு ஒரு இடம், ஒரு சூழல் தேவை என்பதால் சான்றிதழ் பெற்ற ஆசிரியர்கள் கணக்கின்றித் தேவைப்படுகிறார்கள். கற்றல், கற்பித்தலின் விளைவு என்ற கருதுகோளின் அடிப்படையில் கல்விக்கூடம் கட்டப்பட்டிருக்கிறது. இந்தச் சித்தாந்தத்தை, அதற்கு எதிர்ப்பான நிலைக்குப் போதுமான ஆதாரங்கள் இருந்தாலும், நிறுவனம் சார்ந்த ஞானம் ஏற்றுக்கொள்கிறது.

   நாம் அறிந்திருக்கும் பெரும்பாலானவற்றைப் பள்ளிக்கு வெளியில்தான் கற்றிருக்கிறோம். மாணவர்கள் பெரும்பாலும் ஆசிரியரில்லாமல், சிலவேளைகளில் ஆசிரியர் இருந்தாலும் கூடக் கற்கிறார்கள். ஆனால் இதில் அவலம் என்னவென்றால் பெரும்பாலானோர் பள்ளிக்கூடம் போகாவிட்டாலும், கல்விக்கூடங்களால் பாடம் கற்றுத் தரப்படுகிறார்கள்.

   கல்விக்கூடத்திற்குப் போகுமுன்னரே எப்படி வாழ்வதென்று அனைவரும் கற்கிறார்கள். பேச, சிந்திக்க, காதல் செய்ய, விளையாட, பிறரைச் சபிக்க, அரசியல் செய்ய, பணியாற்ற ஆசிரியரின் குறுக்கீடு இல்லாமலேயே கற்றுக்கொள்கிறோம். இரவும் பகலும் ஆசிரியரின் கவனத்தில் இருக்கும் குழந்தைகளும் இதற்கு விதிவிலக்கில்லை. ஆதரவற்றோர், முட்டாள்கள், பள்ளிக்கூட ஆசிரியர்களின் பிள்ளைகள் ஆகியோரெல்லாம் அவர்களுக்காகத் திட்டமிடப்படும் கல்வி நடைமுறைக்கு வெளியில்தான் கற்றுக்கொள்கிறார்கள். இன்னொரு முதன்மையான குறிப்பு என்னவென்றால் ஏழைகள் மத்தியில் கற்றலை அதிகமாக்கும் முயற்சியில் ஆசிரியர்கள் வெற்றி காணவில்லை. தங்கள் குழந்தைகளைப் பள்ளிக்கு அனுப்ப விரும்பும் ஏழைப் பெற்றோர் எதைப் பற்றிக் கவலைப்படுகிறார்கள்? அவர்கள் என்ன படிக்கிறார்கள் என்பதைவிட அவர்களுடைய சான்றிதழ்களுக்காகவும், சம்பாதிக்கப்போகும் பணத்துக்காகவும் தான் அக்கறை காட்டுகிறார்கள். மத்தியதர வர்க்கப் பெற்றோர் ஏழைகளுடன் தெருக்களில் படிப்பதைத் தடுக்கவே தங்கள் குழந்தைகளை

ஆசிரியரின் பாதுகாப்பில் விடுகிறார்கள். ஆசிரியர்கள் கற்பிப்பதாகப் பாசாங்கு செய்கிறவற்றில் பெரும் பகுதியைச் சக மாணவர்களிடமிருந்தும், 'காமிக்' புத்தகங்களிலிருந்தும், தற்செயலான உற்றுநோக்கல்களிலிருந்தும், கல்விக்கூடத்தின் சடங்குகளில் பங்கு கொள்வதன் மூலமும்தான் குழந்தைகள் கற்கிறார்கள் என்று ஆராய்ச்சி முடிவுகள் கூறுகின்றன. பள்ளிக்கூடத்தில் கிடைக்கும் இந்தப் பாடப் பகுதிகளை ஆசிரியர்கள் தடுத்துவிடுகிறார்கள்.

உலகில் பாதிப்பேர் பள்ளிக்கூடத்தில் காலடி எடுத்து வைத்ததில்லை. ஆசிரியர்களோடு அவர்களுக்குத் தொடர்பு இல்லை. படிப்பை இடைநிறுத்தம் செய்யும் வாய்ப்பும் இல்லை. எனினும் கல்விக்கூடம் கற்றுத்தரும் செய்தியை அவர்கள் சிறப்பாகக் கற்கிறார்கள். என்ன செய்தி அது? கல்விக்கூடம் வேண்டும், அதிகம் அதிகமாக வேண்டும் என்பதுதான். கட்டாயமாக வரி செலுத்துவதன் மூலம், அல்லது அவர்களது ஆசைகளை எழுப்பும் பேச்சாளரைக் கேட்பதன் வழியாகவும், அல்லது கல்விக்கூடத்தால் ஏற்கெனவே ஈர்க்கப்பட்டுவிட்ட தங்கள் குழந்தைகளின் வாயிலாகவும் அவர்கள் இவற்றைக் கற்றுக்கொள்கிறார்கள். எனவே கல்விக்கூடம்தான் தங்களுக்கு மீட்பைத் தரும் என்ற கொள்கையை ஏற்றுக்கொள்வதால் ஏழைகள் தங்கள் சுயமரியாதையை இழக்கிறார்கள். ஆகவே, அவர்கள் சுயமரியாதை பறிக்கப்படுகிறது. குறைந்தபட்சம் (கிறிஸ்தவ) மதம் வேறு அவர்களது சாவின்போது மனம் வருந்த வாய்ப்பு தந்தது. ஆனால், கல்விக்கூடங்கள் தங்கள் பேரக் குழந்தைகளுக்காவது கிடைத்துவிடும் என்ற நம்பிக்கையைத் தருகின்றன. எனினும் இன்னும் அதிகமான கற்றல் நிகழும் என்ற நம்பிக்கை ஆசிரியர்களிடமிருந்து வருவதில்லை; கல்விக்கூடத்திலிருந்து தான் வருகிறது.

மாணவர்கள், தாங்கள் கற்பதன் பெரும்பகுதிக்கு ஆசிரியர்கள் காரணமென்று கருதுவதில்லை. ஏனென்றால் மிகுந்த திறமிக்க மாணவர்களும், பின்தங்கிய மாணவர்களும் தேர்வுகளில் வெற்றி பெற மனப்பாடம் செய்வதையும், வாசிப்பதையும், தங்கள் அறிவையுமே சார்ந்திருக்கிறார்கள். தங்களுக்கு விருப்பமான வேலையைப் பெறப் பிரம்போ, விரும்பும் விலைமதிப்போ அவர்களை ஊக்கப்படுத்துகிறது.

அதேசமயம் வயது வந்தவர்கள் தங்களுடைய கல்விக்கூடக் கல்வி பற்றிக் கற்பனையான முடிவுகளில் இருப்பார்கள்.

அவர்கள் தங்களது கற்றலுக்குத் தங்கள் ஆசிரியர்களின் பொறுமையைக் காரணம் காட்டுவார்கள். ஆனால் அதேசமயம் தனது ஆசிரியரிடம் கற்றதையெல்லாம் வீட்டிற்கு ஓடிவந்து சொல்லும் தங்கள் குழந்தையின் மனநலத்தைப் பற்றி இவர்கள் கவலை கொள்வார்கள்.

கல்விக்கூடங்கள், பள்ளி ஆசிரியர்களுக்கு வேலை வாய்ப்புகளை உருவாக்குகின்றன. அவர்களிடமிருந்து மாணவர்கள் என்ன கற்றுக்கொள்கிறார்கள் என்பது பற்றிக் கவலை கொள்வதில்லை.

3. **முழுநேர வருகைப் பதிவு:** லத்தீன்-அமெரிக்க வகுப்பறை ஆசிரியர்களை மாற்றிவிட்டு அவர்களுடைய இடத்தில் அமைப்பு நிர்வாகிகளையோ தொலைக்காட்சியையோ வைக்க வேண்டுமென்று சில அமெரிக்கத் தொழில் நிறுவனங்கள் சொல்லுவதைப் பார்க்கிறேன். இன்றைய நாட்களில் கல்வி ஆய்வாளர்கள், திட்டமிடுபவர்கள், தொழில் நுட்ப வல்லுநர்கள் இணைந்த ஒரு அணி கற்றுத் தரும் பணியில் ஈடுபடுவது அமெரிக்காவில் ஏற்றுக்கொள்ளப்பட்டு வருகிறது. ஆனால் வெள்ளைக் கோட்டுகள் அணிந்தவர்களின் அணியாக இருந்தாலும் அந்த அணி பட்டியலில் காணப்படும் பாடத்தை வெற்றிகரமாகக் கற்றுத் தந்தாலும் தராவிட்டாலும், பயிற்சி பெற்ற முழு நேர ஆசிரியர் ஒரு புனிதமான சூழலை உருவாக்குகிறார்.

பயிற்சிபெற்ற முழுநேர ஆசிரியரால் பயிற்றுவிப்பது நிலையாக இல்லாவிட்டால் அது வகுப்பறையைப் பாதிக்கிறது. கற்றலை மேம்படுத்தத் தனித் திறமையுடன் செயல்பட வேண்டுமென்றால், கல்வியில் பயிற்சி பெற்ற முழுநேர ஆசிரியர்கள் ஓராண்டில் 750 முதல் 1000 கூட்டங்களை அல்லது சந்திப்புகளைக் கட்டாயமாக்கும் அமைப்பை விட்டுவிட வேண்டும். ஆனால் உண்மையில் ஆசிரியர்கள் இவற்றிற்கு அதிகமாகவே செய்கிறார்கள். கல்விக்கூடங்கள் பற்றிய நிறுவன ஞானம் என்ன சொல்கிறது? பெற்றோர், மாணவர்கள், கல்வியாளர்களிடம் ஆசிரியர் கற்றுத் தர வேண்டுமென்றால் தனது அதிகாரத்தைப் புனிதமான வகுப்பறையில் நிலைநாட்ட வேண்டுமென்று சொல்லுகிறது. சுவர்களில்லா வகுப்பறையில் தங்கள் கல்விக்கூட நேரத்தின் பெரும்பகுதியைச் செலவழிக்கும் மாணவர்களுடைய ஆசிரியர்களுக்கும் இது பொருந்தும்.

அதாவது கல்விக்கூடம் என்றாலே அதில் பங்குகொள்ளும் அனைவருடைய நேரத்திற்கும் சக்திகளுக்கும் அது முழு உரிமை

கொண்டாடுகிறது. இதனால் ஆசிரியரை ஒரு பாதுகாவலராக, போதகராக, மனநல மருத்துவராக ஆக்கிவிடுகிறது. இந்த ஒவ்வொரு பொறுப்பிலும் ஆசிரியர் தனது அதிகாரத்தை வெவ்வேறு காரணங்களைக் காட்டிச் செலுத்துகிறார். மாணவரின் பாதுகாவலராக (Custodian) அவர் நிகழ்ச்சிகளை ஒருங்கிணைப்பவராக நடந்துகொள்கிறார். நீண்ட சிக்கலான சடங்குகளின் வழியாக மாணவர்களை வழி நடத்துகிறார். விதிகளை அனுசரிப்பதைக் கண்காணித்து வாழ்க்கையினுள் நுழைவதற்கான வழிமுறைகளைச் சொல்லித் தருகிறார். எல்லாப் பள்ளி ஆசிரியர்களையும் போல அவரும் ஏதாவது திறனை மாணவர் பெறுவதற்கான மேடையை அமைத்துத் தருகிறார். ஆழ்ந்த கற்றலை உண்டாக்குவோம் என்ற எந்த மாயைகளும் இல்லாமல் அவர் மாணவர்களுக்கு அடிப்படைப் பழக்கங்களில் பயிற்சிகள் தருகிறார்.

இரண்டாவதாக ஆசிரியர் ஒரு போதகராக, ஒழுக்க நெறி கற்பிப்பவராக இருக்கிறார். பெற்றோருக்கு, கடவுளுக்கு, அரசாங்கத்திற்குப் பதிலியாகச் செயல்படுகிறார். மாணவனுக்குப் பள்ளியிலும் வெளியிலுமுள்ள சமூகத்திலும் எது தவறு? எது சரி? என்று கற்றுத்தந்து அவரிடம் ஒரு கொள்கையைச் செலுத்துகிறார். ஒவ்வொருவருக்கும் உள்ளூர் பெற்றோராகச் செயல்படுவதால் அனைவரும் தாங்கள் ஒரே அரசாங்கத்தின் குழந்தைகள் என்ற உணர்வை ஏற்படுத்துகிறார்.

மூன்றாவதாக ஆசிரியர் ஒரு மனநல மருத்துவராக, மாணவனை முழு மனிதனாக வளர்ப்பதற்கான நோக்கத்துடன் அவனுடைய தனிப்பட்ட வாழ்க்கைக்குள் நுழைய அனுமதியளிக்கப்பட்டிருப்பதாக எண்ணுகிறார். பாதுகாவலர், போதகர் பொறுப்புகளோடு இதுவும் சேர்கிறபோது அவருடைய கொள்கையை மாணவர்கள் மேல் திணிக்கிறார். தனி மனிதச் சுதந்திரம் ஆசிரியர் மாணவனோடு நடந்துகொள்ளும் முறையில் பறிக்கப்படுகிறது. நீதிபதி, கொள்கை வகுப்பவர், மருத்துவர் மூன்று பொறுப்புகளும் பள்ளி ஆசிரியரிடம் ஒன்று சேர்ந்துவிடுகின்றன. அப்போது, மாணவனை வாழ்க்கைக்குத் தயாரிக்க வேண்டிய சமுதாயத்தின் அடிப்படைப் பண்பையே கெடுத்துவிடுகிறது. சட்டங்கள் ஒருவருடைய சட்டப்பூர்வமான அல்லது பொருளாதாரச் சிறுபான்மை நிலையைக் கண்காணிக்கின்றன. இல்லையெனில் ஒன்றாகக் குழுமுவது மற்றும் வசிப்பதற்கான உரிமையைக் கட்டுப்படுத்துகின்றன. ஆனால் அவற்றைக் காட்டிலும் அதிகமாகக் குழந்தையை

உருவாக்குவதற்குத் தேவையான மூன்று அதிகாரங்களையும் ஓர் ஆசிரியர் தன் கையில் வைத்துக்கொண்டிருக்கிறார்.

மனநல மருத்துவம் தருபவர்கள் ஆசிரியர்கள் மட்டுமல்ல. உளவியல் மருத்துவர்கள், வழிகாட்டும் ஆலோசகர்கள், வேலைக்கு வழிகாட்டுபவர்கள், வழக்குரைஞர்கள் ஆகியோரும் தங்கள் வாடிக்கையாளர்கள் முடிவு எடுக்கவும், தங்கள் ஆளுமையை வளர்த்துக்கொள்ளவும், கற்றுக்கொள்ளவும் உதவுகிறார்கள். ஆனால், அந்தப் பணிகளாற்றுவோர் தங்கள் வாடிக்கையாளர்கள் மேல் எது தவறு எது சரியென்ற தங்கள் கருத்துகளைச் சுமத்தக்கூடாது என்றும், தங்கள் ஆலோசனைகளை அவர் ஏற்க வேண்டுமென்று கட்டாயப்படுத்தக் கூடாது என்றும் இயல்பான அறிவு சொல்கிறது. பள்ளி ஆசிரியர்களும் போதகர்களும் மட்டும்தான் தங்கள் கட்டுக்குள் இருக்கும் மக்களுக்குப் போதிக்கும்போது, அவர்களுடைய தனி வாழ்க்கைக்குள் நுழையத் தாங்கள் உரிமையுடையவர்கள் என்று எண்ணிக் கொள்கிறார்கள். அமெரிக்காவில் குழந்தைகள் எந்த மதத்தையும் சாராத ஒரு போதகரான ஆசிரியர் முன் நிற்கும்போது அவர்கள் அரசியல் சட்டத்தின் முதல் அல்லது ஐந்தாவது திருத்தங்களால் பாதுகாக்கப்படுவதில்லை. குழந்தை கண்ணுக்குத் தெரிய மூன்று மகுடங்களை அணிந்துள்ள ஒருவரை எதிர்கொள்ள வேண்டும். மூன்று அதிகாரங்கள் ஆசிரியர் என்ற தனி மனிதனிடம் குவிந்திருக்கின்றன. குழந்தையைப் பொறுத்தவரையில் ஆசிரியர் ஆனவர், ஒரு புனிதமான சடங்கின் வழிகாட்டி, ஆசிரியர், நிர்வாகி ஆகிய மூன்று பொறுப்புகளையும் ஏற்றுக்கொண்டுள்ள ஒருவராக இருப்பவர்.

எனவே, முழுநேர மாணவர்கள் என்று குழந்தைகளை ஆக்கும்போது ஆசிரியர் அவர்கள்மேல் முழு அதிகாரத்தையும் பயன்படுத்த அனுமதிக்கப்படுகிறார்.வேறு சமுதாய நிறுவனங்களின் வழிகாட்டிகள் அல்லது பொறுப்பாளர்கள் பயன்படுத்தும் அதிகாரத்தைவிட ஆசிரியருடைய அதிகாரம் அரசியல் காரணத்தால் குறைவாகக் கட்டுப்படுத்தப்படுகிறது. வயது வந்தவர்களுக்கு மனநலம் குன்றியோர் பாதுகாப்பகம், சிறைச்சாலை அல்லது குருமடத்தில் கூடச் சில பாதுகாப்புகள் உள்ளன. ஆனால் குழந்தைகளின் வயதில் அவை எதுவும் கூட அவர்களுக்குக் கிடைப்பதில்லை.

ஆசிரியரின் அதிகாரத்தில் மதிப்பீட்டின் பல வகைகள் ஒன்றாக ஆகிவிடுகின்றன. ஒழுக்கநெறி, சட்ட விதி மற்றும் தனி மனித

மதிப்பு ஆகியவற்றிற்கு இடையே வேறுபாடுகள் தெளிவற்றுப் போய் இறுதியில் அழிந்துபோகின்றன. ஒன்றில் குற்றம் செய்தால் அது பன்முகக் குற்றமாகக் கருதப்படுகிறது. குற்றம் செய்தவன் ஒரு விதியை மீறிவிட்டோம், ஒழுக்கமின்றி நடந்து கொண்டோம், தன்னைத்தானே குறைத்துக்கொண்டோம் என்று உணரச் செய்யப்படுகிறான். ஒரு மாணவன் தேர்வில் தவறான உதவிகளைப் பெற்றுவிட்டால் அவன் விதியை மீறியவன், ஒழுக்கங்கெட்டவன், எதற்கும் பயனற்றவன் என்று முடிவு கட்டப்படுகிறான்.

வகுப்பறை வருகைப் பதிவைக் கட்டாயம் ஆக்குவது குழந்தைகளை மேலைநாட்டுப் பண்பாட்டின் அன்றாட வாழ்க்கையிலிருந்து வெளியே எடுத்து நாகரிகமற்ற, விந்தையான, கடுமையான ஒரு சூழலுக்குள் தள்ளிவிடுகிறது. குழந்தைகளைப் புனித இடம் ஒன்றில் பல ஆண்டுகள் தொடர்ந்து அடைத்து வைத்திருந்தாலொழிய, கல்விக்கூடம் சாதாரண நிதர்சன விதிகளை நிறுத்தி வைக்க முடியாது. கட்டாய வருகை விதி பள்ளியின் அறையை ஒரு மாயக் கருவறையாக ஆக்கி அதிலிருந்து குழந்தை வகுப்பு நாட்களிலும், ஆண்டு முடிந்த பிறகும் பிறக்குமாறு செய்கிறது. குழந்தை பெரியவனாக ஆகும் வரையில், குறிப்பிட்ட வயது வரும் வரையில் இது நிகழும். கல்விக்கூடங்கள் இருந்தால்தான் குழந்தைப் பருவம் நீட்டிக்கப்பட்டு வகுப்பறையின் மூச்சுத் திணற வைக்கும் சூழல் இருக்கும். எனினும் கற்பதற்குக் கட்டாய வழிகளாக இருக்கும் கல்விக்கூடங்கள் நமக்குத் தெரிந்திருக்கும் எந்த அமைப்பையும் விட அதிகப்படியான அடக்குமுறையோடு அழிவையும் தருவதாக இருக்கும். சமுதாயத்தைக் கல்விக்கூடத்தின் கட்டுப்பாட்டிலிருந்து விடுவிப்பது என்றால் என்னவெனப் புரிந்துகொள்வதற்கும், கல்வி நிறுவனத்தை மேலோட்டமாகச் சீர்திருத்துவதோடு நின்றுவிடாமல் இருப்பதற்கும், கல்விக்கூடத்திலுள்ள மறைந்திருக்கும் பாடத்திட்டம் (Hidden Curriculum) பற்றிக் கவனம் செலுத்த வேண்டும். இங்கே சேரிகளிலுள்ள ஏழைகளை, ஏழைகள் என்று அடையாளம் காட்டுகின்ற மறைவான பாடத் திட்டம் பற்றிப் பேசவில்லை. அல்லது பணக்காரர்கள் பயன்பெறும் வரவேற்பறை மறைவுப் பாடத் திட்டம் பற்றியும் கவலைப்படவில்லை. நாம் இங்கே, கல்விக்கூடத்தில் பயிற்சியில் ஆடம்பரம் அல்லது சடங்குகள் மறைவான பாடத்திட்டமாக இருக்கிறது என்பது பற்றியே அக்கறை கொள்கிறோம். மிகச் சிறந்த ஆசிரியர்கள் கூடத் தமது மாணவர்களை அவற்றிலிருந்து பாதுகாக்க முடியாது.

இந்த மறைவான பாடத் திட்டம் சமுதாயம் நடைமுறையில் வைத்திருக்கின்ற பாகுபாட்டிற்கு வெறுப்பையும் குற்ற உணர்வையும் சேர்க்கின்றது. இந்தச் சமூகப் பழக்கங்கள் அதன் உறுப்பினர்களிடம் பிரிவினை உணர்வை அதிகரித்து மற்றவர்களிடம் வெறுப்பை உண்டாக்குகின்றது. அதன் விளைவாக இந்த மறைந்திருக்கும் பாடத்திட்டம் வளர்ச்சியை மையமாகக் கொண்ட நுகர்வுக் கலாச்சாரச் சமுதாயத்திற்கு ஏழைகளையும் பணக்காரர்களையும் இட்டுச் செல்லும் ஒரு சடங்காக இருக்கிறது.

3

முன்னேற்றத்தைச் சடங்குகளுக்கு உட்படுத்துதல்

பல்கலைக்கழகப் பட்டதாரிப் பணக்காரரர்கள் மத்தியில் குறிப்பிட்ட பணியாற்ற பயிற்சியளிக்கப்படுகிறார். மூன்றாம் உலகத்தோடு ஒரு அமெரிக்கப் பட்டதாரி எவ்வளவுதான் சகோதர உணர்வுடன் பேசினாலும், அவர் கல்வி கற்பதற்குப் பாதி மனித இனத்தின் சராசாரி வருவாயை விட ஐந்து மடங்கு அதிகம் செலவாகிறது. ஒரு லத்தீன் அமெரிக்க மாணவனை எடுத்துக் கொள்வோம். அவனுக்குக் கல்லூரிப் படிப்பிற்காக ஆகும் பொது மக்களின் பணம் நடுத்தர வருவாய் உள்ள அவனுடைய சக குடிமக்களுக்கு ஆகும் செலவைவிட 350 மடங்கு அதிகம். ஒரு சில விதிவிலக்குகளைத் தவிர, ஏழைநாடுகளின் பட்டதாரிகள் அமெரிக்க, ஐரோப்பிய பட்டதாரிகளுடன் இருப்பதையே விரும்புவார்கள். பள்ளிப் படிப்பைப் படிக்காத தங்கள் சகோதரர்களுடன் அத்தகைய நெருக்கம் இருக்காது. எல்லா மாணவர்களும் கல்வி எந்திரத்தின் உற்பத்திகளை நம் மற்ற படிப்பாளர்கள் மத்தியில் மட்டும் மகிழ்ச்சியாக இருக்கப் பயிற்றுவிக்கப்படுகிறார்கள்.

பணம் பண்ணக் கூடியவர்கள் அல்லது அதிகாரம் செலுத்த வாய்ப்புள்ளவர்கள் என்று சோதிக்கப்பட்டு வகைப்படுத்தப்பட்டவர்களுக்கு இன்றைய பல்கழைக்கழகம் மறுப்பு சொல்ல உரிமையளிக்கிறது. ஒருவருடைய சாதனைக்கு அல்லது அடைவுக்குச் சான்றிதழ் தரமுடிந்தால் ஓய்வு நேரத்தில் தான் கற்பதற்கும் பிறருக்குக் கற்பிப்பதற்கும் நிதி உதவி அளிக்கப்படுகிறது. பள்ளிகள் ஒவ்வொரு படிநிலைகளிலும் இந்த விளையாட்டில் முதல் படிகளில் நிறுவன முறைக்கு அதிக சாதகமாக

இருப்பவர்களைத் தேர்ந்தெடுத்துக் கொள்கின்றன. கற்றலுக்கும், சமூகப் பணிகளை அளிப்பதற்கும் தேவையான நிதிகள்மேல் மொத்த அதிகாரத்தையும் கொண்டுள்ள பல்கலைக்கழகம் புதிதாக கண்டுபிடிப்பவரையும், எதிர்க்குரல் கொடுக்கக் கூடியவரையும் சேர்த்துக்கொள்கிறது. ஒரு பட்டம் அதனைப் பெறுவோருக்கும் ஒரு விலையைக் கொடுத்துவிடுகிறது. கல்லூரியில் பட்டம் பெற்றவர்கள் அவர்களுடைய தலைக்கு ஒரு விலையை நிர்ணயிக்கும் உலகத்தில்தான் பொருந்துவார்கள். அப்படி இருக்கும்போது சமுதாயத்திலிருந்து அவர்களுடைய எதிர்பார்ப்பின் அளவை நிர்ணயிக்கும் அதிகாரமும் அவர்களுக்குக் கிடைத்துவிடுகிறது. எல்லா நாடுகளிலும் கல்லூரிப் பட்டதாரி செலவழிக்கும் பணம் பிறருக்கு ஒரு அளவு கோலாகவே இருக்கிறது. வேலை இருந்தாலும் இல்லாவிட்டாலும் அவர்கள் பிற பட்டதாரிகளின் வாழ்க்கை முறைக்காக ஏங்குவார்கள்.

எனவே, பல்கலைக்கழகம் பணியிடத்திலும் வீட்டிலும் நுகர்வோரின் தரங்களைச் சுமத்துகிறது. உலகின் எல்லாப் பகுதிகளிலும் எல்லா அரசியல் அமைப்பிலும் இதைக் காணலாம். ஒரு நாட்டில் பல்கலைக்கழகப் பட்டதாரிகள் எண்ணிக்கை குறைவாக இருந்தால் மக்கள் அவர்களுடைய வாழ்க்கைப் பாணிகளை, தேவைகளை மாதிரிகளாக எடுத்துக்கொள்கிறார்கள். பல்கலைக்கழகப் பட்டதாரி பயன்படுத்தும் பொருட்களுக்கும், சாதாரணக் குடிமகன் பயன்படுத்துவற்கும் உள்ள இடைவெளி ரஷ்யா, சீனா, ஆஸ்திரியா முதலான நாடுகளில் அமெரிக்காவைக் காட்டிலும் அதிகம். கார்கள், விமானப் பயணங்கள், ஒலிநாடாக் கருவிகள் ஆகியவற்றின் பயன்பாடு சோசலிச நாட்டில் இந்த வேறுபாட்டை நன்கு வெளிபடுத்துகின்றது. இங்கு பணம் பெற்றுத்தராது, பட்டம்தான் இவற்றை அவர்களுக்குப் பெற்றுத்தரும்.

நுகர்வோரின் இலக்குகளை நிர்ணயம் செய்வதில் பல்கலைக்கழத்தின் ஆதிக்கம் இருப்பது புதியது. பல நாடுகளில் இந்த அதிகாரத்தைப் பல்கலைக்கழகம் அறுபதுகளில் பெற்றது. ஏனென்றால் அப்போதுதான் கல்வி அனைவருக்கும் பொது, அனைவருக்கும் சமமான கல்வி என்ற கருத்தும் பரவியது. அதற்குப் பின்னர் பல்கலைக்கழகம் தனிமனிதனுடைய பேச்சுச் சுதந்திரத்தைப் பாதுகாத்தது. ஆனால் அவனுடைய அறிவைப் பணமாக்கவில்லை. மத்திய காலங்களை எடுத்துக்கொண்டால் ஓர் அறிஞன் அல்லது படிப்பாளி ஏழை, பிச்சைக்காரன் என்று கூடச் சொல்லலாம். அன்றைய காலகட்டத்தில், அறிஞன் லத்தீன் மொழியைப் படித்தான். சமுதாயத்திற்கு வெளியில் இருப்பான்.

உழவரும் இளவரசனும், இறைப்பணியாளரும் ஏளனத்தோடு அதே சமயம் மரியாதையோடும் நடத்தினார்கள். வாழ்க்கையில் முன்னேற வேண்டுமென்று, மாணவன் முதலில் அரசாங்கத்திலாவது அல்லது கோயிலிலாவது ஒரு பணியில் சேரவேண்டும். அந்த நாள் பல்கலைக்கழகம் கண்டுபிடிப்புகளுக்கும் பழைய, புதிய கருத்துகள் விவாதிக்கப்படவும், உரிமைபெற்ற இடம். ஆசிரியர்களும் மாணவர்களும் மற்ற ஆசிரியர்களின் நூல்களைப் படிக்கக் கூடுவார்கள். இன்றைய தவறான எண்ணங்களுக்கு இந்த ஆசிரியர்களின் விமர்சனங்கள் புதிய கோணத்தைக் காட்டின. அன்றைய பல்கழைக்கழகம் அறிவுத் தேடலின் குழுமமாகவும் தொற்றிப்பரவும் அமைதி இன்மையாகவும் இருந்தது.

இன்றைய பல்கலைக்கழகத்தில் இந்தக் குழுமம் ஓரங்கட்டப்பட்டுவிட்டது, எங்கேயாவது ஒரு பேராசிரியரின் அலுவலகத்தில் அல்லது மதகுரு இல்லத்தில் சந்தித்துக்கொள்கிறது. ஏனென்றால் இன்றைய பல்கலைக்கழகத்தின் கூட்டமைப்பு அந்த மரபுவழியாக வந்த அறிவுத்தேடலை அனுமதிப்பதில்லை. குட்டன்பர்க் அச்சு எந்திரத்தைக் கண்டுபிடித்த பிறகு பேராசிரியரின் இருக்கையிலிந்து கட்டுப்பாடுள்ள விமர்சனக் கண்ணோட்டத்துடனான தேடல் அச்சிற்கு, அச்சிடப்பட்ட நூல்களுக்குப் போய்விட்டது. முன்பெல்லாம் பல்கலைக்கழகங்கள் தன்னியல்பான, கட்டுக்குள் அடங்காத ஒரு நோக்கத்தில் குவிந்த ஆனால் திட்டமிடப்படாத சந்திப்புகள் நடக்க இடம் அமைத்துத் தந்தன. ஆனால் இன்றைய பல்கலைக்கழகம் அந்த வாய்ப்பை நழுவவிட்டுவிட்டது. அதற்குப் பதிலாக ஆராய்ச்சியும், கற்பித்தலும் உண்டாக்கப்படுகிற முறையை மேற்பார்வை இடுகிறது.

ரஷ்யா ஸ்புட்னிக்கை வான்வெளிக்கு அனுப்பிய பிறகு, அமெரிக்கப் பல்கலைக்கழகம் சோவியத் நாட்டிலுள்ள பட்டதாரிகளின் எண்ணிக்கையைக் கணக்கிட அதனால் முடிந்த அளவிற்கு முயன்றுகொண்டிருக்கிறது. இப்போது ஜெர்மானியர்களும் தங்கள் கல்விப் பாரம்பரியத்தை விட்டுவிட்டு அமெரிக்கர்களைப் பிடிக்க வளாகங்களைக் கட்டிக் கொண்டிருக்கிறார்கள். பத்தாண்டுகளில் தொடக்க உயர்நிலைப் பள்ளிகளுக்கான செலவை 14 பில்லியன் மார்க்கிலிருந்து 59 பில்லியனாகவும், உயர்கல்வி ஒதுக்கீட்டை மூன்று மடங்காக ஆக்கவும் தீர்மானித்திருக்கிறார்கள். பிரெஞ்சு நாடு பள்ளிகளுக்கு 1980-க்குள் மொத்த தேசிய உற்பத்தியிலிருந்து 10 விழுக்காடு செலவிடப் போகிறது. ஃபோர்டு நிறுவனம் லத்தீன் அமெரிக்காவின் ஏழைநாடுகளில் பட்டதாரிகளாக உருவாக்கும் செலவினை வட அமெரிக்க அளவிற்கு உயர்த்த வேண்டுமென்று

நிர்ப்பந்தித்திருக்கிறது. மேலும் மாணவர்கள் தங்கள் கல்வியை அதிக வருவாய் தரும் மூலதனமாகக் கருதுகிறார்கள். நாடுகளும் வளர்ச்சிக்கு அதுதான் முதன்மைக் காரணி என்று எண்ணுகின்றன. கல்லூரிப் பட்டத்தைத் தேடுகிற பெரும்பாலானோரைப் பொறுத்தவரையில் பல்கலைக்கழகம் இன்றும் அதன் மதிப்பை இழக்கவில்லை. ஆனால் 1968ஆம் ஆண்டுகளுக்குப் பிறகு, வியட்நாம் போர் தொடங்கிய பிறகு அதனை நம்புபவர்கள் மத்தியில் அதன் மதிப்பை இழந்து வருகிறது. ஏனென்றால் மாணவர்கள் போர், மாசுபடல், வெறுப்புணர்வைத் தொடர்தல் ஆகியவற்றிற்காகத் தங்களைத் தயாரித்துக்கொள்ள மறுக்கிறார்கள். அவர்கள் அரசாங்கத்தின் சட்டப்பூர்வத்தன்மை, வெளிநாட்டுக் கொள்கை, கல்வி, அமெரிக்க வாழ்க்கை முறை ஆகியவற்றைக் கேள்விக்குள்ளாக்க ஆசிரியர்கள் அவர்களுக்கு உதவுகிறார்கள். சிலர் தங்கள் பட்டங்களைத் தள்ளிவிட்டு சான்றிதழுக்கும் மதிப்பெண்ணுக்கும் சமுதாயத்திற்கு வெளியே மாற்றுப் பண்பாட்டு வாழ்க்கைக்குத் தங்களை ஆயத்தப்படுத்திக் கொள்கிறார்கள்.

ஃபிராட்டிசெல்லி*, அனுப்பிரடோஸ்** ஆகியோரின் வழியைத் தேர்ந்து கொள்வது போல் தோன்றுகிறது. அவர்கள் அந்தக் காலத்து ஹிப்பிகள், கல்வியை இடைநிறுத்தியவர்கள். ஒரு மாற்றுச் சமுதாயத்தை கட்டியெழுப்பத் தேவையான வளங்களைக் கல்விக் கூடங்கள் தங்களுக்கு மட்டுமே உரிமை கொண்டாடிக் கொள்வதை அவர்கள் பார்க்கிறார்கள். கல்விக்கூடச் சடங்கிற்குத் தங்களை உட்படுத்திக்கொள்ளும் அதேவேளை நேர்மையோடு வாழ ஒருவருக்கொருவர் ஆதரவு தேடுகிறார்கள். படியமைப்பிற்குள்ளேயே மாற்றுக் கருத்துள்ள ஒரு புரட்சிக் குழுவை அமைக்கிறார்கள்.

அதிக அளவிலான பொதுமக்களைப் பொறுத்த வரையில் இந்தப் புதுச் சிந்தனையை, புரட்சிக் கருத்தை அச்சத்தோடு பார்க்கிறார்கள். ஏனென்றால் அது நுகர்வுப் பொருளாதாரத்தையும், சுதந்திரம் தருகின்ற முன்னுரிமையையும், அமெரிக்காவின் சுயமதிப்பையும் பாதிக்கிறது. ஆனால், அதனை ஒதுக்கிவிட முடியாது. எதிர்ப்பாளர்களாக ஆசிரியர்களை நியமித்தாலும் ஒருசிலரைத்தான் மனமாற்றம் செய்ய முடியும். எனவேதான் எதிர்ப்புக்குரல் கொடுப்போரை வெளியில் அனுப்பவோ அல்லது

★ 13ஆம் நூற்றாண்டில் கிறிஸ்தவ மதத்தின் கோட்பாடுகளை எதிர்த்து மறுமலர்ச்சிக்காகப் போராடியவர்.

★★ 15ஆம் நூற்றாண்டில் கிறிஸ்தவ மதத்தில் வித்தியாசமான சடங்குளைக் கடைப்பிடித்தவர்.

அவர்களுடைய எதிர்ப்புக் களமாக இருக்கும் பல்கலைக்கழகத்தின் முக்கியத்துவத்தைக் குறைக்கவோ முயற்சிகள் நடக்கிறது.

பல்கலைக்கழகத்தின் தேவையைப் பற்றி மாணவர்களும் ஆசிரியர்களும் ஐயம் எழுப்புகிறார்கள். ஏனென்றால் அவர்கள் தங்களையே ஆயத்தப்படுத்திக் கொள்கிறார்கள். நுகர்வோரின் தரத்தை நிர்ணயிப்பதோ, உற்பத்தி அமைப்பிற்கு உதவுவதோ தங்களுடைய பணியில்லை என்பதை உணர்கிறார்கள். ஆசிய மாணவர்களின் குழு, லத்தீன் அமெரிக்காவிற்கான வட அமெரிக்க காங்கிரஸ் *(NACLA)* ஆகியவை வெளிநாடுகளின் உண்மை நிலைகள் பற்றிய கருத்துகளை முற்றிலும் மாற்ற உதவியிருக்கின்றன.வேறு சிலர் அமெரிக்க சமுதாயத்தை மார்க்சிய வழி பகுப்பாய்விற்கு உட்படுத்தியுள்ளனர். சிறு குழுக்கள் மலர உதவியிருக்கிறார்கள். சமுதாய விமர்சனம் தொடர உறுதி செய்யப் பல்கலைக்கழகம் தேவை என்பதற்கு அவர்களது சாதனைகள் ஆதரவு சேர்க்கின்றன.

இன்றைய பல்கலைக்கழகம் அதன் உறுப்பினர்களுக்கு நிகழ்காலச் சமுதாயம் முழுவதையும் விமர்சிப்பதற்கான வாய்ப்பளிக்கிறது. நேரம், ஓரிடத்திலிருந்து இன்னோரிடத்திற்குப் போகும் வசதி, உடன் ஒத்தோருடன் கலந்து பேசுதல், எளிதாகச் செய்தியைப் பெறுதல், சமுதாயத்தின் மற்ற பகுதிகளுக்குக் கிடைக்காத பாதுகாப்பு ஆகியவற்றையும் பல்கலைக்கழகம் தருகிறது. ஆனால், இந்த உரிமை யாருக்குக் கிடைக்கிறது? ஏற்கெனவே நுகர்வுச் சமுதாயத்தில் இருக்கும் கட்டாயப் பொதுக்கல்வி தேவை என்பதில் பழக்கப்பட்டோருக்கே இது கிடைக்கிறது.

வரலாற்றில் கிறித்தவத் திருச்சபைக்கு மூன்று பணிகள் இருந்து வந்திருக்கின்றன. அவற்றை இப்போது கல்வி அமைப்பு நிறைவேற்றுகிறது. அது சமுதாயத்தின் கட்டுக்கதையின் *(Myth)* இருப்பிடம். தொன்மைக் கதையின் முரண்பாடுகளை நிறுவனமயமாக்குகிறது. தொன்மைக் கதைக்கும் உண்மை நிலைக்கும் உள்ள வேறுபாடுகளைத் திரைபோட்டு மறைக்கிறது. இன்றைக்கு இந்தப் பழங்கதையை விமர்சிக்கவும், நிறுவன அமைப்பின் விகாரங்களை, முரண்பாடுகளை எதிர்த்துப் புரட்சி செய்யவும் பள்ளிக் கல்வி அமைப்பு, குறிப்பாகப் பல்கலைக்கழகம், நிறைய வாய்ப்பளிக்கிறது. எனினும் பழங்கதைக்கும் நிறுவனத்திற்கும் இடையேயுள்ள அடிப்படை முரண்பாடுகளைப் பொறுத்துக்கொள்ளக் கூறும் சடங்கு இன்னும் எதிர்க்கப்படாமலேயே தொடர்கிறது. ஏனென்றால் கொள்கைளை விமர்சிப்பதோ, சமூகத்தொண்டோ புதிய சமுதாயத்தைக் கொண்டு வராது. மையமாக இருக்கிற சமுதாயச் சடங்கின் மாயையிலிருந்து

விடுபட்டால்தான், அந்தச் சடங்கையே சீர்திருத்தம் செய்தால்தான் உண்மையான புரட்சிகர மாறுதல் நடைபெறும்.

அமெரிக்கப் பல்கலைக்கழகம்தான் அறிமுகச் சடங்குகள் அனைத்தையும் உள்ளடக்கிய இறுதிநிலையாக ஆகிவிட்டது. எல்லாச் சமுதாயத்துக்கும் உயிர்வாழச் சடங்கும், தொன்மைக் கதையும் முக்கியம். ஆனால், இன்றைய (அமெரிக்க) சமுதாயம்தான் அதன் கட்டுக்கதைக்குள் அறிமுகமாகி நுழைய இவ்வளவு உயிரோட்டமில்லாத, நீண்ட, அழிவுக்குட்படுத்தும், செலவு அகிகமாகத் தேவைப்படும் முதல் சமுதாயமாக இருக்கிறது. கல்வி என்ற பெயரால் அடிப்படையான அறிமுகச் சடங்கை அறிவுப்பூர்வமாக நியாயப்படுத்துவது இன்றைய உலக நாகரிகத்துக்குத் தேவைப்படுகிறது. கல்வியைச் சீர்திருத்த வேண்டுமென்றால் நாம் ஒன்றைச் செய்தாக வேண்டும். தனிமனிதரின் கற்றலோ சமுதாய சமத்துவமோ கல்விக்கூடப் படிப்பு என்னும் சடங்கால் அதிகரிக்கப் போவது இல்லை என்பதை நாம் புரிந்துகொள்ள வேண்டும். இன்றைய கட்டாயக் கல்விக்கூடத்தில் என்ன கற்றுத் தந்தாலும் நுகர்வுச் சமுதாயத்தைத்தான் அது உண்டாக்குகிறது. இதனை முதலில் நாம் அறிந்துகொண்டால்தான் நாம் அந்த நுகரும் கலாச்சாரச் சமுதாயத்திற்கு அப்பால் போகமுடியும்.

எனவே, இந்தத் தொன்மைக் கதையை, கட்டுக்கதையை அகற்ற வேண்டும். இந்தத் திட்டத்தைப் பல்கலைக்கழகத்தில் நிறைவேற்றினால் மட்டும் போதாது. பல்கலைக்கழகத்தைச் சீர்திருத்துவது, அது அங்கம் வகிக்கும் அமைப்பினை மாற்றாமல் சாத்தியமாகாது. இது நியூயார்க் நகரத்தைச் சீர்படுத்த அடுக்குமாடி கட்டடத்தின் பன்னிரண்டாவது மாடியில் தொடங்குவதுபோல இருக்கும். இன்றைய கல்லூரி அளவிலான சீர்திருத்தம் பலமாடிகள் உள்ள சேரிகளைக் கட்ட முயல்வது போல இருக்கிறது. இந்தச் சிக்கலுக்கு என்ன தீர்வு? கட்டாயக் கல்விக்கூடங்கள் இல்லாத சூழலில் வளரும் தலைமுறைதான் பல்கலைக்கழகத்தை மீட்டெடுக்க முடியும்.

நிறுவன மதிப்பீடுகள் என்கிற கட்டுக்கதை

முடிவே இல்லாத நுகர்வு என்ற கட்டுக்கதையைக் கல்விக் கூடம்தான் தொடங்கி வைக்கிறது, 'எந்தச் செயல் முறையும் எதையாவது உற்பத்தி செய்யும்,' எனவே உற்பத்தித் தேவையை உண்டாக்கும் என்ற நம்பிக்கையின் அடிப்படையில் பிறந்திருக்கிறது இந்த நவீனக் கட்டுக்கதை. கற்பித்தல், கற்றலை உண்டாக்குகிறது என்று

கல்விக்கூடம் கற்றுத்தருகிறது. கற்றல் என்ற விளைவு அல்லது ஓர் உற்பத்தி உண்டாகிறது என்பதால் கல்விக்கூடங்கள் இருப்பது அங்கு படிப்பதற்கான தேவையை உண்டாக்குகிறது. இப்போது கல்விக்கூடம் தேவை என்பதைக் கற்றுக்கொள்கிறோம். அங்ஙனம் கற்றுக்கொண்டவுடன், நம்முடைய செயல்பாடுகள் அனைத்தும், பிற சிறப்பு நிறுவனங்களுடன் வாடிக்கையாளர்களுக்கு இருக்கும் உறவுகள் போல ஆகி விடுகின்றன. அப்போது தாமாகப் படித்தவர்கள் மதிப்பிழந்துபோகிறார்கள். அதனால், தொழில்சாராத எந்தச் செயல்பாடும் ஐயப்பாட்டுடன் பார்க்கப்படுகிறது. மதிப்புள்ள அல்லது பயனுள்ள கற்றல் என்பது வருகைப்பதிவின் விளைவுதான் எனக் கல்விக்கூடத்தில் கற்றுத்தரப்படுகிறது. மேலும், உள்ளீடு *(Input)* எவ்வளவு இருக்கிறதோ எவ்வளவு உள்ளே செலுத்தப்படுகிறதோ அந்த அளவிற்குக் கற்றலின் மதிப்பும் கூடுகிறது என்றும், இந்த மதிப்புகூட மதிப்பெண்களாலும், சான்றிதழ்களாலும் அளவிடப்பட்டு ஆவணப்படுத்தப்பட முடியும் என்றும் சொல்லித்தருகிறார்கள்.

ஆனால், கற்றல் என்றால் என்ன? அதற்கு வெளியாட்களின் கையாளுதல், செயல்பாடுகள் தேவையா? கற்றல் என்பது மனிதச் செயல்பாடு; அதற்கு மற்றவர்களின் குறுக்கீடு தேவையில்லை. பெரும்பாலான கற்றல், கற்பித்தலின் விளைவு அல்ல. கற்கப்படவேண்டியவற்றோடு கற்பவர் ஒன்றிக் கற்கிறார். ஆனால் கல்விக்கூடம் அவர்களின் தனிப்பட்ட அறிதிறன் வளர்ச்சியை விரிவாகத் திட்டமிட்டு நிறைவேற்றுவதை அதன் அடையாளமாகக் காண்கிறது.

ஒருவர் கல்விக்கூடத்தின் அவசியத்தை ஏற்றுக்கொண்டு விட்டார் என்றால் மற்ற நிறுவனங்களுக்கும் அவர் எளிதில் இரையாகிவிடுகிறார். பாடத்திட்டம் சார்ந்த கற்பித்தலில் இளையோர் தங்கள் கற்பனைகள் வடிவெடுப்பதை அனுமதித்துவிட்டால், எல்லாவிதமான நிறுவனத் திட்டத்திற்கும் பழக்கமாகிவிடுகிறார்கள் அவர்களுடைய கற்பனைகளைக் 'கற்பித்தல்', அடைத்துவிடுகிறது. இவர்களை ஏமாற்ற முடியாது. ஆனால் அவர்களுடைய சிந்தனையை மாற்றலாம். ஏனென்றால் அவர்கள் நம்பிக்கையின் இடத்தில் எதிர்பார்ப்புகளை வைக்க உத்திரவாதம் தரப்பட்டிருக்கிறார்கள். அவர்களை மற்றவர்கள் வியப்படைய வைக்க முடியாது. ஆனால் பிறரிடமிருந்து என்ன எதிர்ப்பார்க்க வேண்டும் என்று கற்றுத்தரப்பட்டிருக்கிறார்கள். அதற்குப் பிறகும் கூட அதே பயிற்சிக்கு உள்ளாகியிருக்கிறார்கள். இது அனைவருக்கும் பொருந்தும்.

இதனால் பொறுப்பானது தனிமனிதனிடமிருந்து நிறுவனத்திற்கு மாற்றப்படுகிறது. இதனைக் கடமையாக ஏற்றுக்கொண்டால் சமுதாயப் பின்னடைவுகளுக்கும் காரணமாகிறது. எனவே தாங்கள் படித்த கல்விக்கூடத்தை எதிர்த்துப் புரட்சி செய்தவர்கள் அங்கேயே ஆசிரியர்களாகச் சேர்ந்துவிடுகிறார்கள். அவர்களுடைய தனிப்பட்ட கற்பித்தலால் மற்றவர்களைத் தாண்டி விளைவுகளுக்குப் பொறுப்பு ஏற்றுக்கொள்ளும் துணிச்சலை அவர்கள் வளர்த்துக் கொள்வதில்லை. இது ஒரு புதுவித ஈடிப்பஸ் கதை. ஈடிப்பஸ் இங்கே ஆசிரியராகித் தனது குழந்தைகளைப் பெற அவரைத் தாயாக்குகிறார்கள். அதாவது கற்பிக்கப்படுவதற்குப் பழகிப்போனவர் கட்டாயமாகக் கற்பிப்பதில் பாதுகாப்பு தேடுகிறார். இன்னும் வேறுவிதமாகச் சொல்லப்போனால், தனது அறிவை ஒரு நடைமுறையில் பெறும் ஒரு பெண் அதனை மற்றவர்களிடம் மறு உருவாக்கம் செய்ய விரும்புகிறாள்.

மதிப்பீடுகளின் அளவீடு என்ற கட்டுக்கதை

கல்விக்கூடம் ஊட்டுகின்ற, நிறுவனமாக்கிய விழுமியங்கள் அளவிடப்படக்கூடியன. இளையோரைக் கல்விக்கூடம் ஒரு உலகத்தினுள் நுழைத்துவிடுகிறது. இங்கு கற்பனைகள் முதல் மனிதன் வரையில் அனைத்தையும் அளவிடமுடியும். ஆனால் தனிமனித வளர்ச்சி என்பது அளவிடப்பட முடியாத ஒன்று. கட்டுபாட்டிற்குள் அமைந்த மறுப்பின் அல்லது எதிர்ப்பின் வளர்ச்சி. இதனை எந்த அளவுகோல் கொண்டும், எந்தத் திட்டம் கொண்டும் அளவிட முடியாது. வேறு ஒருவருடைய அடைவோடு, சாதனையோடு ஒப்பிடவும் முடியாது. இங்ஙனம் கற்றலில் கற்பனை முயற்சியில்தான் ஒருவரைப் பின்பற்ற முடியும். அவர்களுடைய நடையைப் போல் நடிக்காமல் அவர்களுடைய அடிச்சுவட்டைத்தான் பின்பற்றிச் செல்ல முடியும். நான் வெகுவாக மதிக்கும் கற்றல் அளவிடப்படமுடியாத படைப்பாற்றல்.

கற்றலைப் பாடப் பகுதிகளாகப் பிரித்து, முன்னரே ஆயத்தப்படுத்தப்பட்ட கட்டமைப்புகளாலான பாடத்திட்டத்தை அமைக்கிறது கல்விக்கூடம். அதனை மாணவரிடம் புகுத்தி ஒரு பன்னாட்டு அளவுகோலால் அதன் விளைவை அளக்க முயல்வதாகக் காட்டிக்கொள்கிறது. மக்கள் தங்களுடைய தனிப்பட்ட வளர்ச்சியை அளக்க மற்றவர்கள் தரும் அளவீட்டிற்குத் தங்களை உட்படுத்திக்கொள்கிறார்கள். அவர்கள் தங்களுடைய இடத்தில் இருக்காமல், அவர்களுக்கு அளிக்கப்பட்ட அமைப்புக்குள் தங்களைத் திணித்துக்கொள்கிறார்கள். ஏனென்றால் அதனைத் தேடத்தான்

அவர்கள் கற்பிக்கப்படுகிறார்கள். இதன் மூலம் பிறரையும் அவர்களுடைய இடங்களில் இருத்திக்கொள்ளச் செய்கிறார்கள். கடைசியில் எல்லாம், எல்லோரும் தங்களுக்குக் குறிக்கப்பட்ட இடத்தில் பொருந்தும் வரை இந்தச் செய்முறை தொடர்கிறது.

இங்ஙனம் முன்னால் தீர்மானிக்கப்பட்ட அமைப்புக்குள் அடக்கத் தங்களை உருவாக்கிக்கொள்ள, கற்பிக்கப்படும் மக்கள், அளவைக்கு உட்படுத்தப்படாத அனுபவம் தங்கள் கைகளில் இருந்து நழுவிவிட அனுமதிக்கிறார்கள். அவர்களுக்கு அளவிடப்படமுடியாதது இரண்டாம் தரமானதும், அச்சுறுத்தக்கூடியதும் ஆகிவிடுகிறது. அவர்களுடைய படைப்பாற்றல் காணாமற்போய்விடுகிறது. கற்பித்தலுக்கு உட்படும்போது தாங்களாகவே தங்களுக்கு வேண்டியதைச் செய்யக்கூடிய ஆற்றலை இழந்து தாங்கள் தாங்களாகவே இல்லாமல், ஏற்கெனவே செய்யப்பட்டவற்றை அல்லது உண்டாக்கப்படக்கூடியதை மட்டுமே மதிக்கிறார்கள்.

மதிப்பீடுகளை உண்டாக்கவும் அளவிடவும் முடியுமென்ற கருத்து மக்களுக்குக் கற்றுத்தரப்பட்ட பிறகு மக்கள் எல்லாவிதமான தரப்பட்டியல்களையும் ஏற்றுக்கொள்கிறார்கள். நாடுகளின் வளர்ச்சிகளை அளவிட ஒரு அளவுகோல். குழந்தைகளின் நுண்ணறிவை அளக்க இன்னொன்று. மக்களின் எண்ணிக்கையைக் கணக்கிடுவது அமைதியை நோக்கிய முன்னேற்றத்தை அளக்கக் கருவியாகிறது. கல்விக்கூடப் பயிற்சிக்கு உட்பட்ட உலகத்தில் மகிழ்ச்சிக்கான பாதை, நுகர்வோர் குறியீடுகளால் பதிக்கப்பட்டிருக்கிறது.

விழுமியங்களை ஒன்றாக அடைத்துவிடலாம் என்ற கட்டுக்கதை

கல்விக்கூடம் பாடத்திட்டத்தை விற்கிறது. பாடத்திட்டம் என்பது மற்ற விற்பனைப் பொருள்களைப் போன்ற தயாரிப்பு முறைகளும் கட்டமைப்பும் உள்ள பொருள்களின் சிப்பம். பல பள்ளிகளில் பாடத்திட்டம் தயாரிப்பது அறிவியல்பூர்வமான ஆராய்ச்சிப்படி தொடங்குவதாகச் சொல்லிக்கொள்வார்கள். அதனடிப்படையில் நிதிஒதுக்கீடு, சமூகத்தடை ஆகியவற்றிற்கு உடனே வருங்காலத் தேவைகளை கல்விப்பொறியாளர்கள் முன்னறிவிக்கிறார்கள். வினியோகிப்பவர்களாகிய ஆசிரியர் நுகர்வோராகிய மாணவர்களுடைய எதிர்விளைவுகளையும், வினைகளையும் கவனமாக ஆராய்ந்து அடுத்த மாதிரியைத் தயாரிப்பதற்கான ஆய்வுத் தரவுகளைத் தருகிறார்கள். அவற்றின் அடிப்படையில் அடுத்த மாதிரி மாணவர் வடிவமைத்ததாக,

அணி கற்பித்தலாக, துணைக்கருவிகளின் உதவியுடன் உள்ளதாகப் பாடப்பொருளை மையப்படுத்தியதாக இருக்கும். பாடத்திட்டத்தை அமைப்பது மற்ற சந்தை நடத்தைகளைப் போலவே இருக்கிறது. நுகர்வோரான மாணவர்கள் தங்கள் தேவைகளையும் ஆசைகளையும் வணிகக்கூடத்தில் விற்கக்கூடிய மதிப்புள்ளவைகளுக்கு ஏற்றதாக அமைத்துக்கொள்ளக் கற்றுத்தரப்படுகிறார்கள். நுகர்வோர் ஆராய்ச்சியாலும் இந்த மதிப்பெண்கள், அல்லது சான்றிதழ்கள் இருந்தால் இந்தக் குறிப்பிட்ட வேலைக்குப் போகலாம் என்று முன்னறிவிப்புகளைக் கொடுக்கிறார்கள். இவற்றைக்கொண்டு மாணவர்கள் தங்கள் எதிர்பார்ப்புகளை வளர்த்துக்கொள்கிறார்கள். அவற்றிற்கு ஏற்பத் தாங்கள் நடக்கவில்லையென்றால், குற்ற உணர்வுகளுக்கு உள்ளாகிறார்கள்.

கல்வியாளர்கள் கற்றலுக்கான இடர்ப்பாடுகளானது பாடத்திட்டத்தின் செலவுகளுக்கு ஏற்ப உயர்கின்றன என்பதன் அடிப்படையில் அதிக செலவு வைக்கும் பாடத்திட்டத்தை நியாயப்படுத்துகிறார்கள். இது பார்க்கின்சன் விதியைப் பயன்படுத்துவதாகும். அந்த விதியின்படி ஒரு வேலையைச் செய்ய வளங்கள் கிடைப்பதைப் பொறுத்து அது விரிவடைகிறது. கல்விக்கூடத்தில் எல்லாத் திசைகளிலும் இந்த விதியைச் சரிபார்த்துக் கொள்ளலாம். எடுத்துக்காட்டாக பிரெஞ்சுப் பள்ளிகளில் வாசித்தலில் குறைபாடுகள் அவர்களுடைய ஒரு நபர் செலவு அதிகமான பிறகுதான் ஒரு பிரச்சினையாக ஆயிற்று. அதாவது 1950களில் அமெரிக்காவின் பள்ளிகளில் வாசித்தலில் இயலாமைகள் தோன்றின. அந்த அளவிற்கு ஒரு நபர் செலவு பிரான்சில் உயர்ந்த பிறகுதான் இப்படி ஆயிற்று.

உண்மையில், நல்ல உடல்நலமுள்ள மாணவர்கள் கற்பித்தலுக்கு, தங்கள் எதிர்ப்பை இருமடங்காக ஆக்கிக்கொள்கிறார்கள். ஏனென்றால் தங்களை யாரோ அவர்களுக்குச் சாதகமாகப் பயன்படுத்திக் கொண்டிருக்கிறார்கள் என்பது புரிகிறது. இந்த எதிர்ப்புக்குக் காரணம் பொதுப் பள்ளிகளில் காணப்படும் அதிகாரத் தோரணை அல்ல. சில இலவசப் பள்ளிகளிலிருக்கும் தங்கள் பக்கம் ஈர்க்கும் அவற்றின் நடைமுறையால் அல்ல. மாறாக, எல்லாப் பள்ளிகளிலும் காணப்படும் அடிப்படை அணுகுமுறைதான் காரணம். அந்த அணுகுமுறை, ஒருவருடைய முடிவு இன்னொருவர் என்ன எப்போது கற்க வேண்டும் என்பதைத் தீர்மானிக்கிறது.

உள்ளேயே ஏற்படும் வளர்ச்சி என்ற கட்டுக்கதை

ஒருபக்கம் கற்றலினால் வருகின்ற வருவாய் குறைவு. இன்னொரு பக்கம், முரண்பாடாக ஓராளுக்கான கல்விச் செலவு அதிகப்படுகிறது. இதனால் மாணவருக்கு அதன் மதிப்பு உயர்வாகத் தெரிகிறது. கல்விக்கூடம் மாணவரைப் போட்டிபோடும் பாடத்திட்ட நுகர்விற்குள் தள்ளிவிடுகிறது. இன்னும் உயர்மட்ட முன்னேற்றத்தை நோக்கிக் துரத்துகிறது. மாணவன் மேலே மேலே இந்தப் பிரமிடில் ஏற, பள்ளியிலேயே தங்க ஊக்கப்படுத்த ஆகும் செலவினங்கள் உயர்கின்றன. உயர்கல்வியில் கால்பந்தாட்ட அரங்கங்கள், சிற்றாலயங்கள், பன்னாட்டுக் கல்விக்கான பாடங்கள் என்ற போர்வையில் அவை இருக்கின்றன. கல்விக்கூடம் எதைச் சொல்லித் தருகிறதோ இல்லையோ, உயர உயரப் போவதின் மதிப்பைக் கற்றுத் தருகிறது. அமெரிக்க வழியில் செயல்படுவதின் மதிப்பை அதிகமாக்குகிறது.

வியட்நாம் போர் இந்த விவாதத்திற்கு மிகப் பொருந்துகிறது. அதிகப்படியான செலவில் குண்டுகளால் எத்தனைபேர் கொல்லப்பட்டிருக்கிறார்கள் என்ற எண்ணிக்கையாலேயே அந்தப் போரின் வெற்றி மதிப்பிடப்படுகிறது. இந்த மிருகத்தனமான கணக்கெடுப்பை வெட்கமில்லாமல் உடல் எண்ணிக்கை (Body Count) என்று சொல்லுகிறார்கள். தொழில் என்பது தொழில் முடிவில்லாமல் பணம் சேர்ப்பது. அதுபோலப் போர் என்று சொல்லுவது முடிவில்லாமல் இறந்த உடல்களைச் சேகரிப்பது. அதுபோலக் கல்வி என்பது கல்விக்கூடத்தில் கற்க வைப்பது. இந்தச் செயல்முறை மாணவரின் மணிநேரங்களால் இங்கு எண்ணப்படுகிறது. பல செயல்முறைகள் அவை திரும்பப் பெறமுடியாதவை ஆனால், அவற்றை அவையே நியாயப்படுத்திக் கொள்கின்றன. பொருளாதாரத் தரத்தில் நாடு மேலும் மேலும் பணக்கார நாடாகிறது. இறந்தோரைக் கணக்கிடும் அளவையில், நாடு வெற்றிமேல் வெற்றி பெறுகிறது. கல்விக்கூடத் தரத்தில் மக்கள் அதிகமாகக் கல்வி பெற்றவர்கள் ஆகிறார்கள்.

கல்விக்கூடப் பாடங்கள் கற்பித்தலை அதிகமாக்கிக் கொண்டே போகின்றன. பெரும்பசி இந்தப் பசியினால் உறிஞ்சிக்கொள்ளுதல் அதிகமானாலும், ஒருவருக்கு நிறைவு ஏற்படும் அளவிற்கு அறிவைத் தேடிய மகிழ்ச்சி இருக்காது. ஒவ்வொரு பாடமும் இன்னும் இன்னும் அதிகமாக நுகர்ந்துகொண்டே போவதற்கான கற்பித்தலை உள்ளடக்கியே வந்திருக்கிறது. சென்ற ஆண்டு தரப்பட்ட பொட்டலத்தின் மேலுரை இந்த ஆண்டு நுகர்வோருக்குப் பழையதாகப் போய்விடுகிறது. பாடப் புத்தகங்களை

அச்சிடுவதிலுள்ள கள்ளத்தனம் இந்தத் தேவையால் அதிகமாகிறது. கல்விச் சீர்திருத்தவாதிகள் ஒவ்வொரு புதிய தலைமுறைக்கும் புதியவற்றை, மிகச் சிறந்தவற்றைத் தர உறுதியளிக்கின்றனர். அவர்கள் தருவதைக் கேட்டுப் பெறுவதற்கும் பொதுமக்கள் பயிற்சி அளிக்கப்படுகிறார்கள். இடையில் நிறுத்தியவர்கள் தாம் எதை இழந்துவிட்டோம் என்று எப்போதும் நினைவுபடுத்தப்பட்டுக் கொண்டிருக்கிறார்கள். பட்டம் பெற்றவர் புதிதாக வரும் மாணவனுக்குத் தான் தாழ்ந்தவர் என்று எண்ண வைக்கப்படுகிறார். அதிமாகி வரும் ஏமாற்று வேலைகளின் உலகில் எங்கே நிற்கிறோம் என்பது இருவருக்கும் தெரியும். இந்த விரிந்துவரும், எரிச்சலூட்டும் இடைவெளியையும் 'உயர்ந்து கொண்டே போகும் எதிர்பார்ப்புகளின் புரட்சி' என்று கூறிக்கொள்ளும் ஒரு சமுதாயத்தைத் தொடர்ந்து ஆதரிக்கிறார்கள்.

ஆனால் முடிவற்ற நுகர்வு, என்றென்றும் நிகழும் முன்னேற்றம் என்று வளர்ச்சியைக் கருதினால் அது முதிர்ச்சிக்கு இட்டுச் செல்லாது. எண்ணிக்கை அளவில் எல்லையற்ற முன்னேற்றத்திற்கு அடிமையாவது உயிர்மை சார்ந்த வளர்ச்சியைத் தடுத்துவிடும்.

சடங்கு விளையாட்டும் புதிய உலக மதமும்

வளர்ந்த நாடுகளில் கல்விக்கூடத்தை விட்டுப் போகும் வயது, எதிர்பார்க்கப்படும் வாழ்நாள் *(Life Expectancy)* ஆண்டுகளைவிட வேகமாக இருக்கிறது. இந்த இரண்டு வயதுகளையும் ஒரு வரைபடத்தில் குறித்தால் அவையிரண்டும் இன்னும் பத்தாண்டுகளில் ஒரு இடத்தில் சந்தித்துவிடும். அப்போது ஒருவருக்குத் தரப்பட வேண்டிய கல்வியின் குறைந்த அளவு வகுப்பு என்பதைப் பற்றிப் பேசுகிறவர்களுக்குச் சிக்கல் வந்துவிடும். மத்திய காலங்களின் பிற்பகுதி எனக்கு நினைவுக்கு வருகிறது. அப்போது வாழ்நாளை விட (கிறித்தவத்) திருச்சபையின் பணிகளுக்கான தேவை அதிகமாகிவிட்டது. ஆகவே போப்பாண்டவரின் ஆளுகைக்குட்பட்டு ஆன்மாக்கள் முடிவில்லா அமைதியைப் பெறுவதற்கு முன்னர் தூய்மைப்படுத்துவதற்காகப் பாவம் நீங்குமிடம் ஒன்றை உண்டாக்கினார்கள். அதிலிருந்துதான் பாவ மன்னிப்புச் சீட்டுகள் விற்பனைக்கு வந்தன. அதுதான் சீர்திருத்தத்திற்கு வழி வகுத்தது. என்றுமிருக்கும் முடிவில்லா வாழ்வு பற்றிய நம்பிக்கையின் இடத்தை இப்போது முடிவில்லா நுகர்வு என்னும் கட்டுக்கதை பிடித்துக்கொண்டது.

அர்னால்ட் டாயின்பி (வரலாற்று அறிஞர், நூலாசிரியர்) சொல்லுவதை இங்கே பார்ப்பது பொருத்தமாக இருக்கும். பெரியதொரு பண்பாட்டின் அழிவின்போது, புதிய உலகச் சமயம் எழுவதும் நடைபெறும். இந்தப் புதுத்திருச்சபை, உழைப்பாளி வர்க்கத்திற்கு நம்பிக்கை தந்து போர்ப்படை வகுப்பறைத் தேவைகளையும் நிறைவேற்றும். டாயின்பி சொன்னது இன்றைய கல்விக்கூடத்திற்கும் பொருந்தும். இன்றைய பண்பாட்டின் அழிவின்போது எழும் உலக மதம் கல்விக் கூடம்தான். இன்றைய உலகில் சமுதாயக் கோட்பாடுகளுக்கும் சமுதாய உண்மைநிலைக்கும் இடையேயுள்ள ஆழமான முரண்பாட்டை வேறு எந்த நிறுவனத்தாலும் கல்விக்கூடம்போல் மூடி மறைக்க முடியாது. மதம் சாராத, அறிவியல் சார்ந்த, இறப்பை மறுக்கும் ஒன்றாக இருப்பதால் அது இன்றைய மனநிலைக்கு ஏற்றதாக இருக்கிறது. அதனுடைய பழமையான, குற்றம் பார்க்கும் பாங்கு அதனை மத எதிர்ப்பு இயக்கமாக இல்லாவிட்டாலும் பன்முகம் கொண்டதாகக் காட்டுகிறது. அதன் பாடத்திட்டம் அறிவியலுக்கு இலக்கணம் கூறுகிறது. அதே சமயம் அதனுடைய தன்மையே அறிவியல் ஆராய்ச்சியால் வரையறுக்கப்படுகிறது. இன்னும் யாரும் கல்விக்கூடத்தை முடக்கவில்லை. இன்னொரு வாய்ப்புதராமல் தனது கதவுகளை அது எப்போதும் அடைப்பதில்லை. குறை நீக்கும் கல்வி, வயது வந்தோர் கல்வி, தொடக்கக் கல்வி என்று பல வடிவில் அது வருகிறது.

சமுதாயக் கட்டுக்கதையை அதுவே திறமையாக உண்டாக்கி, அது தொடரவும் உதவுகிறது. ஏனென்றால் மதிப்பெண்கள் சார்ந்து உயர் வகுப்புக்குப் போகும்போது சடங்கு விளையாட்டுதான் அதன் கட்டமைப்பு. இந்தச் சூதாட்டச் சடங்குக்கு அறிமுகம் செய்வதுதான் என்ன, எப்படிக் கற்றுத்தருகிறது என்பதைவிட முக்கியம். இந்த விளையாட்டுதான் கல்விக் கூடங்களின் இரத்தத்தினுள் நுழைந்து ஒரு பழக்கமாக மாறிவிடுகிறது. இதனால் ஒரு சமுதாயம் முழுவதுமே சேவைகளை முடிவில்லாமல் நுகரும் கட்டுக்கதைக்கு அறிமுகப்படுத்தப்பட்டுவிடுகிறது. இது எந்த அளவிற்கு வளர்ந்துவிட்டது என்றால் இந்தத் திறந்த நிலைச் சடங்கு எங்கும் கட்டாயமாக ஆக்கப்படுகிறது. இந்த விளையாட்டை ஆட முடியவில்லையா? விருப்பமில்லையா? பன்னாட்டு விளையாட்டில் போட்டிபோடுபவர்கள் இதற்காக உலகின் தீமைகளுக்கு இதனை விளையாட முடியாத விளையாட விரும்பாதவர்கள் மேல் பழிசொல்லி, சடங்குப் போட்டியைப் பன்னாட்டு விளையாட்டினுள் நுழைய கல்விக்கூடம் வழிகாட்டுகிறது.

இங்கே பள்ளிக்கூடம் அறிமுகப்படுத்தும் சடங்காக மாறி அது மேலும் கூடிக்கொண்டே போகிறது. நுகர்வுப் போட்டிக்குப் புதிதாகச் சேர்ந்தவர்களை அறிமுகப்படுத்துகிறது. இது பிராயச்சித்தம் செய்யும் ஒரு சடங்கு. அதனுடைய கல்வியாளர்கள் என்னும் குருமார்கள் பின்பற்றுபவர்களுக்கும், அதிகாரத்தின் கடவுள்களுக்கும் இடையே சமரசம் செய்கிறார்கள். இந்தப் பிராயச்சித்தச் சடங்குகளில் கல்வியை இடையில் நிறுத்திவிடும் மாணவர்களை வளர்ச்சிக் குறைவின் பலிகடாக்களாகப் பலியிட்டுவிடுகிறார்கள்.

பலரால் ஒருசில ஆண்டுகள் மட்டுமே பள்ளியில் செலவிட முடிகிறது. குறிப்பாக லத்தீன் அமெரிக்க, ஆசிய, ஆப்பிரிக்க நாட்டு மக்களிடம் இது அதிகம். அவர்களும், பள்ளிக்காலத்தில் குறைவான ஆண்டுகளே செலவிடுகிறோம், குறைவான நுகர்வையே அனுபவிக்கிறோம் என்ற குற்றஉணர்வுடனே கற்கிறார்கள். மெக்சிகோவில் சட்டப்படி ஆறாண்டுப் பள்ளிப்படிப்பு கட்டாயம். பொருளாதாரத்தில் மிகவும் பின்தங்கிய குடும்பங்களில் பிறந்த குழந்தைகளில் மூன்றில் ஒரு பகுதியினர்கூட முதல் கோட்டைத் தாண்டுவதில்லை. அப்படியே தாண்டினாலும் நூற்றில் நான்குபேர்தான் கட்டாயக் கல்வியான ஆறாம் வகுப்பை முடிக்கிறார்கள். மத்தியதர வர்க்கத்தினராக இருந்தால் அவர்களில் நூற்றில் பன்னிரண்டே பேருக்கு அந்த வாய்ப்புகள் கிடைக்கின்றன. இந்த நிலையில் லத்தீன் அமெரிக்காவின் இருபத்தைந்து சுதந்திர நாடுகளைவிட மெக்சிகோதான் பொதுக்கல்வி அளிப்பதில் முதலில் நிற்கிறது.

எல்லா இடங்களிலும் எல்லாக் குழந்தைகளுக்கும் தங்களுக்கு வாய்ப்பு - அது சமவாய்ப்பாக இல்லாவிட்டாலும் - தரப்பட்டிருக்கிறது என்று தெரியும். பன்னாட்டுத் தரத்தில் சமம் என்பதோடு அவர்களுடைய ஏழ்மையும், இடைநின்றவர்களில் ஏற்றுக்கொள்ளப்பட்ட பாகுபாடும் சேர்ந்துகொண்டன. பெருகிவரும் எதிர்பார்ப்புகளில் பயிற்சிபெற்ற அவர்கள் கல்வியின் அருளிலிருந்து விலக்கப்பட்டதை ஏற்கின்றனர். இதனால் அதிகமாகி கொண்டே போகும் எரிச்சலுக்கு ஒரு காரணத்தைக் கண்டுகொள்கிறார்கள். கிறிஸ்தவர்கள் திருமுழுக்குப் பெற்றால் அவர்கள் வானகம் செல்லத் தகுதி பெறுகிறார்கள். ஆனால் இங்கே கல்விக்கூடம் எனும் கோவிலுக்குப் போகாவிட்டால் அவர்கள் விண்ணகத்திலிருந்து விலக்கப்படுகிறார்கள். கிறிஸ்தவர்கள் ஆதாம் ஏவாளின் ஆதிபாவத்தோடு பிறப்பதாகக் கருதும் அந்தப் பாவத்தைப் போக்கத் திருமுழுக்குப் பெற வேண்டும் என்றும் நம்புகிறார்கள். பிறகு அவர்களுடைய தனிப்பட்ட பாவங்களுக்கும்

மேலுலகில் தண்டனை அனுபவிப்பார்கள். அதுபோல இங்கும் பாவத்தில் பிறந்தவர்கள் கல்விக்கூடத்தில் முதல் வகுப்பில் திருமுழுக்குபெறுகிறார்கள். ஆனால் அவர்களுடைய சொந்தத் தவறுகளால் 'கெஹனா'விற்குச் (சேரிகளுக்குச்) செல்கிறார்கள். மீட்பு என்பது பணம் சேர்ந்தவர்களுக்கே சொந்தம் என்ற நம்பிக்கையின் சமுதாயப் பாதிப்புகளை மேக்ஸ் வீபர் கண்டுள்ளார். அதுபோல அருளும் கல்விக்கூடத்தில் ஆண்டுகளைச் சேர்ந்தவர்களுக்கே ஒதுக்கப்படுகிறது என்று கூறலாம்.

வரவிருக்கும் அரசு: எதிர்பார்ப்புகளை உலகமயமாக்குவது

கல்விக்கூடத்திலிருந்து நுகர்வோர் (மாணவர்) சிலவற்றை எதிர்பார்க்கிறார்கள். அவற்றை நிறைவேற்றுவதாகக் கல்விக் கூடங்கள் சொல்லிக்கொள்கின்றன. உருவாக்குவதான கல்விக்கூடம் தன்னுடைய சடங்குகளின் மூலம் நம்பிக்கைகளை வெளிப்படுத்துகிறது. இவ்விரண்டையும் இணைக்கிறது கல்விக்கூடம். இப்போது உலகெங்கும் 'வணிகப்பொருள் வழிபாடு' காணப்படுகிறது. சென்ற நூற்றாண்டின் நாற்பதுகளில் ஒரு வித மதநம்பிக்கையாளர்கள் ஒரு குறிப்பிட்ட நம்பிக்கையைப் பரப்பி வந்தார்கள். தங்கள் வெற்றுடம்பில் கறுப்பு டையை அணிந்தால் இயேசு பனிப்பெட்டி, இரண்டு கால் சட்டைகள், தையல் எந்திரம் ஆகியவற்றை எடுத்துக்கொண்டு படகில் வருவார் என்று நம்பினார்கள். அதுபோன்ற ஒருவித நம்பிக்கையாகக் கல்விக்கூடம் இன்று வளர்கிறது.

இன்னொரு முரண்பாடும் இருக்கிறது. கல்விக்கூடம் ஓர் ஆசிரியரைச் சார்ந்திருக்கும் வளர்ச்சியோடு, எல்லா ஆற்றலும் பெறவேண்டும் என்ற உணர்வின் வளர்ச்சியையும் ஒன்றாகச் சேர்க்கிறது. அனைத்து ஆற்றலும் பெறும் மாணவர் வெளியில் சென்று எல்லா நாடுகளிலும் தங்களை மீட்டுக்கொள்ளுமாறு கற்பிக்க முடியும். இந்தச் சடங்கு கடின உழைப்பாளிகளின் செயற்பழக்கங்களுக்குத் தகுந்தாற் போல் அமைக்கப்படுகிறது. முடிவே இல்லாத நுகர்வு என்னும் இவ்வுலக சுவர்க்கம் என்ற கட்டுக்கதையைக் கொண்டாடுவதே இதன் நோக்கம். இதனையே கடைநிலையினருக்கும், பொருள் இழந்தோருக்கும் ஒரே நம்பிக்கை என்று பறைசாற்றுகிறார்கள்.

இவ்வுலக எதிர்பார்ப்புகள் நிறைவு செய்யமுடியாதவை. தொற்று நோய்போல வரலாறு முழுவதும், குறிப்பாகக் குடியேற்ற நாடுகளின் மத்தியிலும், ஓரங்கட்டப்பட்டோரிடமும் இந்த எதிர்பார்ப்புகள் நிகழ்ந்திருக்கின்றன. ரோமானியப் பேரரசில் யூதர்களுக்கு ஒரு மீட்பர் இருந்தார். சீர்திருத்தத்தின்போது உழவர்களுக்கு

தாமஸ் மைன்சர் இருந்தார். நாடிழந்த சிவப்பிந்தியருக்கு அவர்களுடைய நடனக்காரர்கள் இருந்தார்கள். இந்தக் குழுக்களை எப்போதும் இறைவாக்கினர் வழிநடத்திச் சென்றார். அவர்களுக்குத் தரப்பட்ட உறுதிமொழிகளும் ஒருசிலவே. இதற்கு மாறாக, கல்விக்கூடம் தூண்டிவிட்டிருக்கும் ஓர் அரசுக்கான எதிர்பார்ப்பு எந்தத் தனி ஆளையும் முன்னிறுத்தவில்லை: வருங்காலத்தைப் பற்றியும் முன்னுரைப்பதில்லை. மனிதன் தனது மீட்பரை-மெஸ்ஸையாவினை - உண்டாக்கும் பொறிஞனாக ஆகிவிட்டான். அவனுடைய ஆட்சிக்கு அறிவியலின் கணக்கற்ற பரிசுகளை உறுதியளிக்கிறான்.

புதிய அன்னியப்படல்

கல்விக்கூடம் புதிய உலகச் சமயம் மட்டுமல்ல. அது மிகவும் வேகமாக வளரும் தொழிற்சந்தை. நுகர்வோரைத் பொருளாதாரத்தின் முதன்மை வளர்ச்சியாக தூண்டிவிடுதல் ஆகிவிட்டது. பணக்கார நாடுகளின் உற்பத்திச் செலவு குறையும்போது, கட்டுப்படுத்தப்பட்ட நுகர்வுக்காக மனிதனை ஆயத்தப்படுத்த மூலதனத்தையும், வேலையையும் அதிகமாக ஒருமுகப்படுத்துகிறார்கள். கடந்த பத்தாண்டுகளில் கல்வி அமைப்பு நேரடியாக மேற்கொள்ளப்பட்டிருக்கிற மூலதனங்கள் பாதுகாப்புச் செலவினங்களை விட வேகமாக அதிகரித்தன. ஆயுதக்குறைப்பு நடவடிக்கையினால் கற்பிக்கும் தொழில் தேசியப்பொருளாதாரத்தின் மையத்தைப் பிடித்துவிடச் சட்டப் பூர்வமாக வீணாக்குவதற்கு கல்விக்கூடம் எல்லையற்ற வாய்ப்பைத் தருகிறது. அதன் அழிவுத்தன்மையை யாரும் அடையாளம் கண்டுகொள்ளுவதில்லை.

முழுநேரம் ஆசிரியத் தொழிலில் ஈடுபட்டிருப்போரையும், முழுநேரம் கல்விக்கூடத்திற்கு வருகை தருவோரையும் கூட்டிப் பார்த்தோமென்றால், இந்த மேல்கட்டமைப்புதான் சமுதாயத்தின் மிகப்பெரிய முதலாளியாக, பணியமர்த்தும் நிறுவனமாக இருக்கிறது.

அமெரிக்காவில் அறுபத்தி இரண்டு மில்லியன் மக்கள் கல்விக்கூடத்தில் இருக்கிறார்கள். ஒன்பது மில்லியன் மக்கள் வேறு வேலைகளில் ஈடுபட்டிருக்கிறார்கள். நவீன மார்க்சியப் பகுப்பாய்வாளர்களால் அடிப்படையாக அறிந்து கொள்ளப்படுவது இதுதான். குறைபாடுகளை அரசியல் பொருளாதாரப் புரட்சியாளர்கள் முதலில் சரிசெய்ய வேண்டும் என்பது அவர்கள் கூற்று. எனவே சமுதாயத்திலிருந்து கல்விக் கூடத்தை அகற்றுவதைத்

தள்ளிப்போட வேண்டுமென்று சொல்லுகிறார்கள். ஆனால் கல்விக்கூடத்தை ஒரு தொழிற்சாலை என்று புரிந்துகொண்டால்தான் புரட்சிகரமான யுக்திகளைத் திட்டமிடமுடியும். மார்க்ஸைப் பொருத்தவரையில், பொருட்களின் தேவையை உண்டாக்கு வதற்கான செலவுகள் குறிப்பிடத்தக்கதில்லை. இன்றைக்குத் தொழிலாளர்கள் தேவைகளை நிறைவேற்றும் உற்பத்தியில் ஈடுபட்டிருக்கிறார்கள். தொழில் நிறுவனம் அதிமாக முதலீடுகள் செய்கிறது. இதில் பெரும்பாலும் கல்விக் கூடத்தில் நிகழ்கிறது.

ஊதியம் தரும் ஒரு தொழில் போல வேலை கருதப்படுவதால், மனிதன் படைக்கவும், புதுப்பிக்கப்படுவதுமான வாய்ப்பை இழந்து விடுகிறான். பழைய திட்டத்தில் அன்னியமாதல் இதனுடைய நேரடி விளைவுதான். இப்போது இளையோர் கல்விக்கூடங்களிலிருந்து முன்னரே அன்னியப்படுத்தப்படுகிறார்கள். கல்விக்கூடங்கள் அவர்களுடைய அறிவின் உற்பத்தியாளராகவும், நுகர்வோராகவும் பாசாங்கு செய்து தனிமைப்படுத்திவிடுகின்றன. அறிவையும் கல்விக்கூடத்தின் சந்தையில் கிடைக்கும் ஒரு பொருளாக ஆக்கிவிடுகிறார்கள். வாழ்க்கைக்குத் தயாரிப்பாகவே அன்னியப்படுத்துவதைக் கல்விக்கூடம் செய்கிறது. இதனால் கல்வி உண்மை நிலை, படைப்புச் செயல் ஆகியவற்றை இழக்கிறது. கற்பிக்கப்படவேண்டுவது அவசியமென்று கற்றுத்தருவதால் வாழ்க்கையை அன்னியமாக்கும் நிறுவனப்படுத்துவதாக ஆக்குகிறது. இந்தப் பாடத்தைக் கற்றுவிட்டால், பிறகு மக்கள் சுதந்திரமாக வளரத் தேவையான ஊக்கத்தை இழந்து விடுகிறார்கள். உறவுகள் அவர்களுக்குக் கவர்ச்சியாக இருப்பதில்லை. நிறுவன வரையறையினால் முன்கூட்டியே அனைத்தும் நிர்ணயிக்கப்படுகிறது. எனவே வாழ்க்கை முன்னிறுத்தும் ஆச்சரியங்களை மூடிவிடுகிறார்கள். மேலும் கல்விக்கூடம் நேரடியாகவோ மறைமுகமாகவோ மக்கள்தொகையில் பெரும்பகுதியைப் பணிக்கு அமர்த்திக்கொள்கிறது. இதன்மூலம் கல்விக்கூடம் மக்களை வாழ்நாள் முழுவதும் தன்னுடன் வைத்துக் கொள்கிறது. அல்லது வேறொரு நிறுவனத்திற்குப் பொருந்துமாறு ஆயத்தப்படுத்திவிடுகிறது.

இப்படிப் பார்த்தோமென்றால் புதிய உலகத் திருச்சபையும் அறிவுத் தொழிற்சாலைகளும் ஒரு தனிமனித வாழ்நாளின் பெரும்பகுதியில் அபினின் விற்பனைக்கூடமாகவும், பணிமனையாகவும் செயல்படுகின்றன. இதிலிருந்து மனித இனம் விடுபட வேண்டும். இந்த விடுதலை இயக்கத்தின் ஆணிவேராகக் கல்விக்கூடத்தை அகற்றுதல் இருக்கிறது.

கல்விக்கூடத்தை அகற்றுதலில் அடங்கியுள்ள புரட்சி

உண்மைநிலை பற்றிய மனிதனின் கண்ணோட்டத்தை உருவாக்கும் ஒரே நோக்கத்தோடு இருக்கும் புதிய நிறுவனம் கல்விக்கூடம் மட்டுமல்ல. குடும்ப வாழ்க்கை, கட்டாய இராணுவச் சேவை, உடல்நலப் பாதுகாப்பு அல்லது ஊடகம் ஆகியவற்றின் மறைமுகமான கலைத்திட்டம் மனிதனுடைய உலகக் கண்ணோட்டம், மொழி, தேவைகள் ஆகியவற்றை நிறுவன வழியில் கையாள்வதில் முக்கிய அங்கம் வகிக்கிறது. ஆனால் இவற்றில் கல்விக்கூடம் ஓர் ஒழுங்கமைவோடு, முழுமையாக அடிமையாக்கிக் கொள்கிறது. ஏனென்றால் கல்விக்கூடம் மட்டும்தான் ஆய்வுக்குட்பட்ட முடிவை உண்டாக்குவதில் முதன்மையான பங்கை வகிக்கிறது என்று சொலலிக்கொள்கிறது. அதே சமயம் தன்னைப் பற்றிக் கற்றல், மற்றவர்கள் பற்றிக் கற்றல், இயற்கை பற்றி கற்றல் ஆகியவை ஏற்கெனவே திட்டமிட்ட நடைமுறையில் அதனைச் செய்ய முடிகிறது. கல்விக்கூடம் நம்மை எவ்வளவு நெருக்கமாகத் தொடுகிறது என்றால் வேறு எதுவாலும் அதிலிருந்து நாம் விலக்கப்படுவோம் என்று எதிர்பார்க்க முடியாது.

தங்களைப் புரட்சியாளர்கள் என்று சொல்லிக்கொள்பவர்கள் எல்லாம் கல்விக் கூடத்தால் பாதிக்கப்பட்டவர்கள்தான். விடுதலையைக்கூட அவர்கள் நிறுவனமாக்கும் செயல்முறையின் விளைவென்று கருதுகிறார்கள். இது ஒரு மாயை. கல்விக் கூடத்திலிருந்து விடுதலை பெற்றால்தான் இந்த மாயை அகலும். பெரும்பாலும் கற்றலுக்குக் கற்பித்தல் தேவையில்லை என்பது இப்போதைய கண்டுபிடிப்பு. எனவே ஒவ்வொருவரும் கல்விக் கூடத்திலிருந்து விடுபடுவதற்கு நாம் ஒவ்வொருவருமே பொறுப்பு. நமக்குத்தான் அதற்குத் தேவையான ஆற்றல் இருக்கிறது. ஆகவேதான் ஒருவர் கல்விக்கூடத்திலிருந்து விடுபடாவிட்டால் அவரை மன்னிக்க முடியாது. நிறுவனத்திலிருந்து தங்களைத் தாங்களே விடுவித்துக் கொள்ளாதவர்கள் ஆட்சியாளர்களிடமிருந்து விடுவித்துக்கொள்ள முடியாது. அதுபோலவே கட்டாயக் கல்வியிலிருந்து விடுபடாதவர்கள் தங்களை நுகர்வுக் கலாச்சாரத்திலிருந்து விடுவித்துக்கொள்ள முடியாது.

நாம் அனைவரும் கல்விக்கூடத்தில் ஈடுபட்டிருக்கிறோம். உற்பத்திப் பக்கமிருந்தும், நுகர்வுப் பக்கமிருந்தும் நாம் ஈடுபடுகிறோம். நல்ல முறையில் கற்றல் நம்மில் உண்டாக்க முடியும், உண்டாக்க வேண்டுமென்றும், நாம் பிறரிடத்திலும் உண்டாக்க முடியும் என்றும் ஒரு மூடநம்பிக்கையில் உறுதியாக இருக்கிறோம். நாம் கல்விக்கூடம் என்கிற கொள்கையிலிருந்து பின்வாங்க முயற்சிக்கிறோம் என்று

வைத்துக்கொள்வோம். அப்போது எல்லையற்ற நுகர்வை விட்டுவிட முயலும்போது நமக்குள்ளேயே எதிர்ப்பு இருப்பதைக்காட்டும். அதுபோல மற்றவர்களை அவர்களுடைய நன்மைக்காகச் செய்கிறோம் என்று கூறி நம் பக்கம் கொண்டுவந்துவிட முடியும் என்பதற்கும் எதிர்ப்பு வெளிப்படும். அதாவது கல்விக்கூட நடைமுறையில் பிறரைச் சுரண்டுவது என்பதில் யாரும் முழுமையாக விதிவிலக்கு பெற முடியாது.

வேலைக்கு அமர்த்துபவற்றில் மிகப் பெரியதும், ஊர் பேர் தெரியாமல் இயங்குவதும் பள்ளிக்கூடம்தான். தொழிற்சாலைக் கட்டடங்களைவிட ஒரு புதுவகையான தொழில்முனைவதற்கு எடுத்துக்காட்டாகக் கல்விக்கூடம் இருக்கிறது. இதுவரையில் பொருளாதாரத்தை ஆதிக்கம் செலுத்திவந்த பன்னாட்டுக் கூட்டிணையங்கள், அவற்றிற்கு உதவிசெய்பவை, ஒருநாள் அவற்றின் இடத்தையே பிடித்துக்கொள்ளக்கூடியவை, பன்னாட்டு அளவில் திட்டமிடப்படும் பணிமுகமைகள். இந்தத் தொழில்முனைவோர் எந்த மாதிரியாகத் தங்கள் பணிகளைத் தருகின்றனர் என்றால் அவற்றை நுகர்வதற்கு, பயன்படுத்துவதற்கு எல்லோரும் கடமைப்பட்டிருப்பதுபோல ஆகிறார்கள். அவை பன்னாட்டளவில் தர நிர்ணயம் செய்யப்படுகின்றன: அவற்றின் பணிக்கான மதிப்பினை அவ்வப்போது நெறிமுறைப்படுத்துகின்றன.

போக்குவரத்தை எடுத்துக்கொள்வோம். அது புதிய கார்களிலும் நெடுஞ்சாலைகளிலும் நம்பிக்கை வைக்கிறது. போக்குவரத்து வசதி, மதிப்பு, வேகம், புதுரகக் கருவிகள் ஆகியவற்றின் தேவைகள் நிறுவன அளவில் இணைக்கப்பட்டுள்ளன. அதேபோல் மருத்துவ வசதி என்பதும், அந்தப் பணிக்கு அரசு செலவழித்தாலும், தனியாள் செலவழித்தாலும், ஒரு விசித்திரமான வழியில் வரையறுக்கப்படுகிறது. இப்படி ஒவ்வொரு துறையிலும் நிறுவன அமைப்பின் ஆதிக்கம் இருக்கிறது. அதுபோலப் பட்டங்கள் பெறுவதற்காக ஒரு வகுப்பிலிருந்து அடுத்த வகுப்பிற்குத் தேர்ச்சி செய்வது, ஒரு மாணவனை ஒரு பணி இடத்திற்குப் பொருத்தமாக ஆக்குகிறது. தகுதிச் சான்றுபெற்ற மனித ஆற்றலின் பன்னாட்டுப் பிரமிடில் அவன் பொருந்திப்போகிறான்.

இவற்றிலெல்லாம் பணி என்பது ஒரு மறைமுக, மறைந்திருக்கிற பயனாக இருக்கிறது. தனியார் ஒருவரின் காரோட்டி, மருத்துவனையில் சிகிச்சைக்கு உட்படும் நோயாளி, வகுப்பறையிலுள்ள மாணவன் முதலான எல்லோரையுமே இப்போது புதுவகைப் பணியமர்த்துபவர்களாகப் பார்க்க வேண்டும். இந்நிலையில் கல்விக்கூடத்தில் தொடங்கும் விடுதலை இயக்கம்,

ஆசிரியர்களும் மாணவர்களும் முறையே சுரண்டுகிறவர்களாகவும் சுரண்டப்படுகிறவர்களாகவும் இருக்கிறார்கள் என்கிற விழிப்புணர்வின் அடித்தளத்தில் பிறக்கும்போது வருங்காலத்திற்கான புரட்சி யுத்திகளைக் காட்டும். ஏனென்றால் கல்விக்கூடத்திலிருந்து விடுதலை பெற ஏற்படும் புரட்சித் திட்டம் இளைஞர்களுக்குப் புதிய வகைப் புரட்சியில் பயிற்சி தரும். இதுதான் கட்டாய உடல்நலம், செல்வம், பாதுகாப்பு என்பனவற்றைக்கொண்டிருக்கும் சமூக அமைப்பிற்கு அறைகூவல்விடும்.

கல்விக்கூடத்தை எதிர்த்து நடத்தும் புரட்சியிலுள்ள ஆபத்துகள் எதிர்பார்க்க முடியாதவை. ஆனால், வேறு பெரிய நிறுவனங்களில் தொடங்கும் புரட்சியைவிடக் குறைவான பயங்கரங்களையே விளைவிக்கும். ஒரு தேசிய அரசைப்போல அல்லது ஒரு பெரிய கூட்டிணையத்தைப்போல சுய பாதுகாப்பைக் கல்விக்கூடம் இன்னும் அமைத்துக்கொள்ளவில்லை. எனவே கல்விக்கூடங்களின் பிடியிலிருந்து விடுதலை பெறுவது இரத்தம் சிந்தாமல் நிகழும். எனினும் நீதிமன்றங்களிலும், பணிமுகமைகளிலும் உள்ள அலுவலர்களின் ஆயுதங்கள் தனிப்பட்ட குற்றவாளிகள் மேல் பாயலாம், குறிப்பாக அவர்கள் ஏழைகளாக இருந்தால் இப்படி நடக்கும். ஆனால், அந்த ஆயுதங்கள் மக்கள் இயக்கத்தின் முன்னால் வலுவிழந்துபோகும்.

கல்விக்கூடம் ஒரு சமூகப் பிரச்சினையாக ஆகிவிட்டது. எல்லாப் பக்கங்களிலிருந்தும் அதனைத் தாக்குகிறார்கள். மேலும் உலகமெங்கிலும் புதுவகையான சோதனைகளைக் குடிமக்கள் குழுக்களும், அரசுகளும் முன்னின்று நடத்துகின்றன. நம்பிக்கையை விடாமல் இருக்கவும், தங்கள் மானத்தைக் காப்பாற்றிக் கொள்ளவும் அவர்கள் வழக்கத்திற்கு மாறான புள்ளி விவரங்களைப் பயன்படுத்துகிறார்கள். சில கல்வியாளர்களின் மனநிலை இரண்டாம் வத்திக்கான் சங்கத்திற்குப் பிறகு இருந்த சிலரது மனநிலைக்கு நிகராக இருக்கிறது. சங்கத்திற்குப்* பிறகு திருமறைச் சடங்குகளில் பல மாறுதல்கள் ஏற்பட்டன. நாட்டுப்புறப் பாடல்கள், ராக் இசை முதலியன திருப்பலியில் இடம்பெற்றன. இப்போது விடுதலை பெற்றதாகக் கூறப்படும் பள்ளிகளின் கலைத்திட்டமும் அப்படித்தான் இருக்கிறது. உயர்வகுப்பு மாணவர்கள் தங்கள் ஆசிரியர்களைத் தேர்ந்துகொள்ளும் உரிமையைக் கேட்கிறார்கள். இது கிறிஸ்தவத் திருச்சபையின் ஒரு

★ வத்திக்கான் திருச்சங்கம் கத்தோலிக்கரின் தலைவராகிய போப்பாண்டவரால் கூட்டப்பட்டது. அச் சங்கத்தின் முடிவுகள் திருச்சபையில் பல மாறுதல்களை ஏற்படுத்தின.

பங்கு மக்கள் தங்கள் அருட்பணியாளர்களைத் தேர்ந்துகொள்ள உரிமை கேட்பதுபோல் இருக்கிறது. ஆனால் சிறுபான்மையாக இருந்தாலும் ஒரு குறிப்பிடத்தக்க எண்ணிக்கையுள்ளவர்கள் கல்விக்கூடப் படிப்பில் நம்பிக்கை இழந்துவிட்டார்கள் என்றால் அது சமுதாயத்தைப் பெரிதும் பாதிக்கும். இதனால் இரண்டு ஆபத்துகள் ஏற்பட வாய்ப்புண்டு. அது உற்பத்தியும் தேவைகளும் ஒன்றாக உண்டாக்கப்படும் பொருளாதார அமைப்புகளுக்கு ஆபத்து. கல்விக்கூடம் உருவாக்குகின்ற மாணவர்களைப் பெறுகிற அரசாங்கத்தின் மேல் வைக்கப்படிருக்கும் அரசியல் நிலைக்கும் ஆபத்து.

நமக்கு முன்னால் இருக்கின்ற வாய்ப்புகள் தெளிவாக இருக்கின்றன. ஒன்று நிறுவனமாக்கப்பட்ட கற்றலுக்குக் கணக்கில்லாமல் முதலீடு செய்வதை எவ்வளவு நியாயப்படுத்துவதை நாம் நம்பவேண்டும். அல்லது சட்டங்கள், திட்டமிடுதல், முதலீடு ஆகியவை முறைசார்ந்த கல்வியில் இடம்பெற வேண்டுமென்றால் அவற்றைக் கற்றலுக்கான வாய்ப்புக்குக் குறுக்கீடாக இருக்கும் தடைகளை உடைக்கப் பயன்படுத்த வேண்டும். மேலும் கற்றல் என்பது தனிப்பட்ட ஒருவரின் செயல்பாடு என்பதையும் ஏற்றுக்கொள்ள வேண்டும். பயனுள்ள அறிவு நுகர்வோர்மேல் சில சூழல்களில் கட்டாயமாகத் திணிக்கப்பட வேண்டிய ஒரு நுகர்பொருள் என்ற அனுமானத்தை நாம் கேள்வி கேட்க வேண்டும். அதற்கு அறைகூவல் விடவேண்டும். இல்லையென்றால் சமுதாயம் கல்விக் கூடங்கள் என்று சொல்லிக் கொள்கிற போலி நிறுவனங்களின் கீழும், செய்தியை மேலாண்மை செய்திடும் சர்வாதிகாரிகளின் ஆதிக்கத்திற்குள்ளும் வந்துவிடும். கல்வி மருத்துவர்கள் அவர்களுடைய மாணவர்களுக்குச் சிறப்பாகக் கற்றுத்தர அவர்களுக்கு மயக்கமருந்து கொடுத்துவிடுவார்கள். ஆசிரியர்களின் அழுத்தத்திலிருந்தும், சான்றிதழ்கள் பெறும் போட்டியிலிருந்தும் நிவாரணம் பெற மாணவர்களே அந்த மருந்துகளை எடுத்துக்கொள்வார்கள். இனிமேல் அதிகார வர்க்கத்தினால் ஆசிரியர்களென்று நடிக்கத் தொடங்கிவிடுவார்கள். கல்விக்கூடத்தில் மொழியோடு விளம்பரதாரர்களின் மொழி இணைக்கப்பட்டுவிட்டது. இப்போது படைத்தலைவரும், காவலரும் தங்கள் பணிக்கு மரியாதை தேடிக்கொள்ள ஆசிரியர்களாக முகமூடி அணிந்துகொள்கிறார்கள். கல்விக்கூடத்தில் பயிற்சிபெற்ற ஒரு சமுதாயத்தில், போர்களைத் தேடுவதும் மக்களை அடிமைப்படுத்துவதும் கல்வியின் பெயரால் நியாயப்படுத்தப்படுகின்றன. வியட்நாம் போர் போன்று கல்விப்போரும் அதிகம் அதிகமாக முடிவில்லாத முன்னேற்றம் என்ற

உயர்ந்த மதிப்பீட்டை மக்களுக்குக் கற்றுத்தரும் ஒரு வழிதான் என்று நியாயப்படுத்தப்படும்.

அடக்கியாளுதல் எந்திரமானது மெஸ்ஸையாவாக, மீட்பராக, வருவதைத் துரிதப்படுத்தும் ஒரு மறைபரப்பும் முயற்சியாகப் பார்க்கப்படும். பிரேசிலிலும், கிரேக்க நாட்டிலும் ஏற்கெனவே நடைமுறைப்படுத்தப்பட்டுள்ள கல்விச் சித்திரவதையை மேலும் மேலும் நாடுகள் கடைப்பிடிக்கும் இந்தக் கல்விச் சித்திரவதைச் செய்தியைச் சேகரிக்கவோ, பிறரைத் துன்பப்படுத்தி இன்பம் காணும் சாடிஸ்டுகளின் மனநோய்த் தேவைகளை நிறைவு செய்யவோ அல்ல. ஒட்டுமொத்த மக்களின் மனஉறுதியை உடைக்கும் பயங்கரவாதத்தை நம்பியிருக்கிறது. அதற்காக தொழில்நுட்பக்காரர்கள் கண்டுபிடித்த போதனைகளுக்கான நெகிழிப் பொருளாக ஆக்குகிறது. நாம் நம்மை உடனே கல்விக் குப்பையிலிருந்து விடுவித்துக்கொள்ளாவிட்டால் கற்பித்தலின் மொத்த அழிவுத் தன்மையும் தலைவிரித்தாடும்.

இன்றைய உற்பத்தி முறைகள் சுற்றுச்சூழலுக்கு விளைவிக்கும் அழிவு பற்றி இப்போதுதான் சிலர் விழித்துக்கொண்டிருக்கிறார்கள். ஆனால், தனிமனிதனுக்கு இந்தப் போக்கினை மாற்றும் சக்தி இல்லை. திரும்பிவர முடியாது என்ற நிலைக்குப் போய்விட்டோம். அதுபோலத்தான் கல்விக்கூடத்தில் மாணவ மாணவியரைத் தங்கள் விருப்பப்படி கல்விக்கூடங்கள் வளைப்பதும் திரும்பப் பெறமுடியாத ஒரு எல்லையை அடைந்துவிட்டது. ஆனால் பலருக்கு இது இன்று தெரியவில்லை. இரண்டாம் ஹென்றி ஃபோர்டு நச்சுக் குறைவான கார்களை உற்பத்தி செய்யப்போவதாகச் சொல்லுவதுபோல அவர்கள் பள்ளிகளில் சீர்திருத்தம் செய்ய வேண்டுமென்று கூறுகிறார்கள்.

டேனியல் பெல்* பண்பாட்டுக் கட்டமைப்புகளுக்கும், சமூகக் கட்டமைப்புகளுக்கும் இடையேயுள்ள வேறுபாடுகள் நமது யுகத்தை அடையாளம் காட்டுகின்றன என்று சொல்லுகிறார். பண்பாட்டுக் கட்டமைப்பு அழிவுப் போக்குகளுக்கும் சமூகக் கட்டமைப்புத் தொழில்நுட்ப முடிவு எடுத்தலுக்கும் அர்ப்பணித்துக்கொண்டுவிட்டன என்று கூறுகிறார். இது பல கல்விச் சீர்திருத்தவாதிகளுக்குப் பொருந்தும். இவர்கள் இன்றைய கல்வி நிலையங்களில் காணப்படும் அனைத்தையும் கண்டனத்துக்கு உள்ளாக்கிப் புதிய கல்விக் கூடங்களைத்தான் முன்வைக்கின்றனர்.

★ அமெரிக்கச் சமூகவியல் அறிஞர் தொழில்மயமாவதற்குப் பிந்தைய சமுதாயம் பற்றிப் புரட்சிகரமான கருத்துகளை முன்வைத்தவர்.

★★ அமெரிக்க இயற்பியல் அறிஞர், வரலாற்றாசிரியர், தத்துவ ஞானி.

தாமஸ் குன்** தனது 'அறிவியல் புரட்சிகளின் கட்டமைப்பு' என்கிற நூலில் புதிய அறிவுத்திறன் கோட்பாடு *(Cognitive paradigm)* மாற்றம் என்ற சொற்றொடரையே குன்தான் ஏற்படுத்தினார். வருவதற்கு முன்னரே (டேனியல் பெல் குறிக்கும்) வேறுபாடுகள் வந்துவிட்டன என்று கூறுகிறார். அறிவியல் கண்டுபிடிப்புகளால் அறிவியல் கோட்பாடு மாற்றம் பெறுகின்றது என்று விளக்குகிறார். ஒரு பொருள் தானாக விழுந்ததைப் பார்த்தவர்கள் கூறிய உண்மைகள், பூமியின் அந்தப் பக்கத்திலிருந்து வந்தவர்கள் சொன்ன உண்மைகள், புதிய டெலஸ்கோப்பினைப் பயன்படுத்தி புதிய உண்மைகளைக் கண்டுபிடித்தவர்களின் கூற்றுகள், டாலமியின் உலக அமைப்புக்குள் ஒத்துப் போகவில்லை. ஆனால், நியூட்டனுடைய கோட்பாடு திடீரென்று ஏற்றுக்கொள்ளப்பட்டது. இன்றைய இளைஞரில் பலரிடம் காணப்படும், இந்த வேறுபாடு அறிவுப்பூர்வமானது என்று சொல்லுவதைவிட மனப்பாங்கு சம்பந்தமானது என்று கூறலாம். பொறுமையாகத் தாங்கிக் கொள்ளக்கூடிய சமுதாயம் எப்படி இருக்கக் கூடாது என்ற உணர்ச்சிதான் அது. இந்த வேறுபாடு அல்லது இசைவின்மை பற்றி வியப்பளிப்பது என்னவென்றால் பெரும்பாலான மக்கள் அதனைத் தாங்கிக்கொள்கிறார்கள்.

இங்ஙனம் ஒன்றுக்கொன்று முரண்பாடான இலக்குகளை அடைய முயல்வதற்கான ஆற்றல் பற்றி ஒரு விளக்கம் தேவைப்படும் என்ற மேக்ஸ் கிளக்மேன்* கூற்றுப்படி, எல்லாச் சமுதாயங்களும் இத்தகைய அபசுரங்களை, இசைவின்மையை, வேறுபாடுகளை அவற்றின் உறுப்பினர்களிடமிருந்து மறைக்க வழிமுறைகள் கண்டு வைத்திருக்கின்றன. சடங்கின் நோக்கம் இதுதான் என அவர் கூறுகிறார். சடங்குகள் சமுதாயக் கொள்கைகளுக்கும், சமூக அமைப்புக்கும் இடையேயுள்ள முரண்பாடுகளைக்கூட அவற்றின் உறுப்பினர்களிடமிருந்து மறைக்கின்றன. ஒருவருடைய உலகத்தை உருவாக்கும் விசைகளுக்கு அவற்றை அறிமுகப்படுத்தும் செயல்முறையின் சடங்குத் தன்மையை அவர் வெளிப்படையாக அறிந்துகொள்ளவில்லை என்று வைத்துக்கொள்வோம். அப்போது அவர் அந்த மந்திரக்கட்டுகளை உடைத்து ஒரு புதிய உலகத்தை உருவாக்க முடியாது. இது கல்விக் கூடத்துக்கும் பொருந்தும். கல்விக்கூடம் நுகர்வோரை உருவாக்கும் சடங்கின் வழி பற்றி நாம் விழிப்புணர்வு கொள்ளாத வரையில் இந்தப் பொருளாதாரத்தின் மந்திரக்கட்டுகளை உடைத்துப் புதியதொன்றை உருவாக்க முடியாது.

★ தென்அமெரிக்க மானுடவியல் அறிஞர். முரண்பாட்டுக் கோட்பாட்டை முன்வைத்தவர்.

4

நிறுவன நிறமாலை

கற்பனை உலகின் திட்டங்கள், வருங்காலக் கனவின் காட்சிகள் எல்லாம் புதிய விலைமதிப்புள்ள தொழில்நுட்பங்களைத் தேடுகின்றன. ஏழை நாடுகளுக்கும் பணக்கார நாடுகளைப் போலவே அவை விற்கப்பட வேண்டும். ஹெர்மன் கான்* அர்ஜென்டினா, வெனிசுலா, கொலம்பியா ஆகிய நாடுகளில் மாணவர்களைக் கண்டுபிடித்துவிட்டார். செர்ஜியோ பொர்னார்டஸின்** 2000-ஆம் ஆண்டுக்கான பிரேசில் கனவுகளில் புதிய எந்திரங்கள் மின்னுகின்றன. இப்போது அமெரிக்காவில் இருப்பவற்றையும் மிஞ்சிவிடும். அப்போது அமெரிக்காவில் பழையனவாகிப்போன ராக்கட் தளங்களும், விமான நிலையங்களும், அறுபது எழுபதுகளின் நகரங்களுமே நிறைந்திருக்கும். பக்மினிஸ்டர் ஃபுல்லரால் (அமெரிக்க வடிவமைப்பாளர், எழுத்தாளர் வருங்காலவியல் வல்லுநர்) ஊக்கம் பெற்ற வருங்காலவியலாளர்கள் செலவு குறைவான, ஆனால் முற்றிலும் புதுமையான கருவிகளைச் சார்ந்திருப்பார்கள். புதிய தொழில்நுட்பம் ஒலியின் வேகத்தையும் மிஞ்சும் போக்குவரத்திற்குப் பதிலாக எடை குறைவான மோனோ ரயில்களைப் பயன்படுத்தவும், பக்கவாட்டில் இல்லாமல் மேல்நோக்கி வாழ்வதையும் தரும் என்று நம்புகிறார்கள். வருங்காலம் பற்றித் திட்டமிடுபவர்கள் எல்லாம் தொழில் நுட்பத்தால் முடியக் கூடியதை, பொருளாதாரத்தில் நடைமுறைப்படுத்தக் கூடியவற்றைத் தேடுகிறார்கள். என்றாலும் அதனால் ஏற்படும் சமுதாய விளைவுகளை எதிர்கொள்ள

---

* அமெரிக்க வருங்காலவியல் அறிஞர். அணு ஆயுதப் போரின் விளைவுகளைப் பற்றி எச்சரித்தவர்.

** பிரேசில் நாட்டுக் கட்டடக் கலைஞர்.

மறுக்கிறார்கள். உற்பத்திப் பொருட்களையும், சேவைகளையும் அதிகம் அதிகமாக மக்கள் தேடுகிறார்கள். ஆனால், அவை அதிகாரப் பண பலம் படைத்த ஒரு சிலருக்கு மட்டுமே உரியதாக இருக்கும்.

நான் விரும்பும் வருங்காலம் எப்படிப்பட்டதாக இருக்க வேண்டும்? நுகரும் வாழ்க்கையிலிருந்து செயல்படும் வாழ்க்கையைத் தேர்ந்தெடுக்க வேண்டும். வெளித் தூண்டுதலற்ற சுய விருப்பமான, சுதந்தரமான, ஆனால் ஒன்றுக்கொன்று தொடர்புடையவாறு இருக்கக்கூடிய ஒரு வாழ்க்கை முறையை வளர்ப்பதாக இருக்க வேண்டும். செய்தலும், அழித்தலும், உற்பத்தி செய்தலும், நுகர்தலுமான ஒரு வாழ்க்கை முறையைத் தொடர வேண்டாம். ஏனென்றால் அப்படிப்பட்ட வாழ்க்கை முறை சுற்றுச்சூழலைச் சிதைத்து மாசுபடுத்துவதற்கான சாலையின் வழியிலிருக்கும் ஒரு நிலையம்தான். அப்படியானால் வருங்காலம் எதைச் சார்ந்திருக்கிறது? புதிய கொள்கைகளையும் புதிய தொழில் நுட்பங்களையும் வளர்க்காமல் செயல்படும் வாழ்க்கை முறையை ஆதரிக்கும் நிறுவனங்களைத் தேர்ந்துகொள்வதையே சார்ந்திருக்கிறது. எதற்கும் அடிமையாகாமல், தனிப்பட்டவரின் வளர்ச்சியைத் தாங்கும் நிறுவனங்களை அடையாளம் கண்டுகொள்ள நமக்குச் சில அளவுகோல்கள் வேண்டும். அதே சமயம் வளர்ச்சிக்கு வழிவகுக்கும் அத்தகைய நிறுவனங்களில் நமது தொழில்நுட்ப, அறிவு வளங்களை முதலீடு செய்யும் மன வலிமையும் வேண்டும்.

இரண்டு எதிர் எதிரான நிறுவன மாதிரிகளிலிருந்து ஒன்றைத் தேர்ந்தெடுக்க வேண்டும். இரண்டுமே இப்போதிருக்கும் சில நிறுவனங்களில் வெளிப்படுகின்றன. ஆனால், ஒன்று இன்றைய காலக் கட்டத்தைச் சுட்டிக்காட்டுகிறது. இந்த மாதிரி அதிகாரம் செலுத்துவதை நான் மற்றவர்களைத் தன் வழிக்குக் கொண்டு வரும் நிறுவனம் என்று கொள்வேன். இன்னொரு மாதிரியும் இருக்கிறது, ஆனால் ஆபத்தான நிலையில் இருக்கிறது. இந்த மாதிரிக்குள் பொருந்தக்கூடிய நிறுவனங்கள் மிகவும் தாழ்ந்த நிலையிலுள்ளவை, எளிதில் கண்டுகொள்ளப்பட முடியாதவை. எனினும் விரும்பத்தக்க வருங்காலத்திற்கு மாதிரிகளாக நான் அவற்றை எடுத்துக்கொள்வேன். அவற்றை ‘நட்புறவு உடையவை’ என்று அழைத்து நிறுவன நிறமாலையில் *(Spectrum)* இடதுபுறம் வைப்பேன். எதற்காகவென்றால் இந்த இரண்டு எல்லைகளுக்கும் இடையில் இருக்கக் கூடிய நிறுவனங்கள் இருக்கின்றன எனக் காட்டுவதற்குத்தான். மேலும் எப்படி வரலாற்றுப் பழமை வாய்ந்த நிறுவனங்கள் செயல்பாட்டிற்குத் துணை நிற்பதிலிருந்து உற்பத்தியை அமைப்பதற்கு நிறம் மாறுகின்றன என்று காட்டுவதற்கும் இந்த நிறமாலை பயன்படும்.

வழக்கமாக, இத்தகைய நிறமாலைகள் இடமிருந்து வலம் செல்லும். இது மனிதர்கள் கோட்பாடுகளைக் குறிக்கப் பயன்பட்டு வந்திருக்கிறது. சமூக நிறுவனங்களையும் அவற்றின் பணிகளையும் குறிக்கப் பயன்படுத்தப்பட்டதில்லை. ஆனால் மனிதர்களைத் தனியாகவோ, குழுவாகவோ, அடையாளப்படுத்துவது விளக்கம் தருவதற்குப் பதிலாக வெறுப்பையே உண்டாக்குகிறது. ஆனால் ஒரு சாதாரண வழக்கினை வழக்கமில்லாத முறையில் பயன்படுத்துவதற்குத் தீவிரமான எதிர்ப்புகள் வரும். எனினும் அப்படிச் செய்வதால் விவாதத்தின் விதிமுறைகளைக் கட்டாந்தரையிலிருந்து வளமான நிலத்திற்கு எடுத்துச் செல்ல முடியுமென்று நம்புகிறேன். மற்றவர்களைத் தன் வழிக்கு வளைக்கும் நிறுவனங்கள் இந்த நிறமாலையில் வலது கோடியில் இருக்கின்றன. அதே சமயம் இடப்புறம் இருப்பவர்கள் எல்லாம் அந்த நிலைக்கு எதிர்ப்புத் தெரிவிக்கும் தன்மையால் மட்டுமே அறியப்படமாட்டார்கள்.

மிக அதிகமான தாக்கத்தை ஏற்படுத்தும் நவீன நிறுவனங்கள் எல்லாம் நிறமாலையின் வலது புறத்தில் நிறைந்து காணப்படும். சட்டம் ஒழுங்கை நிலைநாட்டும் நிறுவனம் கூட அங்கே போய் விட்டது. முன்னர் அமெரிக்காவில் ஷெரிஃப் என்ற அலுவலரின் கையில் அது இருந்தது. இப்போது எப்பிஐ-யும் *(FBI)*, பென்டகனும் அந்த இடத்தைப் பிடித்துக்கொண்டன. இன்றைய போர்முறை ஒரு தொழில்சார்ந்த அமைப்பாகிவிட்டது. அதன் தொழில் கொலை செய்வது. அது எந்த அளவிற்குப் போய்விட்டதென்றால் அதனுடைய திறமையை சடலங்களின் எண்ணிக்கையைக் கொண்டு அளவிடுகிறார்கள். ஒரு நாட்டின் அமைதியை நிலைநாட்டும் ஆற்றல் நண்பரையும், பகைவரையும் அதனுடைய கொலை செய்யும் சக்தியைப் பற்றி நம்பிக்கை கொள்ளச் செய்வதில் அடங்கியிருக்கிறது. இன்றைய துப்பாக்கிக் குண்டுகளும், வேதிப் பொருள்களும் எவ்வளவு சிறப்பாகச் செயல்படுகின்றன என்றால், அவை மிக சொற்பமான விலையுடையவை. குறிபார்க்கும் வாடிக்கையாளரைச் சரியாகச் சென்றடைந்தால் கொன்றுவிடும் அல்லது கை கால்களை முடமாக்கிவிடும். எனினும் அவற்றைச் செலுத்துவதற்கான செலவு அதிகமாகிக்கொண்டே போகிறது. 1967இல் ஒரு வியட்நாம் நகரைக் கொல்ல ஆன செலவு 3,60,000 டாலர்கள். அது 1969இல் 5,40,000 டாலர்களாக ஆகிவிட்டது. ஒரு இனத் தற்கொலையின் அளவை எட்டும் பொருளாதாரம் உள்ள நாடுகள்தான் நவீனப் போரைப் பொருளியல் அடிப்படையில் திறமையுள்ளதாக ஆக்கும். 'பூமராங்' போல இதன் எதிர்விளைவு திரும்பத் தாக்கும். வியட்நாமில் இறந்தவர்களின் சடல எண்ணிக்கை

அதிகமாக அதிகமாக அமெரிக்கா உலகெங்கிலும் இன்னும் அதிகமான பகைவர்களைச் சம்பாதித்துக்கொள்கிறது. அது போலவே அமெரிக்கா போரின் பக்க விளைவுகளை உறிஞ்சிக்கொள்ள 'அமைதிப்படுத்தல்' வேண்டுமென்றால் இன்னொரு தன்பக்கம் வளைந்து கொடுக்கும் நிறுவனத்தை உண்டாக்கப் பணம் செலவழிக்க வேண்டியதிருக்கும்.

நிறமாலையின் அதே பக்கத்தில் தங்கள் வாடிக்கையாளரைத் தங்கள் பக்கம் வளைத்துக்கொள்வதில் சிறப்பாக ஈடுபடும் சமூக முகமைகளைப் பார்க்கிறோம். இராணுவத்தைப் போலவே அவற்றின் செயல்பாடுகள் அதிகரிக்கும்போது அவற்றின் நோக்கங்களுக்கு முற்றிலும் மாறான விளைவுகளை ஏற்படுத்துகின்றன. இவையும் எதிர்விளைவுகளை ஏற்படுத்துகின்றன. ஆனால், வெளியில் அதிகம் தெரிவதில்லை. இந்த முரண்பாடான விளைவை மறைக்கக் குணமளிக்கும் இரக்கமுள்ள ஒரு வெளிவேடத்தைப் போட்டுக்கொள்கின்றன. ஒரு எடுத்துக்காட்டு: இரண்டு நூற்றாண்டுகளுக்கு முன்பு வரையிலும், சிறைச்சாலைகள் ஆட்களுக்குத் தண்டனை தருவது வரையிலும் அதாவது ஊனமாக்கல், கொல்வது, நாடு கடத்துவது ஆகியவற்றை நிறைவேற்றும் வரையிலும் அவர்களைத் தங்க வைக்கும் இடமாக இருந்தன. சில வேளைகளில் சித்திரவதைக் கூடங்களாகவும் இருந்தன. ஆனால் இப்போதுதான் மக்களைச் சிறையிலடைப்பது அவர்களுடைய குணத்தையும், நடத்தையையும் திருத்தப் பயன்படும் என்பதால் திருத்தும் இடங்களாகச் சிறைச்சாலைகளைக் கருதுகிறார்கள். இப்போது சிறைச்சாலை குற்றவாளிகளின் தன்மையையும், எண்ணிக்கையையும் அதிகரிக்கவே பயன்படுகிறது என்று சிலர் அறியத் தொடங்கியிருக்கிறார்கள். அல்லது சிறைச்சாலைகள் சிலரைக் குற்றவாளிகளாகவே ஆக்கிவிடுகின்றன. ஆனால், மன நல மருத்துவமனைகள், மருத்துவ விடுதிகள், அநாதை இல்லங்கள் ஆகியவையும் அதையே செய்கின்றன என்பதை ஒரு சிலரே புரிந்துகொள்கிறார்கள். இந்த நிறுவனங்கள் அவர்களுடைய வாடிக்கையாளர்களுக்கு ஒரு மன நோயாளிக்கு, முதியவருக்கு, அநாதைக்கு அழிவு தரும் சுய உருவத்தைத் தருகின்றன. மேலும், சிறைச்சாலைகள் அவற்றின் காவலர்களுக்கு வருவாய் தருவது போல், இது போன்ற தொழில்கள் இருப்பதற்கான ஒரு காரணத்தை இந்த நிறுவனங்கள் நியாயப்படுத்துகின்றன. நிறமாலையின் இந்த ஓரத்தில் இருக்கும் நிறுவனங்கள் உறுப்பினர்களைச் சேர்க்க இரண்டு வழிகளைக் கையாள்கின்றன. கட்டாயமாக உட்படுத்திக்கொள்வது அல்லது தேர்வு செய்யப்பட்ட பணி.

நிறமாலையின் எதிர் துருவத்தில் தன்னிச்சையாகப் பயன்படும் நட்புறவுள்ள நிறுவனங்கள் இருக்கும். அவை தொலைபேசி நிறுவனங்கள், தரையின் கீழ் இயங்கும் வண்டிகளின் பாதைகள், அஞ்சல்துறை வழிகள், பொதுச் சந்தைகள் ஆகியவை. தங்கள் வாடிக்கையாளர்கள் அவற்றைப் பயன்படுத்துவதற்கு எந்த யுத்தியையும் பயன்படுத்த வேண்டியதில்லை. சாக்கடை, குடிநீர், பூங்காக்கள், சாலை, நடைமேடைகள் ஆகியவற்றைப் பயன்படுத்த மக்களை யாரும் அவற்றைப் பயன்படுத்துவதால் அவர்களுக்குத் தான் நன்மையென்று கூறி ஆசைகாட்ட வேண்டியதில்லை. அதே சமயம் எல்லா நிறுவனங்களுக்கும் விதிமுறைகள் தேவை. ஆனால் உற்பத்தி செய்கின்ற நிறுவனங்களுக்கு ஒரு வகைப்பட்ட விதிமுறைகள் வேண்டும். பயன்தரக் கூடிய நிறுவனங்களின் பயன்பாடு வேறு விதிமுறைகளுக்கு உட்படும். எடுத்துக்காட்டாக, பயன்பாட்டிற்குள்ள நிறுவனங்களின் விதிகள் அவற்றை எல்லோரும் பயன்படுத்துவதைத் தடுக்க முயலும், தவறுகளை விலக்கும். நடைமேடைகளில்- தடுப்புகள் இருக்கக் கூடாது. குடிப்பதற்காகப் பயன்படும் நீரைத் தொழிற்சாலைக்குப் பயன்படுத்துவது ஒழுங்குபடுத்தப்படும். பூங்காவில் பந்து விளையாடுவதற்கு ஒரு குறிப்பிட்ட பகுதி ஒதுக்கப்பட்டிருக்கும். அங்குதான் விளையாட வேண்டும். இப்போது தொலைபேசி இணைப்புகளைக் கணினிகள் தவறாகப் பயன்படுத்துவது, விளம்பரதாரர்கள் அஞ்சல் துறையைத் தவறாகப் பயன்படுத்துவது, தொழிற்சாலைக் கழிவுகள் சாக்கடையை மாசுப்படுத்துவது ஆகியவற்றைத் தடுக்கச் சட்டங்கள் இயற்ற வேண்டும். எனினும் நட்புறவுள்ள நிறுவனங்களின் விதிமுறை அவற்றைப் பயன்படுத்துவதற்கு ஒரு எல்லையை வகுக்கும். அதே சமயம் நட்புறவு நிறுவனங்களிலிருந்து பிறரைத் தம் பக்கம் வளைக்கும் நிறுவனங்களை நோக்கி நமது நிறமாலையில் போகும்போது, விதிகள் கொஞ்சம் கொஞ்சமாக விருப்பமில்லாத நுகர்வு அல்லது பங்களிப்பை எதிர்பார்க்கிறது. மேலும், வாடிக்கையாளார்களைப் பெறுவதற்கான செலவும் இரண்டிலும் வேறுபடும்.

நிறமாலையின் இரண்டு பக்கங்களிலும் பணி நிறுவனங்கள் காணப்படுகின்றன. ஆனால், வலப்புறத்தில் பாதிக்கப்படுபவரைத் தன் பக்கம் வளைக்க விளம்பரம், மூளைச் சலவை, சிறைவாசம், மின் அதிர்ச்சி முதலியவற்றைப் பயன்படுத்துகின்றனர். இடதுபுறத்தில் சேவை என்பது அதிகப்படுத்தப்பட்ட, ஆனால் சில எல்லைகளுக்கு உட்பட்ட வாய்ப்பாக இருக்கிறது. வாடிக்கையாளர் ஒரு சுதந்திரமான முகவராக இருக்கிறார். வலது பக்க நிறுவனங்கள் சிக்கல்கள் உடையதாகவும் நிதி அதிகம்

செலவாகும் உற்பத்தி முறைகளைக் கொண்டதாகவும் இருக்கின்றன. இவற்றின் முயற்சியும் செலவும் வாடிக்கையாளரைத் தாங்கள் உற்பத்தி செய்யும் பொருட்களை வாங்க அல்லது தங்களது சிகிச்சை இல்லாமல் அவர்கள் உயிர் வாழ முடியாதென்று நம்ப வைக்கவே செலவிடப்படுகின்றன. அதேசமயம் இடது பக்க நிறுவனங்கள் ஒன்றுக்கொன்று இணைந்து வாடிக்கையாளர் முன்னெடுக்கும் செய்திப் பரிமாற்றத்தையும், ஒத்துழைப்பையும் ஊக்கப்படுத்துகின்றன.

வலது பக்கம் இருக்கும் பிறரைத் தங்கள் பக்கம் வளைக்கும் நிறுவனங்கள் சமுதாயப் பணியாலோ உளவியல் முறையிலோ 'போதைப் பொருள்' போலச் செயல்படுகின்றன. சமுதாய அளவில் சிறிய அளவுகளில் தரப்பட்டால், தேவையான விளைவுகள் கொடுக்காவிட்டால், இன்னும் அதிகமான சிகிச்சையைத் தருவது அவசியமாகும். அதேபோல உளவியல் முறை மோகம் அல்லது பழக்கத்தை ஏற்படுத்தி நுகர்வோர் இன்னும் அதிகம் அதிகமாக ஒரு செயல்முறையையோ உற்பத்திப் பொருளையோ தேடும் அளவிற்கு ஈர்க்கப்படுகிறார்கள். கட்டுண்டு போகிறார்கள். இடதுபுறமிருக்கும் தாமாகச் செயல்படுத்தப்படும் நிறுவனங்கள் நேரத்தைத் தாங்களே குறித்துக்கொள்கின்றன. நுகர்பொருளைப் பயன்படுத்துவதால் ஏற்படும் நிறைவை உற்பத்தி முறைகள் அடையாளம் காண்கின்றன. அதற்கு மாறாக, இந்த இணைப்புகள் அவற்றைப் பயன்படுத்துவதன் பயனுக்கும் அதிகமான நோக்கத்திற்குப் பயன்படுவதில்லை. எடுத்துக்காட்டாக ஒருவர் இன்னொருவரிடம் ஒரு செய்தியைச் சொல்லப் பயன்படுத்தினாரென்றால் அது முடிந்தவுடன் தொலைபேசியை வைத்துவிடுவார். ஒலி வாங்கியில் பேசும் இன்பத்திற்காகப் பேசிக் கொண்டே இருக்கமாட்டார். இளைஞர்கள் இதற்கு விதிவிலக்குதான். ஒருவரோடு தொடர்புகொள்ளத் தொலைபேசி சிறந்த வழி இல்லை என்றால் கடிதம் எழுதலாம், நேரில் போய்க்கொள்ளலாம். வலது பக்க நிறுவனங்களால் அப்படி முடியாது. எடுத்துக்காட்டாகப் பள்ளிகள் திரும்பத் திரும்பப் பயன்படுத்துவதைக் கட்டாயப்படுத்துகின்றன. அதே விளைவுகளைப் பெற மாற்று வழிகளைப் பயன்படுத்துவதை எதிர்க்கின்றன.

நிறுவன நிறமாலையில் இடது பக்கத்தில் ஒருசில நிறுவனங்களைப் பார்க்கிறோம். அவை, அவரவர்களுடைய துறைகளில் போட்டியிடும். ஆனால் விளம்பரத்தில் ஈடுபடுவதில்லை. கையால் வெளுக்கும் நிலையங்கள், சிறிய இடுமனைகள், முடி திருத்தும் இடங்கள் ஆகியவை இதில் அடங்கும். பணி செய்பவர்களில்

சில வழக்குரைஞர்களையும், இசை ஆசிரியர்களையும் இதில் சேர்க்கலாம். இடது பக்கம் இருக்கும் தங்கள் பணிகளை நிறுவனமாக்கிக் கொண்ட சுயவேலைகளில் இருப்பவர்கள் இவர்கள். அவர்கள் தங்கள் நிறுவனங்களை மட்டுமேயன்றி விளம்பரத்தை நிறுவனமயமாக்கவில்லை. அவர்கள் தங்களது தனிப்பட்ட அறிமுகம், அவர்கள் பணியின் தரம் ஆகியவற்றைக் கொண்டே தங்கள் வாடிக்கையாளர்களைக் கவர்கிறார்கள்.

தங்கும் விடுதிகளும், தேநீர் விடுதிகளும் நிறமாலையின் நடுவில் இருக்கின்றன. ஹில்டன் போன்ற பெரிய விடுதிகள் அவற்றினை விளம்பரப்படுத்தப் பெருந்தொகையினைச் செலவழிக்கின்றன. வலது பக்க நிறுவனங்களைப் போலத் தங்களைக் காட்டிக் கொள்கின்றன. ஆனால் ஹில்டன், ஷெரடன் போன்ற பெரிய விடுதிகள் அதே வாடகை பெறும் தனியார் நிறுவனங்களை விட அதிகமாக எதையும் கொடுப்பதில்லை. ஒரு விடுதியின் பெயர்ப்பலகை சாலையில் திசை காட்டியைப் போல அழைக்கிறது. அவை உண்மையில் 'பூங்கா பெஞ்சை விட விடுதியை நீங்கள் விரும்ப வேண்டும்' என்று அழைப்பதற்குப் பதிலாக, 'நில்லுங்கள், உங்களுக்கு ஒரு படுக்கை இங்கே இருக்கிறது' என்று கூறுகின்றன.

அன்றாட உணவுப் பொருட்களையும், எளிதில் அழியும் நுகர்பொருட்களையும் உற்பத்தி செய்வோர் நிறமாலையின் நடுப்பகுதியில் இருக்கிறார்கள். அவை அத்தியாவசியத் தேவைகள். விளம்பரத்திற்கு ஆகும் செலவையும், பொட்டலங்கள் போடுவதற்கான செலவையும் உற்பத்தி, வினியோகச் செலவுகளோடு சேர்த்துவிடுகிறார்கள். மிகவும் அடிப்படைத் தேவையான பொருளாகவோ, பணியாகவோ இருந்தால் போட்டி அதன் விற்பனை விலையைக் கட்டுப்படுத்தும்.

நுகர்பொருட்களை உற்பத்தி செய்யும் பலர் வலப் பக்கம் அதிக தூரம் வந்துவிட்டார்கள். நேரடியாகவும் மறைமுகமாகவும் துணைப் பொருட்களின் தேவைகளை அதிகப்படுத்திவிடுகிறார்கள். இதனால் உற்பத்தி விலையை விட விற்பனை விலை அதிகமாகி விடுகிறது. ஜெனரல் மோட்டார்சும், ஃபோர்டும் வாகனங்கள்தான் தயாரிக்கின்றன. ஆனால் தங்கள் யுத்திகள் மூலம் பொதுமக்களின் ரசனையைத் தங்களுக்குச் சாதகமாக வளைக்கின்றன. இதனால் பொதுப் போக்குவரத்து ஊர்திகளை விடத் தனியார் கார்களுக்கான தேவை அதிகமாகிறது. ஓர் எந்திரத்தின் மேல் ஆதிக்கம் செலுத்தும் ஆசையைத்தான் அவை விற்கின்றன. ஆடம்பரமான வசதிகளுடன் அதிவேகமாகப் போவதை ஊக்குவிக்கின்றன. ரால்ப் நாடார் போன்ற தூய்மைச் சுற்றுச்சூழல் ஆர்வலர்கள் உற்பத்தியாளர்கள்

மேல் திணிக்கும் அதிகப்படிக் கருவிகளையும், பெரிய கார்களையும் தேவையற்ற துணைக் கருவிகளையும் மட்டும் அவை விற்பதில்லை. அவற்றோடு நுணுக்கமான வேலைகள் செய்யும் எந்திரங்கள், குளிரூட்டிகள், பாதுகாப்பு பெல்டுகள், புகைபோக்கிக் கட்டுப்பாடுகள் என்று பலவற்றின் விலைகளும் சேர்கின்றன. காரை வாங்குவதற்கு வெளிப்படையாக அறிவிக்கப்படாத விலைகளும் அடங்கும். அவற்றின் விளம்பரம், விற்பனைச் செலவுகள், எரிபொருள், பராமரிப்பு, உதிரி பாகங்கள், காப்பீடு, கடனுக்கான வட்டி ஆகியவையும் சேர்ந்துகொள்ளும். அது மட்டுமா? காலம் வீணாகிறது, மன அழுத்தம் கூடுகிறது. போக்குவரத்து நெரிசலில் சுவாசிக்கும் காற்றும் கெடுகிறது.

இந்த விவாதத்தின்போது நமக்குக் கிடைக்கும் இன்னொரு விளைவு, பொது நெடுஞ்சாலைகள் அமைப்பு. போக்குவரத்து வாகனங்களின் மொத்தச் செலவில் இது மிகப் பெரியது. எனவே இது பற்றி நீண்ட விவாதம் தேவை. ஏனென்றால் இது நேரடியாக நமது முதன்மை விவாதப் பொருளான கல்விக்கூடத்திற்கு இட்டுச் செல்கிறது.

பொது வசதிகள் என்னும் பொய்

நெடுஞ்சாலை என்பது நெடுந்தொலைவுகளில் பயணம் செய்ய உதவும் அமைப்பு. ஒன்றோடொன்று இணைப்புள்ள அமைப்பு. எனவே அது நமது நிறமாலையில் இடப் பக்கம் இருப்பது போலத் தோன்றுகிறது. ஆனால் நெடுஞ்சாலைகளின் தன்மை பற்றியும் உண்மையான பொது வசதிகளின் தன்மை பற்றியும் தெரிந்து கொள்ள வேண்டும். எல்லாவற்றிற்கும் பயன்படும் சாலைகள் பொது வசதிகள். ஆனால், பெரிய நெடுஞ்சாலைகள் தனியாருக்கு உரியவை. அவற்றின் செலவு பொதுமக்கள் மேல் சுமத்தப்படுகிறது.

தொலைபேசி, அஞ்சல், நெடுஞ்சாலைகள் அனைத்தும் இணைய தளங்கள். அவற்றில் எதுவுமே விலையில்லாமல் கிடைக்காது. தொலைபேசிக்கு ஒரு அழைப்புக்கு இவ்வளவுதான் என்று பணம் செலுத்த வேண்டும். இவற்றிற்கான செலவு மிகக் குறைவு. எனவே அவற்றின் தன்மையை மாற்றாமலே கட்டணத்தைக் குறைக்க முடியும். மேலும் அனுப்பப்படும் செய்தியின் தன்மையால் தொலைபேசியின் பயன்பாடு பாதிக்கப்படுவதில்லை. ஆனால் பொருளுள்ள வாக்கியங்களை அடுத்தவருக்குத் தெரிந்தவரை ஒரு மொழியில் பேச வேண்டும் என்பதுதான் ஒரு நிபந்தனை. இந்தத் திறன் தொலைபேசி இணைப்பைப் பயன்படுத்தும் அனைவருக்குமே உண்டு. அஞ்சல் சேவை பொதுவாகவே

செலவு குறைவானது. பேனா, தாளின் விலையைப் பொறுத்தது இந்த அமைப்பைப் பயன்படுத்துவது. இன்னொரு நிபந்தனை, எழுதத் தெரிந்திருக்க வேண்டும். ஆனால், அப்படியே எழுதத் தெரியாவிட்டாலும் அவர் சொல்லி இன்னொருவர் எழுத முடிந்தால் அஞ்சல் சேவை அவர் கையில் இருக்கிறது.

ஆனால், நெடுஞ்சாலை அமைப்பு வண்டி ஓட்டத் தெரிந்தவருக்கு மட்டும் பயன் தருவதாக இல்லை. தொலைபேசியும், அஞ்சல் துறை இணையதளங்களும் அவற்றைப் பயன்படுத்துவோருக்காக இருக்கின்றன. ஆனால் நெடுஞ்சாலை பெரிதும் தனியார் வைத்திருக்கும் வாகனங்களுக்குத் துணையாகவே இருக்கிறது. எனவே முதலிரண்டையும் உண்மையான பொது வசதிகள் எனலாம். ஆனால் கார்கள், பேருந்துகள், சரக்குந்துகள் வைத்திருப்போருக்கு நெடுஞ்சாலைளீஅள் உதவுகின்றன. பொது வசதிகள் எப்படி இருக்க வேண்டும்? மக்களுக்கு இடையே செய்தி பரிமாற்றத்திற்கும், போக்குவரத்துக்கும் உதவுகின்றவையாக இருக்க வேண்டும். ஆனால் நெடுஞ்சாலை, நிறமாலையின் வலது பக்கம் இருக்கும் பிற நிறுவனங்களைப் போல மக்களுக்காக இல்லாமல் உற்பத்திப் பொருட்களுக்காக இருக்கிறது. நாம் ஏற்கெனவே பார்த்தது போல, கார் உற்பத்தியாளர்கள் கார்களை உற்பத்தி செய்வது மட்டுமில்லாமல், பலவழிச் சாலைகள், பாலங்கள், எண்ணெய்க் கிணறுகள் ஆகியவற்றின் தேவையையும் உண்டாக்குகிறார்கள். இந்த ஒவ்வொரு அமைப்பின் அதிகச் செலவுகளும் அடிப்படை உற்பத்திக்கான காரினுடைய தன்மையைப் பொறுத்திருக்கிறது. ஆகவே அதை விற்க ஒட்டுமொத்தமாகச் சமுதாயம் மாட்டி வைக்கப்படுகிறது.

நெடுஞ்சாலை அமைப்பை உண்மையான பொது வசதியாக ஆக்கத் திட்டமிடுகிறோம் என்று வைத்துக்கொள்வோம். வேகமும், தனி வசதியும், பயணம் செய்வதின் முதன்மை மதிப்பீடாக இருக்க வேண்டுமென்று சிலரது நோக்கமாக இருக்கும். மாறாக, ஒரு இடத்திற்குப் போய் வரப் பயன்படும் வழியாக நெடுஞ்சாலையைக் கருதுபவர்களும் இருப்பார்கள். உண்மையான பொது வழியென்றால் அது இவர்களுக்குத்தான் சாதகமாக இருக்கும். பயணிகளுக்கு அதிக அளவில் பயன்படும் நெடுஞ்சாலை வேண்டும். இல்லையென்றால் அது ஒரு சிலருக்குச் சலுகை தரும் ஒன்றாக இருக்கும்.

ஒரு நவீன நிறுவனத்தை வளர்ந்து வரும் நாடுகளுக்கு மாற்றுவது அதனுடைய தன்மையையும், பயன்பாட்டையும் அளிக்கும் ஒரு சோதனையாக அமையும். எடுத்துக்காட்டாக, ஏழை நாடுகளில் பெரிய சரக்குந்துகளில் பலசரக்குப் பொருட்கள், ஆடு மாடுகள்,

மக்களையும் கொண்டு செல்வதற்குச் சாலைகள் பயன்படுகின்றன. இப்படிப்பட்ட நாடானது தன்னிடமுள்ள குறைவான நிதி வசதியைப் பயன்படுத்தி சிலந்திக் கூடு போன்ற வலைப்பின்னல் சாலைகளை ஒவ்வொரு பகுதிக்கும் போகுமாறு அமைக்க வேண்டும். அவற்றில் எந்தச் சாலையிலும் செல்லும் வலுவுள்ள, குறைந்த வேகத்தில் செல்லக்கூடிய வாகனங்களை இறக்குமதி செய்ய வேண்டும். அவை கரடுமுரடான சாலைகளில் செல்லக் கூடியனவாக இருக்க வேண்டும். அப்போது அது பராமரிப்பை எளிமையாக்கும். உதிரி பாகங்களைச் சேமித்து வைக்க வேண்டிய தேவை இருக்காது. எல்லாக் குடிமக்களும் தேவையான இடங்களுக்கு எளிதாகச் செல்லும் வசதி ஏற்படும். இந்த வாகனங்கள் எல்லா வேலைகளுக்கும் பயன்படுத்தக் கூடியனவாக இருக்கும். நெடுநாட்கள் உழைப்பதற்காகப் புதிய உலோகக் கலவையைக் கொண்டு அவற்றின் பாகங்களைச் செய்ய வேண்டும். வேகத்தைக் கட்டுப்படுத்த உள்ளேயே கருவிகள் இருக்க வேண்டும். மணிக்குப் பதினைந்து மைல் வேகத்திற்கு மேல் போக முடியாது. மேடு பள்ளங்களிலும் செல்லுமாறு உறுதியாக இருக்க வேண்டும். ஆனால் அத்தகைய வண்டிகள் சந்தைக்கு வருவதில்லை. ஏனென்றால் அவற்றிற்குத் தேவைகள் இருப்பதில்லை. ஆனால், அத்தகைய தேவையை வளர்க்க வேண்டும். தேவையானால் அதற்காகச் சட்டம் இயற்றி அதன் உதவியை நாட வேண்டும். ஆனால் இப்போது அத்தகைய தேவை ஒரு சிறிது தோன்றினாலும் எதிர் விளம்பரங்கள், பிரச்சாரங்கள் செய்து அதனை அடக்கிவிடுகிறார்கள். ஏனென்றால் அனைவரும் இப்போது இருக்கும் வண்டிகளை வாங்கினால்தான் அமெரிக்காவில் வரி செலுத்துவோரிடமிருந்து பெரிய நெடுஞ் சாலையைக் கட்டப் பணம் பறிக்கலாம்.

போக்குவரத்தை முன்னேற்ற ஏழை நாடுகள் உட்பட எல்லா நாடுகளும் இப்போது பெரிய நெடுஞ்சாலைகளைத் திட்டமிடுகின்றன. அவை கார்கள் மற்றும் வேகமாகச் செல்லக்கூடிய வண்டிகள் ஆகியவை செல்லப் பயன்படும். சிறுபான்மை-யினரான உயர்மட்ட உற்பத்தியாளர்கள், நுகர்வோரின் வேகமாகப் போக விரும்பும் போக்கை நிறைவு செய்ய உதவும். ஆனால் இதற்கு ஏழை நாடுகளில் சொல்லப்படும் சமாதானமும் சாக்கும் என்ன? மருத்துவர், பள்ளி ஆய்வாளர், அல்லது நிர்வாகி ஆகியவர்களின் காலத்தைச் சேமிக்கவே இதுவென்று சொல்லிக் கொள்கிறார்கள். ஆனால் இவர்கள் யாருக்காகப் பணியாற்றுகிறார்கள்? கார் வைத்திருக்கிற, அல்லது ஒரு நாள் கார் வாங்கப் போகிற மக்களுக்காகவே இவர்கள் தொண்டாற்றுகிறார்கள். உள்ளூர் வரிகள், அரிதாக இருக்கும் பன்னாட்டுப் பணிப்

பரிவர்த்தனை ஆகியவற்றைப் பொய்யான மக்கள் வசதிகளுக்காக வீணாக்குகிறார்கள்.

ஏழை நாடுகளுக்கு மாற்றம் செய்யப்படுகிற தற்காலிகத் தொழில்நுட்பத்தை மூன்று வகைகளாகப் பிரிக்கலாம்: பொருட்கள், அவற்றை உற்பத்தி செய்யும் தொழிற்சாலைகள், சேவை நிறுவனங்கள். இந்த நிறுவனங்கள் முதன்மையாகக் கல்விக்கூடங்கள் தான். பல நாடுகள் அவற்றின் வரவு செலவுத் திட்டத்தின் பெரும்பகுதியைக் கல்விக்காகச் செலவிடுகின்றன. பள்ளி, கல்லூரிகளில் படித்தவர்கள் வெளியில் தெரியும் பிற வசதிகளுக்கான தேவைகளை உண்டாக்குகிறார்கள். தொழிற்சாலை, தளம் போடப்பட்ட நெடுஞ்சாலைகள், நவீன மருத்துவமனைகள், விமான நிலையங்கள் ஆகியவை இந்தத் தேவைகளில் அடங்கும். இவை பணக்கார நாடுகளுக்காக உண்டாக்கப்பட்ட பொருட்களுக்கான சந்தையை உண்டாக்குகின்றன. அதன்பிறகு பணக்கார நாடுகளில் காலாவதியாகிப் போன தொழிற்சாலைகளை இறக்குமதி செய்து கொள்கிறார்கள்.

'பொய் வசதி'களில் எல்லாம் மிகக் கொடியது கல்விக்கூடம்தான். நெடுஞ்சாலை அமைப்புகள் கார்களுக்கான தேவைகளைத்தான் அதிகமாக்குகின்றன. ஆனால் கல்விக்கூடங்கள் புதிய நிறுவனங்கள் பலவற்றின் தேவைகளை உண்டாக்குகின்றன. நெடுஞ்சாலைகளின் தேவை பற்றி ஒருவன் கேள்வி கேட்டான் என்றால் அவனைக் கனவு காண்கிறவன் என்று சொல்லிவிடுவார்கள். ஆனால் கல்விச் சாலைகளின் தேவை பற்றி யாராவது கேள்வி கேட்டால் உடனே அவனை இதயமில்லாதவன் என்று தாக்குவார்கள்.

கல்விக்கூடங்களும் பொய்யான பொதுத் தேவைகளும்

வெளியிலிருந்து பார்க்கும்போது நெடுஞ்சாலைகளைப் போலவே கல்விக்கூடங்களும் எல்லோருக்கும் பொதுவாக இருப்பதாகவே தோன்றுகிறது. ஆனால் அப்படியில்லை. மக்கள் இயங்க வேண்டுமென்றால் ஓராண்டுக்கு இப்போது ஆகும் செலவு தொடரவேண்டுமென்று நெடுஞ்சாலைகள் ஒரு மாயையைத் தோற்றுவிக்கின்றன. அதுபோல நவீனத் தொழில்நுட்பத்தைப் பயன்படுத்தும் சமுதாயத்திற்குத்தேவையான திறன்களைப் பெறக் கல்விக்கூடம் தேவை என்ற எண்ணத்தை அவை ஏற்படுத்துகின்றன. நெடுஞ்சாலைகள் தனியார் வாகனங்களையே சார்ந்திருக்கின்றன என்பதால் அவை போலிப் பொது வசதிகள் என்று காட்டினோம். அதுபோலப் பள்ளிகள், கற்றல் கலைத் திட்டத்தைக் கற்பிப்பதால்

ஏற்படும் விளைவு என்ற போலிக் கருதுகோளின் அடிப்படையில் இருக்கின்றன.

இயங்குவதற்கான ஆசையும், தேவையும் தனியார் கார்களின் தேவையாக விகாரப்படுத்தப்படுவதால் நெடுஞ்சாலைகள் உண்டாகின்றன. அதுபோலவே கல்விக்கூடங்கள் வளரவும் கற்பதற்குமான இயற்கை ஆர்வத்தை விகாரப்படுத்திக் கற்பித்தலுக்கான தேவையாக மாற்றிவிட்டன. உற்பத்தி செய்யப்பட்ட முதிர்ச்சிக்கான தேவை, உற்பத்தி செய்யப்பட்ட பொருட்களின் தேவையை விட அதிகமாகத் தன் முனைப்பான செயலை மறுதலிப்பதாக ஆகும். கல்விக்கூடங்கள் நிறமாலையில் நெடுஞ்சாலைகளுக்கும், கார்களுக்கும் வலப் பக்கமே இருக்கின்றன. மேலும் முழுப் போக்கிடங்களால் நிரம்பியுள்ள நிறுவனங்களின் இடத்தையும் தாண்டிப் போய்விடுகின்றன. சடலங்களை எண்ணும் உற்பத்தியாளர்கள் கூட உடல்களைத்தான் கொல்லுகிறார்கள். ஆனால் மக்களை அவர்களின் சொந்த வளர்ச்சிக்கான பொறுப்பையே துறந்து விடச் செய்வதால் கல்விக்கூடம் பலரை ஆன்மீகத் தற்கொலைக்கு இட்டுச் செல்கிறது.

நெடுஞ்சாலைக்கான ஒரு பகுதி செலவை அதனைப் பயன்படுத்துபவர்கள் கொடுக்கிறார்கள். அதாவது ஓட்டுநர்களிடமிருந்துதான் சுங்கக் கட்டணமும், எரிபொருள் வரிகளும் வசூலிக்கப்படுகின்றன. அதற்கு நேர் மாறாக, கல்விக்கூடம் வரிபோடுவதில் பின்னோக்கிச் செல்கின்ற ஓர் அமைப்பு. இங்கே சிறப்புரிமை பெற்ற பட்டதாரிகள் மொத்தக் குடிமக்கள் மேல் சவாரி செய்கிறார்கள். மேலும் பள்ளியில் மேல் வகுப்புக்குச் செல்வதற்கு ஒரு தலைக்கு என்று வரி போடப்படுகிறது. நெடுஞ்சாலையைப் பயன்படுத்தாவிட்டால் இழப்பில்லை. ஆனால் கல்விக்கூடத்தில் குறைத்து நுகர்வது இழப்பாகும். எடுத்துக்காட்டாக, லாஸ் ஏஞ்சல்சில் ஒருவரிடம் கார் இல்லாவிட்டால் அவர் இயங்குவது தடைப்படலாம். ஆனால் அவர் எப்படியாவது பணி இடம் ஒன்றுக்குச் சென்றுவிட்டால் வேலை கிடைக்கும். அதனைத் தக்க வைத்துக்கொள்ள முடியும். ஆனால், பள்ளியில் இடைநிறுத்திய ஒருவருக்கு மாற்று வழியே கிடையாது. இன்னொரு எடுத்துக்காட்டு: நகரவாசி ஒருவர் அதிக விலையுள்ள காரை வைத்திருப்பார். கிராமவாசி ஒருவர் சாதாரண வண்டி வைத்திருக்கிறார். முதல் கார் இரண்டாவதை விட முப்பது பங்கு விலையானாலும் இருவருக்குமே நெடுஞ்சாலையைச் சாதகமாகப் பயன்படுத்த உரிமையுண்டு. ஆனால், கல்விக்கூடத்தில் கற்பது அப்படி இல்லை. ஒருவருடைய கற்றலின் மதிப்பு அவர்

எத்தனை ஆண்டுகளில் அங்கு படித்து முடித்தார் என்பதையும், அந்தக் கல்விக்கூடத்தின் கட்டணத்தையும் பொறுத்தது. மேலும் நெடுஞ்சாலையில் காரோட்ட வேண்டுமென்று எந்தச் சட்டமும் கட்டாயப்படுத்தாது. ஆனால் ஒவ்வொருவரும் கல்விக்கூடத்திற்குப் போவது கட்டாயம்.

இங்ஙனம் நான் நிறுவனங்களை நிறமாலையில் இடப் பக்கம் அல்லது வலப் பக்கம் இருப்பதைக் கொண்டு பகுப்பாய்வு செய்வது என்னுடைய ஒரு நம்பிக்கையைத் தெளிவுபடுத்த உதவுகிறது. அந்த நம்பிக்கை எதுவென்றால், நிறுவனங்களைப் பற்றிய நமது எண்ணத்தை மாற்றினால்தான் சமுதாய மாற்றம் ஏற்படும் என்பது. நடைமுறைக்குச் சாத்தியமான வருங்காலம் நிறுவனங்களின் தன்மைக்குப் புத்துயிர் ஊட்டுவது ஏன் தேவை என்பதை விளக்கும்.

இருபதாம் நூற்றாண்டின் அறுபதுகளில் ஃபிரெஞ்சுப் புரட்சிக்குப் பிறகு தோன்றிய நிறுவனங்கள் அனைத்தும் ஒரே நேரத்தில் முதுமை அடைந்துவிட்டன. அமெரிக்காவில் அதிபர் ஜெஃபார்சன், துருக்கியின் அட்டா டர்க் காலத்தில் நிறுவப்பட்ட பொதுக் கல்வி அமைப்புகளும், இரண்டாம் உலகப் போருக்குப் பின் தொடங்கப்பட்ட பிற கல்வி நிறுவனங்களும் அதிகார வர்க்கத்தின் கீழ் வந்துவிட்டன. தங்களுடைய நிலைப்பாட்டைத் தாங்களே நியாயப்படுத்திக் கொள்கின்றன. பிறரைத் தங்கள் பக்கம் வளைக்கும் தன்மையுடையவைகளாக ஆகிவிட்டன. சமூகப் பாதுகாப்பு, தொழிற்சங்கங்கள், நிறுவனத் திருச்சபைகள், முதியோர் பாதுகாப்பு, இறந்தோரைப் புதைப்பது ஆகியவற்றிற்கும் இதே நிலைதான்.

1890-களில் அமெரிக்கப் பள்ளிகள் இன்றைய பள்ளிகளையோ ரஷ்ய நாட்டுப் பள்ளிகளையோ ஒத்திருக்கவில்லை. ஆனால் இன்று கொலம்பியா, பிரிட்டன், சோவியத் ரஷ்யா, அமெரிக்கா ஆகியவற்றில் கல்விக்கூட அமைப்புகள் ஒரே மாதிரி இருக்கின்றன. இன்று எல்லாக் கல்விக்கூடங்களும் கட்டாயமானவை, ஒன்றுக்கொன்று போட்டி போடுபவை. இதே போலத்தான் உடல் நலக் கவனிப்பு, வர்த்தகம், ஆட்கள் மேலாண்மை, அரசியல் வாழ்க்கை அனைத்தையும் நிறுவன முறை பாதிக்கிறது. எனவேதான் இவையனைத்தும் நிறமாலையின் வலப் புறத்தில் குவிகின்றன.

இங்ஙனம் நிறுவனங்கள் ஒன்றாகக் குவிவதால், உலக அதிகார வர்க்கங்களும் ஒன்றாகிவிடுகின்றன. கோஸ்ட ரிகாவிலும், ஆப்கானிஸ்தானிலும் மேற்கு ஐரோப்பிய மாதிரியில் அவை பணியாற்றும் முறை, தர வரிசைப்படுத்தல், அவற்றிற்குப்

பயன்படும் பாடப் புத்தகம் முதல் கணினி வரை ஒரே தரமாக ஆக்கப்படுகின்றன.

எல்லா இடங்களிலும் இந்த அதிகார வர்க்கங்கள் ஒரே வேலையில் தான் கவனம் செலுத்துகின்றன. வலது பக்க நிறுவனங்களின் வளர்ச்சியை அதிகப்படுத்துவதுதான் அது. பொருட்களை உண்டாக்குதல், சடங்கு விதிகளை உருவாக்குதல், 'செயல்பாட்டு உண்மையான' அவர்களுடைய உற்பத்திப் பொருளுக்கு இன்றைய மதிப்பை உறுதி செய்யும் கொள்கையை அமைத்தல் ஆகியவற்றைப் பற்றித்தான் அவை கவனத்தில் கொள்கின்றன. தொழில்நுட்பம் இந்த அதிகார வர்க்கங்களுக்கு அதிகப்படியான அதிகாரத்தை வழங்குகின்றது. அதே சமயம் சமுதாயத்தின் வலது பக்கம் வாடிப் போகிறது. மனிதச் செயல்பாட்டின் வீச்சினை அதிகப்படுத்தி, தனி மனிதக் கற்பனைக்கும், படைப்பாற்றலுக்கும் நேரம் கொடுக்கத் தொழில்நுட்பத்தால் முடியாது என்பது ஒரு காரணம். அதைவிடத் தொழில்நுட்பத்தைப் பயன்படுத்துவது அதனை நிர்வகிக்கின்ற அதிகாரத்தை அதிகப்படுத்துவதில்லை என்பதும் காரணம். எடுத்துக்காட்டாக அஞ்சல் அலுவலருக்கு அஞ்சலில் தெரிவிக்கப்படும் செய்தியின்மேல் எந்த அதிகாரமும் இல்லை. அதேபோல தொலைபேசி நிறுவனத்தில் பணியாற்றுபவர் அவருடைய இணையதளத்தைப் பயன்படுத்தித் திட்டமிடப்படும் விபச்சாரம், கொலை, அரச துரோகம் முதலியவற்றை நிறுத்த அதிகாரமில்லை.

இவற்றிற்கு இடையில் மனித வாழ்க்கையின் இயல்புதான், நிறுவனத்தின் இடப் பக்கத்தையோ வலப் பக்கத்தையோ தேர்ந்து கொள்ள வேண்டிய ஆபத்தில் இருக்கிறது. அதாவது மனிதன் பொருள்களை நிறைத்து வைத்துக்கொள்வது, அவற்றைப் பயன்படுத்தும் உரிமை ஆகிய இரண்டில் ஒன்றைத் தேர்வு செய்ய வேண்டும். வாழ்க்கையின் மாற்று வாழ்க்கை முறைகள், மற்றும் விற்பனை நிரல் முறைகள் ஆகியவற்றில் ஒன்றைத் தேர்ந்தெடுக்க வேண்டும்.

செய்தலும், செயல்படுதலும் வித்தியாசமானவை என்று அரிஸ்டாட்டில் ஏற்கெனவே கண்டுபிடித்திருக்கிறார். எவ்வளவு வேறுபாடு என்றால் ஒன்றில் இன்னொன்று எப்போதும் இருப்பதில்லை. "ஏனென்றால் செயல்படுதல், செய்வதன் வழி இல்லை. அதுபோல செய்தல், செயல்படுதலின் ஒரு வழி அல்ல. கட்டடக்கலை செய்தலின் ஒரு வழி ஒன்றை உருவாக்குதல். அதன் தோற்றம் செய்பவரிடம்தான் உள்ளது, பொருளில் இல்லை. செய்தலுக்கு அதனை விட ஒரு முடிவு அல்லது விளைவு உண்டு.

ஆனால் செயல்படுதல் அப்படி இல்லை. ஏனென்றால் நல்ல செயலுக்கு அதுவே முடிவும் விளைவும் ஆகும். செய்தலில் குறையில்லாமல் இருப்பது ஒரு கலை. செயல்படுவதில் குற்றம் இல்லாமல் இருப்பது ஒரு விழுமியம்." (நிக்கோமச்சியன் எதிக்ஸ் 1:40) அரிஸ்டாட்டில் செய்தலுக்குப் பயன்படுத்துகின்ற சொல் 'பொயசிஸ்' (யாத்தல்) என்பது. செயல்படுவதற்கு அவர் 'பிராக்சிஸ்' என்ற சொல்லைப் பயன்படுத்துகிறார். ஒரு நிறுவனம் வலது பக்கத்தை நோக்கிப் போனதென்றால், அது செய்தலை நோக்கிப் போகின்றது என்று பொருள். இடது பக்கம் சென்றால் அதிகப்படியாகப் பிரச்சினை-செயல்படுதலை-நோக்கிச் செல்ல அமைக்கப்படுகிறது என்று பொருள். இன்றைய தொழில்நுட்பம் செய்கின்ற- பொருட்களை உண்டாக்குகின்ற-பணியை எந்திரங்களுக்கு விட்டுக் கொடுக்குமாறு செய்துவிட்டது. அதே சமயம் மனிதனின் செயல்படும் நேரம் அதிகரித்துவிட்டது. அதாவது வாழ்க்கைத் தேவைகளை உண்டாக்கும் செயல் அவனுடைய நேரத்தை எடுத்துக் கொள்வதில்லை. இதனால் வேலையில்லாத் திண்டாட்டம் ஏற்படுகிறது. இந்த வேலையில்லாத நிலை மனிதனுக்குச் செய்வதற்கு எதுவுமில்லாததால் ஏற்படும் சோம்பல். அவனுக்கு என்ன செய்வதென்று தெரியவில்லை. எப்படிச் 'செயல்படுவது' என்றும் தெரியவில்லை. வேலையில்லாமை மனிதனுக்குச் சோம்பலைத் தருகிறது. அது அவனுக்குக் கவலை. ஏனென்றால் பொருட்களை உண்டாக்குதல், அல்லது வேலை செய்தல் நல்லது என்றும் சோம்பல் தீயது என்றும் நம்புகிறான். பிரிவினைக் கிறிஸ்தவச் சபையின் போதனையால் வேலையின்மை மனிதனின் அனுபவமாக ஆகிவிட்டது. வீபர்★ சொல்வதன்படி ஓய்வு மனிதன் வேலை செய்வதற்குத் தேவைப்படுகிறது. ஆனால் அரிஸ்டாட்டில் ஓய்வு எடுப்பதற்காக மனிதனுக்கு வேலை தேவைப்படுகிறது என்கிறார்.

தொழில்நுட்பம் மனிதனுக்கு நேரத்தைத் தருகிறது. இதனை அவன் தன்னுடைய விருப்பப்படி பயன்படுத்திக்கொள்ளலாம். அவன் அந்த நேரத்தைச் செய்வதற்கோ செயல்படுவதற்கோ பயன்படுத்தலாம். சோகமான வேலையின்மையா, மகிழ்ச்சிமிக்க ஓய்வா என்று இரண்டில் ஒன்றைத் தேர்ந்தெடுக்கும் உரிமை இப்போது மனிதச் சமுதாயம் முழுவதற்கும் முன்னால் நிற்கின்றது. இந்தத் தேர்ந்தெடுக்கும் உரிமை பழைய கலாசாரங்களில் எண்ணிக்கூடப் பார்க்க முடியாது. ஏனென்றால் அவை உழவனுடைய விவசாயத்தின்

★ மாக்ஸ் வீபர் ஜெர்மன் நாட்டு சமூகவியல் அறிஞர், தத்துவ ஞானி.

மேலோ அடிமைத்தனத்தின் மேலோ கட்டப்பட்டிருந்தன. இன்றைக்கு, தொழிற்புரட்சிக்குப் பிந்தைய மனிதனுக்கு இரண்டில் ஒன்றைத் தேர்ந்துகொள்வது தவிர்க்க முடியாததாக இருக்கிறது.

இப்படிக் கிடைக்கும் அதிகப்படியான நேரத்தை நிரப்ப வழிகள் என்ன? பொருட்களை நுகர்வதற்கான தேவைகளை அதிகரிக்கத் தூண்டுவது, அதே வேளையில் சேவைகளின் தேவையை அதிகரிப்பது. பொருட்களை நுகரும் தேவை அதிகமாகும் பொருளாதாரத்தில் புதிய பொருட்கள் உண்டாக்கப்படும், அவை பயன்படுத்தப்படும், வீணாக்கப்படும், மீள் சுழற்சி பெறும். சேவைகளின் தேவை அதிகமாகும்போது சேவை நிறுவனங்களின் உற்பத்திகளுக்கு உயர்ந்த நோக்கங்கள் புகுத்தப்படும். இதனால் கல்விக்கூடம், கல்வி, மருத்துவ வசதி, உடல்நலம், பொழுதுபோக்கு, வேகம் மற்றும் போக்குவரத்து ஆகியவற்றை அடையாளம் காண்பதில் முடியும். இந்த இரண்டிலும், முதலாவதைத் தேர்வு செய்வது வளர்ச்சி என்ற பெயரில் அழைக்கப்படுகிறது.

கிடைக்கும் நேரத்தை புரட்சிகரமான வழியில் நிரப்ப வேண்டுமென்றால் அதிகக் காலம் வரக்கூடிய பொருட்களைக் குறைந்த அளவில் உண்டாக்கவும், அதே சமயம் மனித உறவை வளர்க்கும் தேவையையும் வாய்ப்பையும் அதிகரிக்கும் நிறுவனங்களுக்கு வழி வகிக்கவும் வேண்டும்.

ஆனால், இன்றைய பொருளாதாரம் எப்படி இருக்கிறது? விரைவில் வீணாகிப் பயனற்றுப் போகும் பொருட்களைத் திட்டமிட்டு உண்டாக்குவது இன்றைய பொருளாதாரம். இது நெடுநாள் இருக்கக்கூடிய பொருட்களைச் சார்ந்திருக்கும் பொருளாதாரத்திற்கு எதிரானது. அதிக நாள் இருக்கக்கூடிய பொருட்களைச் சார்ந்திருக்கும் பொருளாதாரத்தில் உற்பத்தியாகும் பொருட்கள் எப்படி இருக்க வேண்டுமென்றால் அவற்றைக் கொண்டு எதையாவது செய்ய உச்ச அளவு வாய்ப்பினைக் கொடுக்க வேண்டும். எடுத்துக்காட்டாக, நாமாக அமைத்துக்கொள்ளக் கூடியவை, சுய உதவி உள்ளவை, மீண்டும் பயன்படக் கூடியவை, பழுது நீக்கப்படக் கூடியவை.

நெடுங்காலம் இருக்கக் கூடிய, பழுதுகள் நீக்கப்படக் கூடிய, மீண்டும் பயன்படுத்தக் கூடிய பொருள்களுக்குத் துணை சேர்ப்பது நிறுவனங்கள் சார்ந்த சேவைகளை அதிகப்படுத்துவது இல்லை. மாறாக, தொடர்ந்து செயலுக்கும், பங்கு பெறவும், சுய சேவைக்கும் கற்றுத் தரும் ஒரு நிறுவனக் கட்டமைப்பு வேண்டும். இப்போது எல்லா நிறுவனங்களும் தொழில் மயமானதற்குப் பிந்தைய

அதிகார வர்க்கத்தை நோக்கிச் செல்கின்றன. உற்பத்தியை விடச் செயல்பாட்டின் மேல்தான் அதிக கவனம் இருக்கும் நிலையை அடைய வேண்டுமென்றால் சேவை நிறுவனங்களில் சீர்திருத்தம் தொடங்க வேண்டும். அதுவும் குறிப்பாக கல்வியில் மறுமலர்ச்சி ஏற்பட வேண்டும். நாம் விரும்பும் ஒரு வருங்காலம் நம்முடைய தொழில்நுட்ப அறிவைக்கொண்டு நட்புறவுள்ள நிறுவனங்களை வளர்க்க நாம் ஆயத்தமாக இருப்பதைப் பொறுத்திருக்கிறது. எனவே கல்வி ஆய்வில் இப்போது இருக்கும் நிலையை மாற்ற வேண்டிய கட்டாயம் ஏற்படுகிறது.

5

அறிவுக்கொவ்வாத முரண்பாடின்மை*

பொதுவாகச் சுமத்தப்பட்டிருக்கிற கற்றல் என்கிற கருத்தியலைத்தான் நாம் மறு ஆய்வு செய்ய வேண்டும். அதனை நடைமுறைப்படுத்துகின்ற வழிவகைகளைப் பற்றி ஆய்வு செய்வதைவிட இதுதான் தேவை. கல்வியில் இன்று ஏற்பட்டிருக்கிற ஒரு சிக்கல் அதைத்தான் எதிர்பார்க்கிறது. இடை நிற்போரின் விகிதம் குறிப்பாக, உயர்நிலைப் பள்ளி மாணவர்கள், தொடக்கப்பள்ளி ஆசிரியர்கள் மத்தியில் ஏற்பட்டிருக்கும் இந்த இடைநிறுத்தம் தொடக்க நிலையைப் பற்றி முழுவதும் புதிதாக ஆய்வு செய்ய வேண்டிய தேவையை எழுப்புகிறது. விடுதலைக் கொள்கையுள்ள ஆசிரியர் என்று தன்னைக் கருதிக் கொள்ளும் வகுப்பறையில் செயல்படுகின்றவரை எல்லாப் பக்கங்களிலிருந்தும் தாக்குகிறார்கள். விடுதலைப் பள்ளி இயக்கம், கட்டுப்பாட்டை மூளைச் சலவையோடு குழப்பிக்கொண்டு அழிவுக்கான ஆதிக்கவாதி என்று காட்டுகின்றது. கல்வித் தொழில் நுட்பக்காரர்கள் நடத்தையை மாற்றுவதிலும் அளவிடுவதிலும் ஆசிரியர் தாழ்ந்தவர் என்று விடாமல் காட்ட முற்படுகின்றனர். அவர் பணியாற்றும் கல்விக்கூட நிர்வாகிகள் அவரை சம்மர் ஹில்லுக்கும் (இங்கிலாந்து நாட்டில் சுதந்திரமான பள்ளி, சதர்லாண்ட் நெய்ல் ஆரம்பித்தது) ஸ்கின்னருக்கும்** வணக்கம் செலுத்தக் கட்டாயப்படுத்துகின்றனர். இதன்மூலம் கட்டாயக் கற்றல் விடுதலை முயற்சியாக இருக்க முடியாது என்று காட்டுகிறது. எனவேதான் ஆசிரியர்களின்

★ இந்தப் பகுதி 1971 ஆம் ஆண்டு, பிப்ரவரி, 6 ஆம் தேதி அன்று நியூயார்க் நகரில் உள்ள, அமெரிக்கக் கல்வி ஆராய்ச்சிக் கழகக் கூட்டத்தில் முதன்முதலாக வழங்கப்பட்டது.

★★ நடத்தையியல் உளவியல் அறிஞர், கற்றல் திரும்பத் திரும்பச் செய்வதால் நிகழ்கிறது என்ற கோட்பாட்டை முன் வைத்தவர்.

வேலையை விட்டு நிற்கும் வேகம் மாணவர்களின் இடை நிற்றலை விட அதிகமாக இருக்கிறது.

அமெரிக்கா அதனுடைய இளையோருக்குக் கட்டாயக் கல்வி கொடுக்க வேண்டும் என்ற கடமை, வியட்நாம் மக்களுக்குக் கட்டாயமாக மக்களாட்சி முறையைக் கொடுக்க வேண்டும் என்ற அதன் தீர்மானத்தைப் போலவே தோல்வியுற்றுவிட்டது. வழக்கமான நடைமுறையில் இருக்கும் பள்ளிகள் அதனைச் செய்ய முடியாது. சுதந்திரக் கல்வி இயக்கம் வழக்கத்திற்கு மாறான கல்வியாளரைக் கவர்கிறது என்பது உண்மைதான். ஆனால் அதுவும் இறுதியில் கல்விக்கூடம் என்ற வழக்கமான கொள்கையையே ஆதரிக்கிறது. கல்வித் தொழில்நுட்ப வல்லுநர்கள் என்ன சொல்கிறார்கள்? தங்களுக்குப் போதுமான அளவு நிதி ஒதுக்கினால் இளையோர் கட்டாயக் கல்விக்கு எதிர்ப்புக் காட்டும் பிரச்சினைக்கு ஒரு தீர்வு காட்ட முடியும் என்று உறுதியளிக்கிறார்கள். இந்த உறுதிமொழி இராணுவத் தொழில்நுட்ப வல்லுநர்கள் தரும் இதுபோன்ற உறுதிமொழி போலத்தான் இருக்கும்.

நடத்தை இயல் உளவியலாளர் (பாவ்லோவும் ஸ்கின்னரும் இந்த உளவியலை முன் வைத்தவர்கள்) அமெரிக்கக் கல்வி முறையைக் குற்றம் சாட்டுகிறார்கள். இப்போது வந்திருக்கின்ற புரட்சிக் கல்வியாளர்களுடைய குற்றச்சாட்டு இதற்கு நேர் எதிராக இருக்கிறது. தங்கள் கல்வி ஆய்வை நடத்தை இயல் உளவியலாளர் 'தாமாகக் கற்பிக்கும் தனியாள் கற்றல் தொகுப்பு (Individualized Learning Packages) முறைக்குப் பயன்படுத்துகிறார்கள் (தாமாக மாணவர்கள் நிரல்வழியில் கற்க முடியும் என்பது ஸ்கின்னர் முன்வைத்த கற்பித்தல்-கற்றல்முறை). அதே சமயம், வயது வந்தவர்களின் மேற்பார்வையில் நிறுவப்பட்ட விடுதலையான குழுக்களில் வெளி வழிகாட்டல் இல்லாமல் இளையோரைச் சேர்த்துக்கொள்ளல் என்பது இரண்டாவது முறை. இது முதல் முறையோடு மோதுகிறது, ஆனால் வரலாற்றுக் கண்ணோட்டத்தில் பார்க்கும்போது இரண்டும் வெளிப்புறத்தில்தான் முரண்பாடு உடையனவாகத் தோன்றுகின்றன. ஆனால் உண்மையில் பொதுக் கல்வி அமைப்பின் நோக்கங்களை இரண்டுமே ஆதரிக்கின்றன. இருபதாம் நூற்றாண்டின் தொடக்கத்திலிருந்தே, கல்விக்கூடங்கள் ஒரு பக்கம் சமூகக் கட்டுப்பாட்டையும் இன்னொரு புறம் சுதந்திரமான ஒத்துழைப்பையும் முன் வைக்கின்றன. இரண்டுமே, கட்டுப்பாடான அமைப்பைக் கொண்ட உரசல் இல்லாமல் செயல்படும் கூட்டுக் கட்டமைப்பாகக் கருதப்படும் 'நல்ல சமுதாயத்தின்' பணியில் இருக்கின்றன. மிகவும் வேகமான நகரமயமாக்கலின் தாக்கத்தில் குழந்தைகள்

கல்விக்கூடங்களின் அச்சில் உருவாக்கப்பட்டு தொழில் எந்திரத்தில் செலுத்தப்பட வேண்டிய இயற்கை வளமாகக் கருதப்படுகின்றனர். முன்னேற்ற அரசியலும், திறமை என்ற கொள்கையும் அமெரிக்கக் கல்விக்கூடத்தில் கணிக்கப்படுகின்றன.* இத்தகைய சிந்தனையின் இரண்டு முக்கிய விளைவுகள் தொழில் வழிகாட்டலும், இளையோர் உயர்நிலைப் பள்ளியும் ஆகும்.

எனவே, அளவிடக்கூடிய குறிப்பிடப்பட்ட நடத்தை மாற்றத்தை ஏற்படுத்துவதும், அதற்கு நடத்தை மாற்றத்தைத் தருபவரைப் பொறுப்பாளராக ஆக்குவதும் நாணயத்தின் ஒரு பக்கம்தான். இன்னொரு பக்கத்தில் புதிய தலைமுறையை ஒரு குறிப்பிட்ட எல்லைகளுக்குள்ளே வைத்து அமைதிப்படுத்தலாகும். அவர்களை இது பொறியாளர்களின் கனவு உலகத்திற்குள் நுழைய ஆசைகாட்டி அழைக்கும்.

இங்ஙனம் சமுதாயத்தில் அமைதிப்படுத்தப்பட்டவர்களை, டியூவி** விவரிக்கிறார்: டியூவி "நமது பள்ளிகள் ஒவ்வொன்றும் கருநிலையிலுள்ள சிறு சமூக வாழ்க்கையாக இருக்குமாறு செய்ய வேண்டும்" என்று கூறுகிறார். அது பெரிய அளவிலுள்ள சமுதாயத்தின் வாழ்க்கையைப் பிரதிபலிக்கும், தொழில்களை ஆக்கமுடன் செயல்படுத்தும். கலை, வரலாறு, அறிவியலின் உட்தன்மையால் அதனை ஊடுருவ வேண்டும். இந்த வரலாற்றுக் கண்ணோட்டத்தில் பார்க்கும்போது, பள்ளி நிர்வாகம், கல்வித் தொழில்நுட்பவாதிகள், சுதந்திரக் கல்விக்கூடங்கள் ஆகியவற்றிற்கு இடையேயுள்ள மும்முனைப் போட்டியைக் கல்விப் புரட்சிக்கு முன்னுரையாகக் கருதுவது பெரும் தவறாகும். இந்த மும்முனை முரண்பாடு பழைய கனவை உண்மையாக ஆக்குவதற்கும், இறுதியில் மதிப்புமிக்க கற்றலைப் பயிற்சி பெற்றவர்களால் கற்பிக்கப்படுவதன் விளைவாக ஆக்குவதற்குமான முயற்சியின் ஒரு வடிவைப் பிரதிபலிக்கிறது. வேறு மாற்றுக் கல்வி எல்லாம் ஒரு கூட்டுறவு மனிதனை உண்டாக்குவதில் பரவலாக இருக்கும் இலக்குகளை நோக்கியே செல்கின்றன. அந்த மனிதனின் தனிப்பட்ட தேவைகள் எல்லாம் அமெரிக்க அமைப்பின் சிறப்புத் தன்மையினால் நிறைவு பெறுகின்றன. அந்த மாற்றுக் கல்விமுறைகள் எல்லாம் கல்விக்கூடத்தால் பயிற்சி பெற்ற சமுதாயத்தை வளர்ப்பதையே குறிக்கோளாகக்

---

* பார்க்கவும்: ஜோயல் ஸ்ப்ரிங், எஜுகேஷன் அன்ட் தி ரைஸ் ஆஃப் கார்ப்பரேட் ஸ்டேட், க்வாடெர்னோ, எண்.50, சென்ட்ரோ இன்டர்கல்சுரல் டாகுமென்டேஷன், க்யூர்னவகா, மெக்ஸிகோ 1971.

** டியூவி அமெரிக்கத் தத்துவ ஞானி, கல்வியாளர், உளவியலறிஞர்.

கொண்டிருக்கின்றன. கல்விக் கூட அமைப்பை எதிர்க்கும் புரட்சியாளர்கள் கூட இளையோருக்கு, குறிப்பாக ஏழைகளுக்கு ஆற்ற வேண்டிய ஒரு கடமை இருக்கிறது என்ற கருத்தை விட்டு விட மாட்டார்கள். அன்பாலோ அச்சத்தாலோ அவர்களைத் தயாரிக்கக் கடமைப்பட்டிருப்பதாகக் கருதுகிறார்கள். அப்படித் தயாரிக்கப்பட்டவர்கள் நுழையும் சமுதாயத்திற்கு என்ன தேவைப்படுகிறது? அதனுடைய உற்பத்தியாளர்களிடமிருந்தும், நுகர்வோரிடமிருந்தும் சிறப்புப் பயிற்சியை எதிர்பார்க்கிறது. மேலும் பொருளாதார வளர்ச்சியை முதலில் வைக்கும் கொள்கையில் உறுதியாக இருக்க வேண்டும்.

எனினும், இந்த எதிர்ப்பு கல்விக்கூடம் என்ற கருத்தில் அடங்கி-யிருக்கிறது. முரண்பாடுகளை மறைத்துவிடுகிறது. ஆசிரியர் சங்கங்கள், தொழில்நுட்ப வல்லுநர்கள், கல்வியில் விடுதலை இயக்கம் ஆகியவை கல்விக்கூடத்தால் பயிற்சி பெற்ற உலகின் அடிப்படைக் கொள்கைகளுக்கு முழு சமுதாயத்தையும் கையளிப்பதை உறுதிப்படுத்துகின்றன. இது எதைப் போல இருக்கிறது? தேசிய மொத்த வருவாயின் வளர்ச்சியின் வழியாக, கறுப்பினத்தார், பெண்கள், இளையோர், ஏழைகள் ஆகிய தமது உறுப்பினர்களுக்கு நிதியைத் தேடுகின்ற அமைதி இயக்கங்களின் குரல் போல இருக்கிறது.

சில கொள்கைகளை இப்போது யாரும் எதிர்த்துக் கேள்வி கேட்பதில்லை. அவற்றைப் பட்டியலிடுவது எளிது. முதலாவது, நம்பிக்கை ஓர் ஆசிரியரிடமிருந்து கற்கும் நடத்தை மாணவனுக்குச் சிறப்பு மதிப்பும் சமுதாயத்திற்குச் சிறப்புப் பயனும் கிடைப்பதாகக் கொள்வது. இந்த நம்பிக்கை எப்படி வருகிறது? சமூக மனிதன் வளரிளம் பருவத்தில்தான் பிறக்கிறான் என்பதும், கல்விக்கூடம் என்ற கருப்பையில் முதிர்வு அடைந்தால் சரியாகப் பிறக்கிறான் என்பதும் ஓர் அனுமானம். சிலர் கட்டுப்பாடே இல்லாமல் இருக்க வேண்டுமென்று விரும்புகிறார்கள். வேறு சிலர் அதனைக் கருவிகளால் நிறைக்கவும் இன்னும் சிலர் நட்புறவு உள்ள மரபால் வர்ணம் பூசவும் விரும்புகிறார்கள். இளையோர் பற்றி வேறொரு கண்ணோட்டமும் இருக்கிறது. இந்தக் கண்ணோட்டத்தின்படி, சமுதாயத்தில் மாற்றங்களைச் செய்யும் பொறுப்பை இளைஞர் மேல் சுமத்தியிருக்கிறார்கள். ஆனால் அதற்கு முன்னர் அவர்கள் கல்விக்கூடத்திலிருந்து விடுதலை பெற வேண்டும். இத்தகைய கொள்கைகளின் மேல் கட்டப்பட்டிருக்கும் ஒரு சமுதாயம் புதிய தலைமுறையின் கல்விக்கான பொறுப்பை ஏற்றுக்கொள்வது எளிது. இதனால் சிலர் பிறருடைய தனிப்பட்ட இலக்குகளைக்

குறிக்கவும், அளவிடவும் செய்யலாம். 'கற்பனை சீனக் கலைக் களஞ்சியத்தின் ஒரு பகுதி'யில் ஹோர்ஹே லூயிஸ் போர்ஹெஸ் அத்தகைய முயற்சிகள் உண்டாக்கக்கூடிய மயக்கத்தைக் கொண்டு வர முயல்கிறார். (போர்ஹெஸ் அர்ஜென்டினா நாட்டுக் கவிஞர், சிறுகதை எழுத்தாளர், தத்துவ ஞானி.) அவர் விலங்குகள் கீழே குறிக்கப்பட்டவாறு பிரிக்கப்பட்டிருக்கின்றன என்று கூறுகிறார். 1. பேரரசர்களுக்கு உரியவை. 2. பாடம் செய்யப்பட்டவை. 3. வீட்டு விலங்குகளாக ஆக்கப்பட்டவை. 4. பால் குடிக்கும் பன்றிகள். 5. சைரன்கள். 6. இயற்கைக்கு அப்பாற்பட்டவை. 7. ஊர் சுற்றும் நாய்கள். 8. இந்த வகைப்படுத்தலில் இடம் பெற்றவை. 9. தாங்களே பித்தம் பிடிக்கிறவை. 10. எண்ணிக்கையில் அடங்காதவை. 11. ஒட்டக முடித் தூரிகையால் வண்ணம் பூசப்பட்டவை. 12. பிற 13. சாடியை உடைத்தவை. 14. தூரத்திலிருக்கும் ஈக்களைப் போன்றிருப்பவை. எனினும் யாராவது ஒருவர் இந்தப் பகுப்பு முறை தனது நோக்கத்திற்குப் பயனுள்ளதாக இருக்குமென்று கருதும் வரையில் இந்தப் பகுப்பு முறை நடைமுறைக்கு வராது. இந்த நிகழ்வில் அந்த ஆள் ஒரு வரி வசூலிப்பவராக இருக்க வேண்டும். அவருக்கு மட்டுமாவது விலங்குகளை இப்படிப் பகுப்பது அறிவுப்பூர்வமாக இருக்க வேண்டும். அதேபோலத்தான் கல்வியின் நோக்கங்களாகிய பகுப்பு முறையும் சில அறிவியல் எழுத்தாளர்களுக்கு அர்த்தமுள்ளதாக இருக்கும்.

இதேபோல ஓர் உழவரை எடுத்துக்கொள்வோம். அவருடைய கால்நடையை யாரோ சிலர் மதிப்பிட உரிமை பெற்றிருக்கிறார்கள் என்ற காட்சி அவருக்குள் ஓர் ஆண்மையின்மை உணர்வை ஏற்படுத்தும். அதேபோலத்தான் மாணவர்களும். அவர்கள் ஒரு கலைத் திட்டத்திற்கு உட்படுத்தப்படும்போது அவர்களும் மனநிலை பாதிக்கப்படுவது போல உணர்கிறார்கள். என்னுடைய கற்பனை சீன விவசாயியை விட அவர்கள் மிகவும் அச்சப்பட்டிருப்பார்கள். ஏனென்றால் அவர்களுடைய கால்நடைக்கு இங்கே முத்திரை எதுவும் குத்தப்படவில்லை. மாறாக அவர்களுடைய வாழ்க்கை இலக்குகளின்மேல் அடையாளம் தெரியாத முத்திரைகள்ர குத்தப்படுகின்றன.

போர்ஹெசின் இந்தப் பகுதி மனத்தைக் கவர்கிறது. ஏனென்றால் இது அறிவுப்பூர்வமில்லாத முரண்பாடின்மை என்னும் தர்க்க நிலையைத் தோற்றுவிக்கிறது. காஃப்கா (ஜெர்மன் எழுத்தாளர் 'உருமாற்றம்' என்ற கதையின் ஆசிரியர்) மற்றும் கஸ்லார் (ஆர்தர் கஸ்லார் ஹங்கேரியில் பிறந்து இங்கிலாந்தில் வசித்த எழுத்தாளர், தத்துவ ஞானி, உளவியல் அறிஞர்) ஆகியோருடைய அதிகார

வர்க்கத்தை அன்றாட வாழ்க்கையை வெளிப்படுத்துகின்றதாக ஆனால் வித்தியாசமானதாக ஆக்குகிறது. அறிவுப்பூர்வமில்லாத முரண்பாடின்மை ஒருவருக்கொருவர் பயனுள்ள, கட்டுப்பாடான சுரண்டலில் ஈடுபட்டுள்ள கூட்டுக்காரர்களை மயக்குகிறது. அதிகார வர்க்கத்தின் நடத்தை உண்டாக்கும் தர்க்க நிலை. இது சமுதாயத்தின் தர்க்க நிலைப்பாடாகவும் ஆகிறது. ஏனென்றால் அதன் கல்வி நிறுவனங்கள் அவர்களுடைய வாடிக்கையாளர்களிடம் உண்டாக்க வேண்டிய நடத்தை மாற்றத்திற்குப் பொறுப்பாளர்களாக இருக்க வேண்டுமென்று சமுதாயம் எதிர்பார்க்கிறது. ஆசிரியர்கள் கட்டாயமாக நுகருமாறு புகுத்தும் கல்வித் தொகுப்புகளை மதிக்க ஊக்குவிக்கப்படும் மாணவர்கள் சீன விவசாயிகளைப் போன்றவர்கள். ஏனென்றால் போர்ஹெஸ் தந்திருக்கின்ற வரிப் படிவத்தினுள் விவசாயிகள் அவர்களுடைய கால்நடைகளைப் பொருத்த வேண்டும்.

கடந்த இரண்டு தலைமுறைகளில் அமெரிக்கப் பண்பாட்டில் 'குணப்படுத்துவதற்கு' அதிக முக்கியத்துவம் கிடைத்திருக்கிறது. அரசியல் அமைப்புச் சட்டப்படி பிறப்பிலேயே கிடைத்த சமத்துவம், சுதந்திரத்தை மக்கள் அனுபவிக்க வேண்டுமென்றால் அதற்கு ஆசிரியர்கள் தேவைப்படுகிறார்கள். ஏனென்றால் அவர்கள் குணமளிப்பவர்களாக, நோய் தீர்ப்பவர்களாகக் கருதப்படத் தொடங்கினார்கள். இப்போது இந்த ஆசிரிய - மருத்துவர்கள் அடுத்த நிலையில் வாழ்க்கை முழுவதற்குமான கல்விச் சிகிச்சையைத் தர முன் வருகிறார்கள். இந்தச் சிகிச்சையின் முறை விவாதப் பொருளாக ஆகியிருக்கிறது. வகுப்பறையில் வயது வந்தவர்களும் படிக்கும் முறையாக அது இருக்க வேண்டுமா? மின்னணுக் கருவிகள் மூலமா? அல்லது அவவப்போது தரப்படும் உணர்வூட்டும் வகுப்புகளா? பண்பாட்டு மொத்தத்தையும் கல்விக்கூடமாக மாற்றும் இலக்கோடு வகுப்பறையின் சுவர்களைத் தகர்த்துவிட எல்லாக் கல்வியாளர்களும் சதி செய்ய ஆயத்தமாகிறார்கள்.

அமெரிக்காவில் கல்வி பற்றிய சர்ச்சை அதன் சொல்லாடல் மத்தியிலும் சப்தத்தின் மத்தியிலும், மற்றைய பொதுக் கொள்கைகளை விட மிகவும் பிற்போக்காக இருக்கிறது. வெளி விவகாரங்களிலிருந்து ஒரு சிறுபான்மை அமைப்பினர் உலகத்தின் காவலர் பணியை அமெரிக்கா விட்டுவிட வேண்டும் என்று இடைவிடாமல் நினைவுபடுத்திக் கொண்டிருக்கிறார்கள். ஒட்டுமொத்த வளர்ச்சி விரும்பத்தக்க இலக்காக இருக்கலாமா என்று புரட்சிகரப் பொருளியல் வல்லுநர்களும், அதைவிடக் குறைந்த புரட்சிகரமான ஆசிரியர்களும் கேள்வி எழுப்புகிறார்கள்.

மருத்துவச் சிகிச்சையை விட நோயைத் தடுப்பது சிறந்தது என்று சிலர் சொல்லுகிறார்கள். அதுபோல போக்குவரத்தில் வேகத்தை விட பாதுகாப்பு அவசியமென்று வாதிடுகிறார்கள். ஆனால் கல்வித் துறையில்தான் சமுதாயத்தைக் கல்விக்கூடக் கட்டிலிருந்து விடுவிக்க வேண்டுமென்ற புரட்சிக் குரல்கள் சேராமல் பிரிந்து ஒலிக்கின்றன. கட்டாயக் கற்றலில் ஈடுபட்டிருக்கும் நிறுவனங்களைக் குலைப்பதற்கான நோக்கமுள்ளவர்களிடம் முதிர்ந்த தலைமை இல்லை, தொகுப்பான வாதமும் இல்லை. சுருங்கச் சொல்ல வேண்டுமென்றால் புரட்சிகரமாகச் சமுதாயத்தைக் கல்வி நிலையத்திலிருந்து விடுவிக்கும் முயற்சிக்கென்று ஒரு கட்சி இல்லை. இது கொஞ்சம் வியப்பாக இருக்கிறது. ஏனென்றால் பன்னிரண்டு முதல் பதினேழு வயது வரையிலுள்ளவர்கள் நிறுவனம் திட்டமிடும் கற்பித்தலை எதிர்ப்பது வளர்ந்து கொண்டே வருகிறது.

கல்வித் துறையில் முன்னெடுப்பவர்கள் தாங்கள் தொகுக்கும் பாட நிரல்களை நீர் ஊற்றும் கருவிகளாக இன்னும் கருதிக் கொண்டிருக்கிறார்கள். இந்த வடிகட்டி வகுப்பறை அல்லது தொலைக்காட்சி ஒளிபரப்பு அல்லது விடுதலை பெற்ற பகுதி என்று எந்த வடிவத்தில் இருந்தாலும் என்னுடைய வாதத்திற்கு உட்படாதவை. அந்தத் தொகுப்புகள் அடர்வாக இருந்தாலும் சரி, எளிமையாக இருந்தாலும் சரி, குளுமையாக இருந்தாலும் சரி, வெம்மையாக இருந்தாலும் சரி, கணிதம் போல் அளவிடக் கூடியதாகவோ, உணர்வைப் போல அளவிட முடியாததாகவோ இருந்தாலும் சரி என்னுடைய வாதத்திற்குத் தேவையில்லாதது. ஆனால் எது முதன்மையானது என்றால் ஒரு கல்வியாளரால் நிர்வகிக்கப்படுகிற நிறுவன முறையின் விளைவுதான் கல்வி என்ற அனுமானம். உற்பத்தியாளருக்கும், நுகர்வோருக்கும் இடையேயுள்ள உறவுகள் போலவே கல்வித் துறையிலும் இருக்குமானால் அது ஒரு சுழற்சிச் செய்முறையாக இருக்கும். இன்னும் அதிகமான கல்வித் தொகுப்புகள் தேவையென்று காட்ட முயலும். மேலும் தனியொரு நுகர்வோருக்கு அது துல்லியமாய்ப் போய்ச் சேர்வதற்கும் ஆதரவாக இருக்கக் கூடிய அறிவியல்பூர்வ ஆதாரங்களைத் தேடிக்கொள்ளும். இது ஒரு குறிப்பிட்ட வகைச் சமூக அறிவியல், இராணுவ முறையில் ஒரு சிக்கலைத் தீர்க்க வேண்டிய தேவை என்பதற்கு ஆதாரம் தேடுவதற்கு ஒப்பாகும்.

அப்படியானால் கல்விப் புரட்சி எப்படி இருக்க வேண்டும்? இரண்டு வகையான மாற்றுக் கருத்தை அது சார்ந்திருக்க வேண்டும். ஆய்விற்கு ஒரு புத்தாக்கம் வேண்டும். மேலும், புதிதாகத் தோன்றிக்

கொண்டிருக்கும் எதிர்ப் பண்பாட்டின் கல்விப் பாணியைப் புரிந்து கொள்ள வேண்டும்.

செயல்படு ஆய்வு *(Operational Research)* (முடிவெடுக்கப் பயன்படும் பகுப்பாய்வு முறை) வாரிசுரிமையாகப் பெறப்பட்ட ஒரு வரம்பு அமைப்பின் திறனை அதிகரிக்க வழி தேடுகிறது. இந்த வரம்பமைப்பு கற்பிக்கும் தொகுப்பிற்கான ஓர் ஊற்றும் கருவியானது வடிகட்டி அமைப்பில் இருக்கிறது. இதற்கான மாற்றுக் கல்வி இணையதளம், கற்கின்ற ஒவ்வொருவருடைய ஆதிக்கத்திற்குள் இருக்கும் வளங்களின் தொகுப்பு. அதாவது தானாக ஒருவர் கற்பதற்கான முறை. கல்விக்கூடத்தின் மாற்று அமைப்பான இந்த முறை இன்னும் கொள்கை அளவிலேயே கவனிக்கப்படாமல் 'செயல்படு ஆய்வினுள்' இருக்கிறது. அது பற்றிய ஆய்வில் சிரத்தை எடுத்துக்கொண்டால் உண்மையான அறிவியல் புரட்சி ஏற்படும்.

இங்ஙனம் கல்வி ஆய்வுகள் கவனிக்கப்படாமல் இருப்பது சமுதாயத்தின் பண்பாட்டு வெறுப்புணர்வை வெளிப்படுத்துகிறது. இந்தச் சமுதாயத்தில் தொழில்நுட்ப வளர்ச்சி என்பது தொழில்நுட்ப ஆதிக்கத்தோடு மழுப்பப்பட்டிருக்கிறது. தொழில்நுட்ப அதிகாரத்தைப் பொறுத்தவரையில் ஒவ்வொரு மனிதருக்கும், அவருடைய சூழலுக்கும் இடையேயுள்ள உறவை நெறிப்படுத்த முடிந்தால் சுற்றுச்சூழலுக்கு உள்ள மதிப்பு அதிகமாகும். இந்த உலகில் திட்டமிடுபவரால் சமாளிக்கக்கூடிய வாய்ப்புகள் பயன் பெறுபவருடைய வாய்ப்புகளோடு சேர்ந்து ஒன்றாகி விடுகின்றன. அதாவது உரிமை என்பது சிப்பமாக்கப்பட்ட அல்லது தொகுக்கப்பட்ட பொருள்களிலிருந்து ஒன்றைத் தேர்ந்தெடுப்பதாகக் குறைந்துவிடுகிறது.

இந்நிலையில் இப்போது தோன்றி வரும் மாற்றுப் பண்பாடு வெறும் அமைப்பு முறையில் கட்டுப்பாட்டிற்கு மேலே பொருளின் மதிப்பீடுகளை உறுதி செய்கிறது. ஒரு மொழி இலக்கணக் கட்டுக்குள் இருக்கிறது. அதுபோலச் செல்வத்தை உண்டாக்குவதும் ஓர் அமைப்புக்குள் இருக்கிறது. ஆனால் ஒரு மொழிக்கு அர்த்தம் - பொருள் - முதன்மையானது. இந்த அர்த்தம் தரும் செல்வத்தையே புதிய எதிர்க் கலாச்சாரம் மதிக்கிறது. பயிற்சி பெற்றவர்களால் பணி வழியாகத் தரப்படும் கற்றலின் சான்றிதழ் பெற்ற தரத்திற்கும்மேல் தாங்களாகவே தேர்ந்துகொள்ளும் தனிச் சந்திப்பின் முன்னறிவிக்க முடியாத விளைவையே மதிக்கிறது. இந்தப் புத்தாக்கம் நிர்வாகத்தால் உண்டாக்கப்பட்ட மதிப்பீடுகளை விடத் தனிப்பட்ட வியப்பை நோக்கியே செல்லும். தொழில்நுட்பக் கருவிகள் கிடைப்பது அதிகமாகிக்கொண்டே போகிறது. இதனைத்

தொழில்நுட்ப வல்லுநர்களின் ஆதிக்கத்திலிருந்து நாம் விடுவிக்க வேண்டும். அதுவரையில் நிறுவன அமைப்பை அது சீர்குலைத்து வரும்.

இன்றைய கல்வி நிறுவனங்கள் ஆசிரியர்களின், இலக்குகளின் கைகளில் இருக்கின்றன. நமக்குத் தேவையான கட்டமைப்புகள் தான் கற்பதற்கும் மற்றவர்கள் கற்பதற்கு உதவவும் செய்வதால் ஒவ்வொருவரும் தன்னை வரையறுத்துக்கொள்ள உதவும்.

6

கற்றல் வலைப்பின்னல்கள்

முந்தைய அதிகாரத்தில் பள்ளிகளில் சாதாரணமாகக் காணப்படும் புகாரைப் பற்றி விவாதித்தேன். எடுத்துக்காட்டாக அவற்றில் ஒன்று அண்மையில் வெளியான கார்னகி ஆணையத்தின் அறிக்கையில் வெளியிடப்பட்டது. பள்ளியில் பதிவுசெய்த மாணவர்கள் சான்றிதழ் பெற்ற ஆசிரியர்களிடம் இருந்து மட்டுமே சான்றிதழ் பெறத் தங்களை ஈடுபடுத்திக்கொள்கிறார்கள். இருவருமே எரிச்சல்படுகிறார்கள். இருவருமே தங்கள் எரிச்சலுக்குப் பணம், காலம், கட்டடங்கள் ஆகியவற்றின் பற்றாக்குறையைக் குற்றம்சாட்டுகிறார்கள்.

இத்தகைய விமர்சனங்களால் வேறுவகையான கற்றல் முறை இருக்கிறதா என்று மக்கள் கேட்கிறார்கள். ஆனால் அவர்களை, "நீங்கள் அறிந்திருக்கின்றவற்றை, மதிக்கின்றவற்றை எப்படிக் கற்றீர்கள்?" என்று கேட்டால், பள்ளியை விட வெளியில்தான் அதிகம் கற்றதாக ஒத்துக்கொள்வார்கள். உண்மைகள் பற்றிய அவர்களது அறிவு, வாழ்க்கை மற்றும் தொழில்பற்றிய அவர்களுடைய புரிதல் நட்பினாலும் அன்பினாலும் விளைந்தவை. தொலைக்காட்சி நிகழ்ச்சியைப் பார்க்கும்போது, வாசிக்கும் போது, உடன்படிப்பவர்களின் எடுத்துக்காட்டுகளால் அல்லது தெருவில் தோன்றிய சவால்களைச் சந்தித்ததால் பெறப்பட்டவை. அல்லது தெருக்கூட்டாளிகளின் கூட்டத்தின் பயிற்சியாளராக இருப்பதன் மூலம் அவர்கள் அறிவைப் பெற்றிருப்பார்கள். அல்லது மருத்துவமனையில், செய்தித்தாளின் செய்தி அறையில், குழாய்கள் பதிப்பவரின் கடையில், காப்பீட்டு அலுவலகத்தில் பெற்றிருப்பார்கள். கல்விக்கூடங்களைச் சார்ந்து இருப்பதற்கு மாற்று, மக்களைக் கற்கச் செய்யும் இன்னொரு புது முறைக்காகப்

பொது நிலையங்களைப் பயன்படுத்துவது இல்லை. மாறாக மனிதனுக்கும் அவனுடைய சுற்றுக்கூழலுக்கும் இடையே கல்வி உறவை ஏற்படுத்தும் ஒரு புதிய பாணியை, ஒரு புதிய முறையை உண்டாக்குவதுதான். இந்தப் பாணியை வளர்க்க, வளர்ச்சியைப் பற்றிய மனப்பாங்குகள், கற்பதற்குப் பயன்படும் கருவிகள், அன்றாட வாழ்கையில் தரம், கட்டமைப்பு ஆகியவை ஒரே நேரத்தில் மாறவேண்டும்.

மனப்பாங்குகள் ஏற்கெனவே மாறிவருகின்றன. பள்ளியைச் சார்ந்திருக்கிற பெருமை போய்விட்டது. அறிவுத் தொழிற்சாலையில் நுகர்வோரின் எதிர்ப்பு அதிகமாக வருகின்றது. பல ஆசிரியர்களும், மாணவர்களும், வரிசெலுத்துவோரும், வேலைக்கு அமர்த்துவோரும், பொருளியல் வல்லுநரும், காவலரும் இன்னும் கல்விநிலையங்களையே சார்ந்து இருப்பதை விரும்பவில்லை. ஆனால் அவர்களுடைய எரிச்சல், அவர்களுடைய தோல்வி சில கேள்விகளை எழுப்புகின்றன. புதிய நிறுவனங்களை உருவாக்குவதை எது தடுக்கிறது? கற்பனை வளம் இல்லாதது மட்டுமல்ல: பொருத்தமான மொழியும், அறிவார்ந்த சுயநலமும் இல்லாததும்தான். **கல்விக் கூடத்திலிருந்து விடுபட்ட சமுதாயத்தை**, நிறுவன அமைப்பிலிருந்து நீங்கிய சமுதாயத்தில் உள்ள கல்வி நிலையங்களை அவர்களால் கற்பனை செய்ய முடியவில்லை.

இந்த அதிகாரத்தில் மாறுதலான ஒரு பள்ளி சாத்தியம் என்று காட்டப்போகிறேன். அந்தக் கல்விமுறை சுயமாக ஊக்குவிக்கப்பட்ட கற்றலைச் சார்ந்து இருக்கலாம். கற்க நேரத்தையும், மனஉறுதியையும் கண்டுபிடிக்க மாணவனைக் கட்டாயப்படுத்தவும் மயங்கச் செய்யவும் ஆசிரியர்களை நியமிக்க வேண்டியதில்லை. மாறாக எல்லாக் கல்வித் திட்டங்களையும் ஆசிரியர் மூலமாகத் தொடர்வதற்குப் பதிலாகக் கற்பவர்களுக்குப் புதிய தொடர்புகளை உண்டாக்க வேண்டும். கல்விக்கூடத்தில் கற்பதற்கும் கற்றலுக்கும் இடையே உள்ள பொது வேறுபாடுகளை நான் இங்கே விவாதிக்கிறேன். கல்வி நிறுவனங்களின் நான்கு வகைகளை இங்கே குறிப்பிடுவேன். இவை பல தனியாட்களுக்கு மட்டுமின்றி பல குழுக்களுக்கும் கவர்ச்சியாக இருக்கும்.

ஓர் எதிர்ப்பு: எதையும் இணைக்காத பாலங்களால் யார் பயன்பெறுவார்?

கல்விக்கூடத்தை அரசியல், பொருளாதாரக் கட்டமைப்பைச் சார்ந்த ஒரு மாறியாகக் *(Variable)* கருதி வந்திருக்கிறோம். அரசியல் தலைமையின் தன்மையை மாற்ற முடியும் என்றால், ஒரு

தட்டு மக்களின் தேவைகளை வளர்க்க முடியும் என்றால், உற்பத்தியை தனியாரிடமிருந்து பொதுத்துறைக்கு மாற்றிவிட்டால், கல்வி அமைப்பும் மாறிவிடும் என்று அனுமானிக்கிறோம். ஆனால், நான் முன்மொழியும் கல்வி நிறுவனங்கள் இப்போது இல்லாத ஒரு சமுதாயத்திற்காகப் பணியாற்றும். அதே சமயம் புதிய சமுதாய ஒழுங்குகளை நோக்கி ஏற்பட வேண்டிய மாற்றத்தை, கல்வி நிலையங்கள் பற்றிய இப்போதுள்ள ஏமாற்றமும் எரிச்சலுமே தூண்டிவிடும். இந்த அணுகுமுறைக்கு ஒரு எதிர்ப்பு எழுப்பப்பட்டுள்ளது. அரசியல் பொருளாதார அமைப்பை மாற்றுவதற்குப் பதிலாக ஏன் நம்முடைய ஆற்றலை எல்லாம் எங்கேயும் போகாத ஊருக்குப் பாலம் கட்டுவதில் செலவழிக்க வேண்டும்?

இந்த எதிர்ப்பு கல்வி நிலைய அமைப்பின் அடிப்படைப் பொருளாதார அரசியல் தன்மையைக் குறைவாக மதிப்பிடுகிறது. அது மட்டுமல்ல: அதற்குப் பயனுள்ள அரசியல் உள்ளாற்றலைச் சரியாகக் கணக்கில் கொள்ளவில்லை. அடிப்படையில் பார்க்கப்போனால், எந்த அரசாங்கமோ, சந்தை அமைப்போ முன்வைக்கும் கோட்பாட்டைப் பள்ளிகள் இப்போது சார்ந்திருப்பதில்லை. மற்ற அடிப்படை நிறுவனங்கள் நாட்டுக்கு நாடு மாறலாம். எடுக்காட்டாக குடும்பம், அரசியல் கட்சி, மதம், அச்சுத்துறை ஆகியவற்றைக் குறிப்பிடலாம். ஆனால் எல்லா நாடுகளிலும் கல்வி அமைப்பு ஒரே கட்டமைப்பு உடையதாக இருக்க வேண்டும். எல்லா இடங்களிலுமே மறைவாக இருக்கும் கலைத்திட்டம் தாக்கத்தை ஏற்படுத்துகிறது. அது தொழில் சாராத நிபுணர்கள் தரும் ஆலோசனையை விட நிறுவனம் சார்ந்த, பொருட்களை மதிக்கக்கூடிய நுகர்வோரை உருவாக்குகிறது.

எல்லா இடங்களிலுமே கல்விக்கூடத்தில் மறைந்திருக்கும் கலைத்திட்டம், அறிவியல் அறிவால் வழிநடத்தப்படும் அதிகார வர்க்கங்கள் ஆற்றல் உள்ளவை என்றும், நன்மை செய்யக்கூடியவை என்றும் ஒரு கட்டுக்கதையைக் குடிமக்கள் நம்புமாறு செய்கிறது. உற்பத்தியைப் பெருக்குவது நல்ல வாழ்க்கையைக் கொடுக்கும் என்ற கட்டுக்கதையை மாணவரிடம் வளர்க்கிறது. எல்லா இடங்களிலுமே இந்த மறைவான கலைத்திட்டம், வேலைகளைப் பயன்படுத்தவும், உற்பத்தியை அன்னியப்படுத்தவும், நிறுவனங்களைச் சார்ந்திருப்பதைப் பொறுத்துக்கொள்ளவும், நிறுவனங்களின் மதிப்பிடுதலை ஏற்றுக்கொள்ளவும் உதவும் ஒரு பழக்கத்தை ஏற்படுத்துகிறது. கல்விக் கூடத்தில் மறைவான கல்வித்திட்டம் அதற்கு எதிராக ஆசிரியர்கள் எவ்வளவுதான் முயற்சி

செய்தாலும், எந்த மாதிரியான கோட்பாடு ஆட்சியில் இருந்தாலும் இதனையெல்லாம் செய்கிறது.

அதாவது பாசிச நாடுகளாக இருந்தாலும் சரி, மக்களாட்சி நாடுகளாக இருந்தாலும் சரி, பெரிய சிறிய ஏழை பணக்கார நாடுகளாக இருந்தாலும் சரி, அடிப்படையில் அங்கெல்லாம் பள்ளிகள் ஒரேமாதிரியாகவே இருக்கின்றன. இங்கெல்லாம் இந்த மாயை எத்தனையோ கட்டுக்கதைகளில் வெளிப்படலாம். என்றாலும் கூட, கல்விக் கூட அமைப்பின் அடையாளம், உலகெல்லாம் ஒரே மாதிரியாக இருக்கும் கட்டுக்கதை, உற்பத்தி செய்யும் முறை, சமுதாயக் கட்டுப்பாட்டின் நடைமுறை ஆகியவற்றை ஏற்றுக்கொள்ள நம்மை வற்புறுத்துகிறது.

இந்த அடையாளத்தைக் கருத்தில்கொண்டு பார்க்கும் போது, கல்விக்கூடங்களை மாறிகள் அல்லது மாறக்கூடியவை என்று கொள்வது ஒரு மாயை ஆகும். அதாவது நாம் வழக்கமாகச் சொல்லும் சமுதாய பொருளாதாரத்தின் மாற்றத்தின் விளைவாகக் கல்வி அமைப்பிலும் மாற்றம் ஏற்படும் என்று நம்புவதும் ஒரு மாயைதான். மேலும், இந்த மாயை நுகரும் சமுதாயத்தின் உற்பத்தி அங்கமான கல்விக்கூடத்தை யாருமே எதுவும் கேட்க முடியாது, அதனை எதுவும் தாக்க முடியாது என்ற நிலையை ஏற்படுத்திவிடுகிறது.

இந்த நேரத்தில்தான் சீனாவின் முன்மாதிரி முதன்மை பெறுகிறது. மூவாயிரம் ஆண்டுகளாகச் சீனாவில் கற்றல் முறைக்கும் தேர்வுகளுக்கும் எந்தத் தொடர்பும் இல்லை. இதன் மூலம் உயர்கல்வி காக்கப்பட்டு வந்திருக்கிறது. ஆனால் உலகப் பேரரசாகவும், நவீன நாடாகவும் ஆவதற்காகச் சீனா பன்னாட்டுக் கல்வி முறையை ஏற்றுக்கொள்ள வேண்டியதாயிற்று. எனினும் மாவோவின் பண்பாட்டுப் புரட்சி சமுதாய நிறுவனங்களைக் கல்விக்கூடக் கட்டிலிருந்து அகற்றும் பணியில் வெற்றிபெற்றதா என்பதைக் காலம் தான் சொல்ல வேண்டும்.

புதிய கல்வி முகமைகளின் சிறுசிறு முயற்சிகள் கூட மாற்றத்தை ஏற்படுத்த முடியும். கல்விநிலையப் பிடியில் இருந்து சமுதாயத்தை விடுவிப்பதற்கான தேவையை வெளிப்படையாக ஏற்றுக்கொள்ளாத எந்த அரசியல் திட்டத்தையும் புரட்சிகரமானது என்று சொல்லமுடியாது, அது வெற்றுப் பேச்சுதான். எனவே எழுபதுகளில் எந்த அரசியல் திட்டத்தையும் இங்கே குறிப்பிடும் அளவுகோலால் அளக்க வேண்டும். கல்விக்கூடக் கட்டிலிருந்து அகற்றுவதை எவ்வளவு தெளிவாக அது சொல்கிறது? அது நோக்கமாகக்

கொண்டுள்ள சமுதாயத்தின் கல்வித்தரத்திற்கு எவ்வளவு தெளிவான வழிகாட்டுதல்களைக் கொடுத்திருக்கிறது?

உலகச்சந்தை மற்றும் வல்லரசுகளின் அரசியல் ஆதிக்கத்திற்கு எதிராகப் போராடுவது பல ஏழைச் சமூகங்களுக்கும் நாடுகளுக்கும் முடியாது போகலாம். ஆனால் இந்த இயலாமை அதனுடைய கல்விக் கட்டமைப்பை மாற்றியமைப்பதன் மூலம் அந்தச் சமுதாயத்தை விடுவிக்க வேண்டிய அவசியத்திற்குக் காரணமாக அமைகிறது.

புதிய முறை சார்ந்த கல்வி நிலையங்களின் பொதுத்தன்மைகள்

ஒரு நல்ல கல்வி அமைப்பு மூன்று நோக்கங்களைக் கொண்டிருக்க வேண்டும்: வாழ்க்கையின் எந்தக் கட்டத்திலும் எல்லா நேரத்திலும் எல்லோருக்கும், படிக்க விரும்பும் அனைவருக்கும் வளங்கள் கிடைக்குமாறு செய்ய வேண்டும். தங்களுக்குத் தெரிந்ததை அவர்களிடம் கற்க விரும்பும் அனைவரோடும் பகிர்ந்துகொள்ளும் உரிமையைத் தர வேண்டும். மூன்றாவதாக ஒரு பிரச்சினையை மக்களிடம் கொண்டு செல்ல விரும்பும் ஒருவருக்கு அதற்கு வாய்ப்புத் தர வேண்டும். இதற்காக அரசியல் சாசனம் கல்விக்கு உரிமையளிப்பது தேவைப்படும். அப்போது கற்போர் கட்டாயமான கலைத்திட்டம் ஒன்றிற்குத் தங்களை அடிமையாக்கிக் கொள்ளக் கட்டாயப்படுத்தப்படமாட்டார்கள். அவர்கள் சான்றிதழோ பட்டயமோ பெறவில்லை என்பதற்காக அவர்களைப் புறக்கணிக்கக் கூடாது. பொது மக்கள் அதிக வரிப்பணத்தைத் தருகிறார்கள். இது கல்வியாளர்கள், கட்டடங்கள் என்ற ஒரு பெரிய தொழில் எந்திரத்தை நடத்த உதவுகிறது. இந்த எந்திரம் மக்கள் கற்கும் வாய்ப்புகளைக் கட்டுப்படுத்திவிடுகிறது. ஏனென்றால் இந்தத் தொழிற்சந்தையில் கடைவிரிப்பதைத்தானே மக்கள் கற்க முடியும்! இதனை மக்கள் ஆதரிக்குமாறு அவர்களை வரிசெலுத்த கட்டாயப்படுத்தக்கூடாது. மாறாக பேச்சு சுதந்திரம், கூட்டம் கூடச் சுதந்திரம், அச்சுத் துறைக்கு உரிமை, அனைவருக்கும் கிடைக்குமாறு செய்ய வேண்டும். அதன் மூலம் முழுமையாகக் கல்வி தருதல் இருக்குமாறு இன்றைய தொழில்நுட்பத்தைப் பயன்படுத்த வேண்டும்.

வாழ்க்கையில் எல்லாமே மறைமுகமானது, ரகசியமானது என்றும், அந்த ரகசியத்தைத் தெரிந்துகொள்வதைச் சார்ந்தே வாழ்க்கைத் தரம் இருக்கிறது என்றும், ஆசிரியர்கள் மட்டுமே இந்த ரகசியத்தை ஒழுங்காக வெளிப்படுத்த முடியும் என்றும்

கருதுகின்ற ஒரு அனுமானத்தின் அடிப்படையிலேயே கல்விக்கூடங்கள் வடிவமைக்கப்படுகின்றன. கல்வி நிலையத்தில் பயிற்சியளிக்கப்பட்ட ஒருவர் உலகை வகைப்படுத்தப்பட்ட தொகுப்புகளாகப் பார்க்கிறார். அவற்றை அடைய ஒவ்வொன்றுக்கும் ஓர் அடையாளச் சீட்டு தேவைப்படுவதாக எண்ணுகிறார். புதிய கல்வி நிறுவனங்கள் இந்தப் பிரமிடிலிருந்து பிரிந்து வர வேண்டும். அவற்றின் நோக்கம் கற்பவர் எளிதில் நுழைய வழிவகுப்பதாக, நேரடியாகக் கதவு வழியாக உள்ளே நுழைய முடியாவிட்டாலும், கட்டுப்பாட்டு அறை அல்லது நாடாளுமன்றத்தின் சன்னல் வழியாகப் பார்க்கக்கூடிய வகையில் இருக்க வேண்டும். மேலும் இந்தப் புதிய நிறுவனங்கள் சான்றிதழ்களோ பட்டங்களோ இல்லாமல் கற்பவர் போவதற்கு ஒரு வாய்க்காலாக, வழியாக இருக்க வேண்டும். அவரை ஒத்தவர்களும் மூத்தவர்களும் அவருக்கு எளிதில் கிடைக்கக் கூடிய வகையில் பொது வெளியாக இருக்க வேண்டும்.

இதற்கு மூன்று அல்லது நான்கு கால்வாய்கள் அல்லது கற்றல் பரிமாற்ற முனையங்கள் உண்மையான கற்றலுக்குத் தேவையான எல்லா வளங்களையும் உடையனவாக இருக்க வேண்டும். பொருள்கள் நிறைந்த உலகில் ஒரு குழந்தை, திறன்கள் அல்லது விழுமியங்களுக்கு மாதிரிகளாக இருக்கும் மக்கள் சூழ வளர்கிறது. விவாதிக்க, போட்டியிட, கூட்டாகச் செயல்பட, புரிந்துகொள்ளத் தூண்டும் உடன்ஒத்தவர்களைச் சந்திக்கிறது. குழந்தைக்கு நல்ல காலம் இருந்தால் உண்மையாகவே அக்கறை காட்டும் அனுபவமுள்ள மூத்தவரைச் சந்திக்கவும் அவருடைய ஆலோசனைகளைக் கேட்கவும் வாய்ப்புகள் கிடைக்கும். அதாவது பொருட்கள் மாதிரிகள் (Models), உடன்ஒத்தோர் (Peers), மூத்தவர்கள் என்பவை அந்த வளங்களாகும் (Resources). ஒவ்வொருவரும் அதிகமான அளவில் இதனைப் பெறுமாறு இவை ஒவ்வொன்றுக்கும் வெவ்வேறான அமைப்புகள் தேவைப்படும்.

இந்த நான்கு வகை வளங்களுக்கும் வழி அமைக்கும் குறிப்பிட்ட வழித்தடங்களைக் குறிக்க வாய்ப்புவலை (Opportunity web) என்ற சொற்றொடரை வலைப்பின்னல் (Network) என்பதற்குப் பதிலாக பயன்படுத்துகிறேன். வலைப்பின்னல் என்பது பெரும்பாலும் மற்றவர்களை ஒரு கொள்கையை ஏற்குமாறு செய்யவும், கற்பிப்பதற்கும், பொழுதுபோக்கிற்கும் பயன்படும் தடங்களைக் குறிக்கப் பயன்படுகிறது. இந்தச் சொல் தொலைபேசி, அஞ்சல் பணியைக் குறிப்பதற்கும் பயன்படுகிறது. இவை இரண்டும் செய்திகளைப் பரிமாறிக்கொள்ள உதவுகின்றன. இங்ஙனம் ஒருவரை

ஒருவர் தொடர்புகொள்ள உதவும் அமைப்புகளைக் குறிக்க வேறு ஒரு சொல் வேண்டுமென்று விரும்புகிறேன். ஏனென்றால் வலைப்பின்னலைக் குறிக்கும் ஆங்கிலச் சொல் 'Network' யாரையோ சிறைப்படுத்தும் உணர்வை ஏற்படுத்துகிறது. மேலும் அதிகப் பயன்பாட்டால் அதன் மதிப்பும் குறைந்துவிட்டது. எனவே நாம் பயன்படுத்தும் புதுச்சொல் இவற்றைக் குறிக்கக் கூடாது. ஆனால் சட்டத்திற்குட்பட்டது, அமைப்பு ரீதியானது, தொழில்நுட்பங்களை உள்ளடக்கியது என்பவற்றைக் குறிப்பால் உணர்த்த வேண்டும். அப்படிப்பட்ட ஒரு சொல் கிடைக்காததால் கல்வி வலை என்ற பொருளைத் தரும் வகையில் அதனைப் பயன்படுத்துகிறேன்.

நமக்கு வேண்டியவை புதிய வலைப் பின்னல்கள். மக்களுக்கு எளிதாகக் கிடைக்கக்கூடியவை. கற்றலுக்கும் கற்பித்தலுக்கும் சமமான வாய்ப்பைப் பரவலாக்குவதாக அமைக்கப்பட்டிருக்கும். ஓர் எடுத்துக்காட்டு: தொலைக்காட்சிக்கும், நாடாப்பதிவுக்கும் ஒரே அளவிலான தொழில்நுட்பம்தான் பயன்படுகிறது. எல்லா லத்தீன் அமெரிக்க நாடுகளும் இப்போது தொலைக்காட்சியை அறிமுகப்படுத்திவிட்டன. பொலிவியாவில் அரசாங்கப் பணத்திலிலேயே ஆறு ஆண்டுகளுக்கு முன்னர் ஒரு தொலைக்காட்சி நிலையம் அமைக்கப்பட்டது. இன்று நான்கு மில்லியன் குடிமக்களுக்கு ஏழாயிரம் பெட்டிகள்தான் இருக்கின்றன. தொலைக்காட்சி நிலையங்களை அமைக்கத் தேவையான பணத்தைக் கொண்டு, வயது வந்தவர்களில் ஐந்தில் ஒரு பங்கினருக்கு நாடாப் பதிவுக் கருவியினைக் கொடுத்திருக்கலாம். பதிவு செய்யப்பட்ட ஒலிநாடாக்கள் கொண்ட நூலகத்தை எல்லா இடங்களிலும் ஏற்படுத்தியிருக்கலாம். மூலையில் உள்ள கிராமப் பகுதிகளுக்கும் அதை அனுப்பியிருக்க முடியும். பதிவுசெய்யப்படாத ஒலிநாடாக்களும் கிடைக்கும்.

இப்போதைய தொலைக்காட்சி வலைப்பின்னலிலிருந்து இந்த ஒலிப்பதிவான்களின் வலைப்பின்னல் வேறுபட்டிருக்கும். இது பேச்சுரிமைக்கு முழுவாய்ப்பினை வழங்கும். படித்தவர்களும் படிக்காதவர்களும், தங்களுடைய கருத்துகளைப் பதிவு செய்யலாம், சேமித்து வைக்கலாம், பிறருக்குப் பரப்பலாம், திரும்பச் சொல்லலாம். இப்போது தொலைக்காட்சியில் முதலீடு செய்திருப்பதால் என்ன நடக்கிறது? அதிகார வர்க்கத்தினர், அவர்கள் அரசியல்வாதிகளாக இருந்தாலும் சரி கல்வியாளர்களாக இருந்தாலும் சரி, அவர்களும் அவர்களை முன்னிறுத்துவோரும், எது நல்லது என நினைக்கிறார்களோ, அல்லது மக்கள் என்ன கேட்கிறார்களோ அதனையே ஒளிபரப்புகிறார்கள்.

சுருங்கச் சொன்னால் தொழில்நுட்பம் சுதந்திரத்தையும் கற்றலையும் வளர்க்காமல் அதிகார வர்க்கத்தையும் கற்பித்தலையுமே வளர்க்க உதவுகிறது.

நான்கு வலைப்பின்னல்கள்

புதிய கல்வி நிறுவனங்களின் திட்டங்கள் முதல்வர் அல்லது தலைவரின் நிர்வாக நோக்கங்கள், அல்லது கற்பித்தல்களைத் தொழிலாகக் கொண்ட கல்வியாளரின் கற்பித்தல் நோக்கங்களில் தொடங்கக்கூடாது, அல்லது ஏதாவது ஒரு வகுப்பினரின் கற்றல் நோக்கங்களோடும் தொடங்கக் கூடாது. "ஒருவர் என்ன கற்க வேண்டும்?" என்ற உணர்வோடும் தொடங்கக்கூடாது. ஆனால் "கற்பதற்காக எத்தகைய பொருள்களோடு கற்பவர்கள் தொடர்பு வைத்துக்கொள்ள வேண்டும்?" என்ற வினாவில் தொடங்க வேண்டும்.

கற்க விரும்பும் எவரும் அவர்களுக்குத் தேவையான செய்தியும் அதன் பயன்பாட்டின் விமர்சனமும் வேறொருவரிடமிருந்து பெறவேண்டும் என்பதை அறிந்திருப்பார்கள். செய்தி ஆட்களிடமோ, பொருட்களிடமோ சேமிக்கப்பட்டிருக்கும். நல்லதொரு கல்வி அமைப்பில் கற்பவர்கள் விரும்பியவுடன் பொருட்களின் துணைகொண்டு பெறமுடியும்: அந்தப் பொருட்கள் கற்பவருக்கும் எளிதில் கிடைக்கக்கூடியதாக இருக்கும். ஆனால் செய்தியை வைத்திருக்கிற ஆட்களை அணுகுவதற்கு அவர்களுடைய சம்மதம் தேவைப்படும். விமர்சனமும் இரண்டு பக்கங்களிலிருந்து வரலாம்: ஒன்று உடனொத்தவர்களிடமிருந்து கிடைக்கும் அல்லது மூத்தோரிடமிருந்து கிடைக்கும். அதாவது என்னுடைய ஆர்வங்களோடு ஒத்துப்போகின்றவர்களிடமிருந்து பெறமுடியும். மூத்தோர்கள் தங்கள் அனுபவங்களில் எனக்குப் பங்குதர ஆயத்தமாக இருப்பார்கள். உடனொத்தவர்கள் கேள்வியை எழுப்பக்கூடிய வகையில் உடன்பணியாற்றுபவர்களாக இருக்கலாம். அல்லது விளையாட்டுக்கோ, மகிழ்ச்சிக்காகவோ, வாசித்தலுக்கோ, நடைப்பயிற்சி போவதற்கோ துணையாக இருப்பவர்கள். அல்லது எத்தகைய விளையாட்டிலும் எனக்குச் சவால் விடுபவர்களாக இருக்கலாம். எந்தத் திறனைக் கற்பது, எந்தச் செயல்முறையைப் பின்பற்றுவது, ஒரு குறிப்பிட்ட நேரத்தில் யாருடன் உறவு வைத்துக்கொள்வது என்று மூத்தோரிடமிருந்து ஆலோசனை பெறலாம். மேலும் உடனொத்தவரிடம் எத்தகைய வினாக்களைக் கேட்பது என்பது பற்றியும், கிடைத்த விடைகளிலுள்ள குறைபாடுகள் பற்றியும் விளக்கம் தந்து வழி நடத்துபவர்களாக

மூத்தோர் இருப்பார்கள். இந்த இரண்டுவகை வளங்களுக்கும் குறைவில்லை. ஆனாலும் அவற்றை வழக்கமாகக் கல்வி பெறப் பயன்படும் வளங்களாகக் கருதவில்லை. மேலும் கற்றலுக்காக இவர்களை அணுகுவது, குறிப்பாக ஏழைநாடுகளில், எளிதில்லை. எனவே நாம் புதிய உறவு அமைப்புகளைத் தேடவேண்டும். தனது கல்விக்காக அவற்றைத் தேட உள்ளார்வம் கொண்ட எவருக்கும் கிடைக்கும் வகையில் அவற்றை அமைக்க வேண்டும். இத்தகைய வலை போன்ற அமைப்புகளை உண்டாக்க நிர்வாகம், தொழில்நுட்பம், சிறப்பான சட்டபூர்வ ஏற்பாடுகள் ஆகியவை தேவை.

கல்வி வளங்களுக்கு கல்வியாளரின் கலைத்திட்ட இலக்குகளுக்கு ஏற்பப் பெயரிடுவது வழக்கம். என்றாலும் நான் அதற்கு நேர் எதிராகச் செய்யப் போகிறேன். ஒரு மாணவன் தன்னுடைய இலக்கை வரையறுத்து அதற்கு உதவும் கல்வி வளத்தைப் பெற நான்கு அணுகுமுறைகளைப் பெயரிடப்போகிறேன்.

1. கல்விப் பொருள்களின் பார்வைக் குறிப்பு (Reference) வளங்கள் அல்லது சேவைகள்: இவை முறைசார்ந்த கற்றலுக்குப் பயன்படுபவை. இந்தப் பொருள்களில் சில இந்த நோக்கத்திற்காக ஒதுக்கப்படலாம். நூலகங்களில், நாடகத்திரை அரங்குகளில், வாடகை முகமைகளில், சோதனைச் சாலைகளில், அருங்காட்சியகங்களில் சேமிக்கப்படலாம். வேறு சில தொழிற்சாலைகள், விமான நிலையங்கள், பண்ணைகள் ஆகியவற்றில் தினமும் பயன்படுத்தப்படுகின்ற பொருட்களாக இருக்கலாம். அவை மாணவர்களுக்கு அலுவலக நேரத்திற்கு அப்பாலும் கிடைக்குமாறு செய்யலாம்.

2. திறன் பரிமாற்றங்கள்: இதன்படி ஆட்கள் தங்களுடைய திறன்களைப் பட்டியல் இடலாம். இந்தத் திறன்களைக் கற்க விரும்புவோருக்கு, எந்த நிபந்தனையின்படி அவர்கள் மாதிரிகளாக இருப்பார்கள் என்பதையும் அவர்களுடைய முகவரிகளையும் அறிவிப்பார்கள்.

3. உடன் ஒத்தோரை இணையாக்கல்: இங்கு தொடர்பு வலைப்பின்னல் இருக்கும். அவற்றில் ஒரு குறிப்பிட்ட மாணவர் எந்தக் கற்றல் செயல்பாட்டில் ஈடுபட விரும்புகிறார் என்பதைத் தெரிவிப்பார். அதே நோக்கமுடைய இன்னொருவர் அவரோடு இணைந்துகொள்வார்.

4. பொதுவான கல்வியாளார்கள் பற்றிய பார்வைக் குறிப்புச் சேவைகள்: கல்வியாளர்களின் பெயர்ப் பட்டியல் கிடைக்கும்.

பணியில் இருப்பவர்கள் அல்லது இல்லாமலேயே உதவ விரும்புபவர்கள் முதலியவர்களுடைய முகவரிகள், அவர்களைப் பற்றிய விவரங்கள், அவர்களுடைய ஆய்வைப் பற்றிய நிபந்தனைகள் ஆகியவை குறிப்பிடப்பட்டிருக்கும். இப்படிப்பட்ட கல்வியாளர்களை அல்லது ஆசிரியர்களை வாக்களிப்பின் மூலமாகவோ, அவர்களுடைய முந்தைய வாடிக்கையாளர்களின் மூலமாகவோ தேர்ந்தெடுத்துக் கொள்ளலாம்.

கல்விப்பொருள்கள் பற்றிய பார்வைக் குறிப்புச் சேவைகள்

கற்றலுக்கு அடிப்படை வளங்கள் பொருள்கள். சுற்றுச்சூழலின் தன்மை, அதனோடு ஒருவருக்கு உள்ள உறவு ஆகியவை அவர் எதேச்சையாக எவ்வளவு கற்கிறார் என்பதைத் தீர்மானிக்கின்றன. முறைசார்ந்த கல்வியில் சாதாரணப் பொருள்களைச் சிறப்பாக அடைதலும், கல்வியின் நோக்கங்களுக்காகச் சிறப்பாகச் செய்யப்பட்ட பொருள்களை எளிதாக அணுகுதலும் தேவைப்படுகின்றன. முதலில் சொன்னதற்கு, ஒரு எந்திரத்தை இயக்குதல் அல்லது அதைப் பிரித்துப் போடுதலுக்கான உரிமையை எடுத்துக்காட்டாகச் சொல்லலாம். இரண்டாவது சொன்னதற்கு அபாக்கஸ், கணினி, புத்தகம், தாவரத்தோட்டம் அல்லது உற்பத்திக் கூடத்திலிருந்து மாணவனின் ஆய்வுக்காகப் பயன்படும் எந்திரம் ஆகியவற்றை எடுத்துக்காட்டாகக் கொள்ளலாம்.

இப்போது பொருள்களை அணுகுவதற்கு அல்லது பயன்படுத்துவதற்கு ஏழைக் குழந்தைகளுக்கும் பணக்காரக் குழந்தைகளுக்கும் இடையேயுள்ள வேறுபாட்டைப் பற்றிக் கவனம் செலுத்துவோம். இந்த அணுகுமுறையைப் பின்பற்றிச் சில முகமைகள் ஏழைகளுக்கு அதிகப்படியான கருவிகளைக் கொடுத்துச் சமப்படுத்த முயல்கின்றன. ஆனால், இந்த நேரத்தில் இந்த அணுகுமுறையிலிருந்து மாறுபட்ட ஒன்று தேவைப்படுகின்றது. ஏனென்றால் நகரங்களில் ஏழைகளும் பணக்காரர்களும் செயற்கையாக அவர்களைச் சுற்றியிருக்கும் பொருள்களிலிருந்து தனிமைப்படுத்தப்படுகின்றனர். இன்றைக்குக் குழந்தைகள் நெகிழிகள் யுகத்தில் பிறந்திருக்கிறார்கள்: ஆற்றலை வழிபடும் காலத்தில் பிறந்திருக்கிறார்கள். எனவே, அவர்கள் புரிந்துகொள்வதைத் தவிர்க்கும் இரண்டு தடைகளை ஊடுருவிச் செல்ல வேண்டும். முதல் தடை பொருள்களைச் சுற்றி அமைந்திருப்பது. இன்னொன்று நிறுவனங்களைச் சுற்றி அமைந்திருப்பது. தொழில்சார்ந்த வடிவமைப்புப் பொருள்களின்

உண்மையான தன்மை பற்றி எந்த உள்ளொளியும் பெற முடியாத உலகைப் படைக்கிறது. பள்ளிகளோ பொருள்களை அவற்றின் இயற்கையான அர்த்தமுள்ள பின்புலத்தில் பார்க்கமுடியாதவாறு செய்கின்றன.

மெக்சிகோ நாட்டு கிராமப் பெண் ஒருவர் நியூயார்க் நகருக்குப் போய்விட்டுத் திரும்பினார். அவர் என்னிடம் நன்றாக ஒப்பனை செய்யப்பட்ட பொருள்களைத்தான் அங்கு கடைகள் விற்கின்றன என்றார். அவர் என்ன சொல்ல வந்தார் என்று எனக்குப் புரிந்தது. தொழிற்சாலையில் உற்பத்தியான பொருள்கள் அவற்றின் வெளி அழகைப் பற்றித்தான் பேசுகின்றனவே தவிர அவற்றின் உண்மைத் தன்மையைப் பற்றிச் சொல்லவில்லை. தொழில் கலைப்பொருள்களை வைத்திருப்பவர்களைத் தன்னைச் சுற்றி வைத்துக்கொண்டது. அவற்றின் உண்மையான செயல்பாடுகளைச் சிறப்பாகத் தேர்ச்சிபெற்றவர்களால்தான் புரிந்துகொள்ள முடியும். கடிகாரம் எப்படி டிக் டிக் என்கிறது, தொலைபேசி எப்படி மணியடிக்கிறது, மின்சாரத் தட்டச்சு எப்படி வேலை செய்கிறது என்பதைக் கண்டுபிடிக்கச் சாதாரண மனிதர்கள் முயல்வதை அவர்கள் ஆதரிப்பதில்லை. அப்படி முயன்றால் அவை மதிப்பிடமுடியாதவாறு அவர்களின் தனித்திறமையின் பின்னால் ஒளிந்துகொள்வதை எளிதாக்கிக்கொள்ளும் ஒரு புதியன காணாத சமுதாயத்தை வலுவூட்டுகிறது அந்த அமைப்பு.

மனிதன் உண்டாக்கிய சுற்றுச்சூழல் இயற்கை எப்படி ஆதிமனிதனுக்கு இருந்ததோ அதுபோலப் புரிந்துகொள்ள முடியாததாக ஆகிவிட்டது. அதேசமயம் கல்விக்கான பொருட்களும், கருவிகளும் கல்விக்கூடத்தில் உரிமையாக்கிக் கொள்ளப்பட்டுவிட்டன. அறிவுத் தொழிற்சாலையில் எளிய கல்விப்பொருள்கள் விலையுயர்ந்த பொருள்களாகச் சிப்பம் கட்டப்பட்டுவிட்டன. தொழிலாக ஏற்றுக்கொண்ட கல்வியாளர்களுக்காக அவை சிறப்புக் கருவிகளாக ஆகிவிட்டன. அவற்றின் விலையும் கூடச் சுற்றுச்சூழல்களையும் ஆசிரியர்களையும் தூண்டுவதற்காக அவை ஊதிப் பெரியதாக ஆக்கப்பட்டுவிட்டன.

ஆசிரியருக்குப் பாடப் புத்தகம்தான் அவருடைய தொழிற்கருவி. மாணவர் சோதனைச்சாலையை வெறுக்கலாம். ஏனென்றால் அதனைப் பள்ளி வேலையுடன் தொடர்புபடுத்திக் கொள்கிறார்கள். நிர்வாகி நூலகத்தைப் பாதுகாப்பாக வைத்திருப்பதை நியாயப்படுத்துகிறார். ஏனென்றால் கற்பதற்காக இல்லாமல் விளையாட்டுப் பொருளாக இருப்பதற்குச் சமாதானம் சொல்லுகிறார், இச்சூழலில் மாணவன் தேசப்படம்,

சோதனைச் சாலை கலைக் களஞ்சியம், நுண்பெருக்காடி ஆகிய அனைத்தையும் கலைத்திட்டம் சொல்லுகின்றபோது, எப்போதாவதுதான் பயன்படுத்துகிறான். உயர்ந்த இலக்கியங்கள் கூடப் பாட நூல்களாகத்தான் கருதப்படுகின்றனவே தவிர ஒரு மனிதனின் வாழ்க்கையில் மாற்றம் ஏற்படுத்துபவையாக இல்லை. கல்விக்கருவிகள் என்று பெயர்சூட்டி அவற்றைக் கல்விக்கூடம் அன்றாட வாழ்க்கையிலிருந்து நீக்கிவிட்டது.

கல்விக்கூடக் கட்டமைப்பை அகற்ற வேண்டுமென்றால், இந்த இரண்டு போக்குகளையுமே மாற்ற வேண்டும். பொதுவான இயற்கைச் சூழல் அனைவருக்கும் கிடைக்ககூடியதாக மாற்றப்படவேண்டும். கற்றல் வளங்களாகி இருக்கும் கருவிகள் வெறும் கற்பிக்கும் கருவிகளாக மாற்றப்பட்டுவிட்டன. அவை மாணவர் தாமாகவே கற்பதற்குக் கிடைக்குமாறு செய்யவேண்டும். பொருட்களைக் கலைத்திட்டத்தின் பகுதியாக மட்டும் பயன்படுத்துவது சுற்றுச்சூழலிலிருந்து அவற்றை நீக்கிவிடுவதைவிட மோசம். ஏனென்றால் அது மாணவர்களின் மனப்போக்கைக் கெடுத்துவிடும்.

விளையாட்டுகளை எடுத்துக்கொள்வோம். இந்த விளையாட்டுகள் உடற்பயிற்சித்துறை நடத்தும் கால்பந்து போன்றவை அல்ல. இவற்றைக் கல்விக்கூடங்கள் தங்களுடைய பணவசதியையும், மதிப்பையும் கூட்டுவதற்காகப் பயன்படுத்துகின்றன. முதலீடும் செய்கின்றன. இவையெல்லாம் போர்போன்ற போட்டிகளில் போய் முடியும்; விளையாட்டுகளின் வேடிக்கைத் தன்மையை அவை கெடுத்துவிட்டன. கல்விக்கூடங்களுக்கு இடையே போட்டியை வளர்க்கின்றன. எனவே நான் சொல்லும் விளையாட்டுகள் அவை இல்லை. முறைசார்ந்த அமைப்புகளில் நுழைய வகைசெய்யும் கல்வி விளையாட்டுகளையே மனத்தில் வைத்திருக்கிறேன். கணிதத்தில் உட்கணக் கோட்பாடு, மொழியியல், வரைகணிதம், தர்க்கவியல், இயற்பியல், வேதியியல் ஆகியவற்றைக் கூட விளையாட்டுகள் மூலம் கற்கலாம். என்னுடைய நண்பர் ஒருவர் மெக்சிகோவின் சந்தைக்குச் சென்று விளையாட்டுகள் மூலம் எளிதாகவும் எளிமையாகவும் குழந்தை தர்க்கவியலைக் கற்றுக்கொள்ளச் செய்திருக்கிறார்.

இத்தகைய விளையாட்டுகள் சில குழந்தைகளுக்கு விடுதலை தரும் கல்வியின் ஒரு வடிவமாக இருக்கின்றன. ஏனென்றால் அவை முறைசார்ந்த அமைப்புகள், மாறக்கூடிய கோட்பாடுகளில் கட்டப்பட்டிருக்கின்றன என்பதை அவர்களுக்குப் புரிய வைக்கும். அவை மிக எளிமையானவை. செலவு

குறைவானவை, பெரும்பாலும் மாணவர்களாலேயே அமைத்துக் கொள்ளப்படக்கூடியவை. கலைத் திட்டத்திற்கு வெளியே அவற்றைப் பயன்படுத்தினால் இந்த விளையாட்டுகள் வழக்கத்திற்கு மாறான திறன்களை அடையாளம் கண்டு அவற்றை வளர்ப்பதற்கு வாய்ப்பளிக்கின்றன. ஆனால், முறைசார்ந்த கல்விக்கூடத்தின் உளவியல் அறிஞர் அப்படிச் சிறந்த ஆற்றல் உள்ளவர்களைச் சமூக விரோதிகளாக, மன நலம் குன்றியவர்களாக ஆகிவிடும் ஆபத்தில் இருப்பவர்கள் என்று கருதுவார். பள்ளிக்கூடத்தினுள் போட்டிகளாகப் பயன்படுத்தப்படும்போது, விளையாட்டுகள் ஓய்வுப்பொழுதிலிருந்து நீக்கப்பட்டுவிடுகின்றன. அத்தோடு அவை வேடிக்கை விளையாட்டைப் போட்டியாக மாற்றும் கருவிகளாகப் பயன்படுகின்றன. அதாவது விடுதலை தருவதாக இருக்கும் பயிற்சி வேறு மன இயல்பு உள்ளவர்களுக்குச் சுமையாகிவிடுகிறது.

கல்விக் கருவிகள்மேல் கல்விக் கூடம் ஆதிக்கம் செலுத்துவது இன்னொரு விளைவையும் ஏற்படுத்துகிறது. விலை குறைவான பொருட்கள்கூட பெரிய அளவில் விலை உயர்த்தப்படுகிறது. குறிப்பிட்ட காலங்களுக்குள் பயன்படுத்தப்பட வேண்டும் என்று கட்டுப்பாடு ஏற்படும்போது, அவற்றை வாங்குதல், பத்திரப்படுத்துதல், பயன்படுத்துதல் ஆகியவற்றை மேற்பார்வை செய்வதற்கு, சிறப்புப் பயிற்சி பெற்றவர்களுக்கு ஊதியம் தரவேண்டியதிருக்கிறது. பிறகு, மாணவர்கள் தங்கள் கோபத்தை அந்தக் கருவிகள் மீது காட்டுகிறார்கள். மீண்டும் வாங்கவேண்டியதாகிறது.

கற்பிக்கும் கருவிகளை மற்றவர்கள் தொடக்கூடாது என்பது போலவே வேறு கருவிகளுக்கும் கட்டுப்பாடுகள் வந்துவிட்டன. சென்ற நூற்றாண்டின் முப்பதுகளில் இருக்கும் ஓர் இளைஞனுக்கு ஒரு காரைப் பழுது நீக்கத் தெரியும். ஆனால் இப்போது கார் உற்பத்தியாளர்கள் மின்கம்பிகளை அதிகப்படுத்தி பழுது நீக்க உதவும் கையேடுகள், சிறப்புப் பயிற்சி பெற்ற பொறியாளர்களைத் தவிர பிறர் கையில் கிடைக்காமல் செய்கிறார்கள். அதே போல் பழைய வானொலிப்பெட்டியில் சுருள்களும், கண்டன்சர்களும் ஓர் ஒலிப்பெருக்கியை அமைக்கும் அளவிற்கு இருக்கின்றன. டிரான்சிஸ்டர்களை எளிதில் கொண்டு போகலாம். ஆனால் அவற்றைப் பிரித்துப் பார்க்க யாருக்கும் துணிவில்லை. தொழில்மயமான நாடுகளில் இதனை மாற்றுவது மிகக் கடினம். ஆனால் மூன்றாம் உலக நாடுகளிலாவது கல்வி மாற்றங்களைக் கொண்டு வர வேண்டுமென்று வற்புறுத்துகிறோம்.

என்னுடைய கருத்தினை விளக்க ஒரு மாதிரியை முன்வைக்கிறேன். பெரு நாட்டில் ஆறு அடி அகலப் பாதைகளை வலைப்பின்னல் போல் அமைத்து 40,000 கிராமங்களை இணைக்க முடியும். இதற்கு அவற்றைப் பராமரிக்கவும் பத்து மில்லியன் டாலர்கள் செலவாகும். மேலும் ஒவ்வொரு கிராமத்திற்கும் ஐந்து வீதம் 2,00,000 மூன்று சக்கர மோட்டார் வாகனங்ளையும் கொடுக்கமுடியும். பெரு போன்ற ஏழைநாடுகள் ஒன்றில் ஆண்டுக்கு கார்கள், சாலைகளுக்காக இதைவிடக் குறைவாகச் செலவழிப்பதில்லை. கார்களும் பெரிய சாலைகளும், பணக்காரர்களுக்கும் அவர்களுடைய பணியாளர்களுக்கும் மட்டுமே பயன்படுகின்றன. கிராம மக்கள் அவர்கள் ஊர்களிலேயே சிறைப்பட்டுக் கிடக்கிறார்கள். இந்த எளிய வாகனங்கள் (கழுதைகள்) அதிக நாட்கள் உழைக்கக் கூடியவை. அவற்றின் விலை ஒன்றுக்கு 125 டாலர்கள்தான் ஆகும். ஒரு ‘கழுதை’ 15 மைல் வேகத்தில் போகும். 850 பவுண்டுகளைத் தாங்கும்.

இத்தகைய போக்குவரத்து வாகனத்தை விவசாயிகளுக்கு அளிப்பதால் அரசியல்வாதிகளுக்கு என்ன லாபம் என்பது வெளிப்படை. அதேபோல அதிகாரத்தில் இருப்பவர்கள், கார் போன்ற வாகனங்களை வைத்திருப்பார்கள். அவர்கள் பாதைகளை அமைத்து அவற்றில் மோட்டார் பொருத்திய மூன்று சக்கர வாகனங்கள் வந்தால் போக்குவரத்துக்கு இடைஞ்சல் உண்டாகக் காரணமாக இருக்கும். எனவே, பணம் செலவழிப்பதில் ஏன் அக்கறைகாட்ட மாட்டார்கள் என்பதும் தெரிகிறது. மேலும் பொதுவாக வேகத்தை தேசிய அளவில் 25 மைல்களுக்குள் கட்டுப்படுத்தி பொது நிறுவனங்கள் அதனைப் பின்பற்றினால்தான் இது சாத்தியம். மேலும் இது இடைக்காலத்தை நிரப்பும் ஒன்றாகவும் இருக்கக்கூடாது.

இந்த மாதிரி அரசியல், சமூக, பொருளாதார, தொழில்நுட்ப ரீதியில் சாத்தியமா என்று விளக்க இது இடமில்லை. ஆனால், முதலீட்டை முன்னிறுத்தும் போக்குவரத்திற்கு மாறான ஒன்றைத் தேர்வு செய்யும்போது கல்வி பற்றிய சிந்தனைகளுக்கு முதலிடம் தர வேண்டும் என்றுதான் சொல்ல விரும்புகிறேன். ஒவ்வொரு வாகனத்துக்கும் 20 விழுக்காடுகள் உற்பத்திச் செலவை உயர்த்தினால், அதன் பகுதிகள் யாவற்றையும் உற்பத்தி செய்வதைத் திட்டமிடமுடியும். அப்போது அதனை வாங்கப்போகும் ஒவ்வொருவரும் ஒன்றிரண்டு மாதங்களில் அந்த மோட்டாரின் செயல்பாட்டைப் புரிந்து கொள்ளமுடியும். பழுது பார்க்கவும் கற்றுக்கொள்ள முடியும். இந்த அதிகப்படியான விலையைக் கொண்டு, உற்பத்தி செய்யும் இடத்தை ஒரே இடத்தில் வைக்காமல், பல இடங்களிலும் பரவலாகச் செய்யமுடியும். இதனால் உற்பத்திச்

செலவில் கல்விச்செலவும் சேர்ந்துகொள்ளும். மேலும், அதிக காலம் உழைக்கக் கூடிய மோட்டாரை அனைவருமே பழுது நீக்கக் கற்றுக்கொள்வார்கள். அதனையே நீரேற்றியாகவும், உழவுக்கும் பயன்படுத்துவது எப்படி என்றும் கற்றுக்கொள்ளலாம். அப்போது அதனுடைய கல்விப் பயன்கள் பணக்கார நாடுகளில் அறிவுக்குப் புலப்படாத எந்திரங்களிலிருந்து கிடைப்பதைவிட அதிகமாக இருக்கும்.

இன்றைய நகரங்களில் பொது இடங்கள் கூட உட்புக முடியாதபடி மூடிக் கிடக்கின்றன. சில இடங்களும் பொருள்களும் தனிப்பட்டவருக்கு உரிமை என்று அமெரிக்காவில் குழந்தைகளும் அணுகமுடியாதவையாக இருக்கின்றன. ஆனால், தனியாருக்குச் சொத்துரிமை இல்லையென்று அறிந்திருக்கும் சமுதாயங்களும் கூட குழந்தைகள் அவற்றை அணுகமுடியாதபடி செய்திருக்கின்றன. ஏனென்றால், அவை பயிற்சிபெற்ற தொழில்செய்வோருக்கு மட்டுமே உரியவை என்றும் அங்கே பயிற்சி இல்லாதவர்கள் போவது ஆபத்து என்றும் கருதப்படுகிறது. எடுத்துக்காட்டாக தீயணைப்பு நிலையத்தைப் போலவே இரயில் பாதை நிலையமும் ஆகிவிட்டது. ஆனால், இந்த இடங்களிலும் பாதுகாப்பு தர முடியும். கல்வியில் கருவிகளைக் கல்விக் கூடப் பிடியிலிருந்து நீக்க வேண்டுமென்றால் அவற்றையும் அவற்றின் செய்முறைகளையும் எல்லோரும் அறிந்து கொள்ளுமாறு செய்யவேண்டும். அவற்றின் கல்வி தருவதற்கான மதிப்பை ஏற்றுக்கொள்ள வேண்டும். சில தொழிலாளர்கள் கற்போருக்கு அவை கிடைக்குமாறு செய்வது தங்களுக்கு இடைஞ்சலாக இருப்பதாகக் கருதலாம். ஆனால், அந்த இடைஞ்சல் கல்விக்குக் கிடைக்கும் லாபத்தால் சரிசெய்யப்பட்டுவிடும்.

தனியாருடைய கார்கள் மன்ஹாட்டனில் தடைசெய்யப்பட வேண்டும். ஐந்து ஆண்டுகளுக்கு முன்னர் அதை நினைத்துக்கூடப் பார்க்க முடியாது. ஆனால், இப்போது நியூயார்க் நகரத் தெருக்களில் பல நாட்களிலும் சில மணி நேரங்கள் மூடப்படுகின்றன. பல குறுக்குத் தெருக்களில் கார்கள் செல்ல அனுமதிக்கக்கூடாது. கார்களை எங்கும் நிறுத்த அனுமதிக்கக்கூடாது. அப்போது மக்களுக்காகத் திறந்து விடப்பட்ட நகரத்தில் கற்கும் பொருட்களை அறைகளிலும், சோதனைச் சாலைகளிலும் பூட்டி வைக்கமுடியாது. அவை தெருக்களில் கடைகளின் முன்பே விரித்து வைக்கப்பட்டிருக்கும். கார்கள் மோதி நசுக்கிவிடும் என்ற அச்சம் இல்லாமல் அவற்றைப் பெரியவர்களும், குழந்தைகளும் பார்வையிட முடியும்.

கற்றலின் நோக்கங்கள் கல்விக்கூடங்களாலும், பள்ளி ஆசிரியர்களாலும் திணிக்கப்படாமல் இருந்தால், கற்போருக்கான சந்தை பலதரப்பட்டதாக எங்கும் காணப்படும். கருவிகள் விற்கும் கடைகள், சோதனைச்சாலைகள், நூலகங்கள், விளையாட்டறைகள் பல இடங்களில் இருக்கும். ஆஃப்செட் அச்சகங்கள் ஒவ்வொரு பகுதியிலும் செய்தித்தாள்களை அச்சிட்டு வெளியிட உதவும். கடைவாசலில் உள்ள கற்கும் மையங்களில் உள்ளறைத் தொலைக்காட்சி அமைப்புக்கள் இருக்கும். வேறு சிலவற்றில் அலுவலகத்திற்குத் தேவையான கருவிகளும், பொருட்களும் கிடைக்கும். எல்லா இடங்களிலும் பாடல்களைக் கேட்பதற்கான மின்பெட்டிகள் இருக்கும். சிலவற்றில் கர்நாடக இசை, சிலவற்றில் நாட்டுப்புறப்பாடல், சிலவற்றில் ஜாஸ் இசை ஒலிபரப்பாகும். திரைப்படக் குழுக்களுக்குள் போட்டி இருக்கும், அருங்காட்சியகங்கள் வலைப்பின்னல் போலச் செயல்படும்.

இந்த வலைப்பின்னல் அமைப்பில் பணியாற்றத் தேவைப்படுபவர்கள் பொறுப்பாளர்களாக, அருங்காட்சியக வழிகாட்டிகளாக அல்லது குறிப்புரை காட்டும் நூலகர்களாக இருப்பார்கள், ஆசிரியர்கள் போல இருக்கமாட்டார்கள். உயிரியல் கடையில் இருப்பவர்கள் தங்கள் வாடிக்கையாளர்களைச் சிப்பிகள் உள்ள அருங்காட்சியகத்திற்கு அனுப்பிவைப்பார்கள். அல்லது வீடியோ சிற்றறைகளில் அந்தத் தாவரவியல் பாடப்பகுதி எப்போது ஒளிபரப்பாகும் என்ற செய்தி தெரிவிக்கப்படும். அதேபோல அவை பூச்சிகளைக் கட்டுப்படுத்துதல், உணவு, தடுப்பு மருந்துகள் ஆகியவை பற்றி வழிகாட்டுபவர் அல்லது மூத்தோரிடம் ஆலோசனை பெறுமாறு அறிவுறுத்தப்படுவார்கள். கற்பதற்கான பொருட்களுள்ள வலைப்பின்னலுக்கு நிதி ஆதாரங்களை அமைப்பதற்கு இரண்டு அணுகு முறைகளைப் பின்பற்றலாம். இதற்காக எவ்வளவு அதிகப்படியான நிதியை ஒதுக்கலாம் என்பதை சமூகம் முடிவு செய்து எல்லோரும் குறிப்பிட்ட நேரங்களில் அதனைப் பயன்படுத்த வழிசெய்யலாம். அல்லது சமூகம் அரிதில் கிடைக்காத, விலை மதிப்புள்ளவற்றைக் குறிப்பிட்ட குடிமக்கள் மட்டும் பார்க்குமாறு செய்து மற்றவற்றை எல்லோரும் பயன்படுத்துமாறு செய்யலாம்.

கல்வி உலகைக் கட்டுவதற்குக் கல்விக்காக மட்டுமே உள்ள பொருள்களை உற்பத்திசெய்ய நிதி தேடுவது ஒரு பகுதிதான். இப்போது பள்ளிச் சடங்கில் புனிதப் பணிக்காக ஆகும் செலவை விடுவித்து எல்லாக் குடிமக்களும் நகரத்தில் உண்மை வாழ்க்கையைத் தெரிந்துகொள்ள வகை செய்யுமாறு அதனைப்

பயன்படுத்தலாம். ஒவ்வொரு நாளும் ஒன்றிரண்டு மணி நேரங்கள் எட்டு முதல் பதினைந்து வயதுள்ள குழந்தைகளைப் பணியில் அமர்த்துவோருக்குச் சிறப்பு வரிச்சலுகைகள் தரலாம். ஆனால் பணிக்கான சூழல்கள் மனிதத் தன்மை வாய்ந்தவையாக இருக்க வேண்டும். நாம் பழைய மரபுகளுக்குத் திரும்ப வேண்டும். பன்னிரண்டு வயதுச் சிறுவன் சமூகத்து வாழ்க்கையில் பங்கு கொள்ள முழுப்பொறுப்பினையும் ஏற்க அனுமதிக்க வேண்டும். பள்ளிக்குச் செல்லும் வயதுடையவர்கள் பலருக்குத் தாங்கள் குடியிருக்கும் பகுதிகளைப் பற்றிச் சமூகநல ஊழியர்கள், தொகுதி உறுப்பினர்களைவிட நன்கு தெரியும். அவர்கள் அதிகார வர்க்கத்தை அச்சுறுத்துகின்ற கேள்விகளைக் கேட்டு அவற்றிற்குத் தீர்வையும் தருகிறார்கள். எனவே அவர்கள் வயதுக்கு வர அனுமதிக்கவேண்டும். அப்போதுதான் அவர்கள் மக்களின் அரசுக்குத் தொண்டு செய்வதில் தங்கள் அறிவையும், ஆற்றலையும் பயன்படுத்த முடியும்.

காவல்துறை, தீயணைப்புத்துறை அல்லது பொழுதுபோக்குத் தொழில் ஆகியவற்றில் பயிற்சியாளராக இருக்கும் ஆபத்தோடு ஒப்பிடும்போது கல்வி நிலையங்களின் ஆபத்தை அண்மைக்காலம் வரையில் குறைவாக மதிப்பிட்டு வந்தார்கள். இளையோரைப் பாதுகாக்கும் ஒரு வழியென்று கல்வியை நியாயப்படுத்தினார்கள். ஆனால் இந்த வாதம் இப்போது எடுபடாது. அண்மையில் லியோ ரோடான் என்ற பியுட்ரோ ரிகோ இளைஞன் அவனுடைய சிறை அறையில் தூக்கில் தொங்கினான். ஹார்லம் என்னுமிடத்திலுள்ள ஒரு கோயிலில் ஆயுதம் தாங்கிய இளைஞர் கூட்டம் ஒன்று இதற்கு எதிர்ப்பு தெரிவிக்கக் கூடியிருந்தது. நான் அவர்களைப் பார்க்கப் போயிருந்தேன். அந்தக் குழுவின் தலைவர்களை எனக்குத் தெரியும். அப்போது அவர்களில் ஒருவனான வான் எங்கே என்று கேட்டேன். அவன் போதைப் பழக்கத்திற்குத் திரும்பி மாநிலப் பல்கலைக்கழகத்திற்குப் போய்விட்டான் என்றார்கள்.

திட்டமிடுதல், ஊக்கத்தொகை தருதல், சட்டமியற்றல் ஆகியவற்றை நமது சமுதாயம் கருவிகளிலும் தொழிலகங்களிலும் செய்திருக்கிற மூலதனத்தை வெளிக்கொண்டு வரப் பயன்படுத்தலாம். பெரிய தொழில் நிறுவனங்கள் அரசு தந்திருக்கும் சட்டப் பாதுகாப்புகளோடு மில்லியன் கணக்கான வாடிக்கையாளர்கள் ஆயிரக்கணக்கான பணியாட்கள் முதலியோர் தரும் பொருளாதாரச் சக்தியையும் சேர்த்துக்கொள்ள அனுமதிக்கப்படுகிறார்கள். அப்போது கல்விப் பொருட்களை முழுவதும் அடைய வாய்ப்பில்லாமல் போகிறது. உலகின் செயலறிவு உற்பத்தி வழிமுறைகள், கருவிகள் அனைத்தும் தொழில் நிறுவனங்களின் சுவர்களுக்குள் அடைப்பட்டுக்

கிடக்கின்றன. வாடிக்கையாளர்கள், பணியாளர்கள், பங்குதாரர்கள், பொதுமக்கள் கண்களிலிருந்து மறைக்கப்பட்டுவிடுகின்றன. பணக்கார முதலாளித்துவ நாடுகளில் விளம்பரத்திற்காகச் செலவிடப்படும் தொகையைக் கல்விக்காகத் திருப்பிவிட வேண்டும். அதாவது தொழிலகங்களும், அலுவலகங்களும், அவற்றின் அன்றாடச் செயல்கள் அனைத்தும் பொதுமக்களுக்குத் தெரியுமாறு, அவர்கள் அணுகக் கூடியவாறு மாற்றி அமைக்கப்பட வேண்டும். அப்போது கற்றல் நிகழ வாய்ப்பேற்படும் அதே சமயம் மக்கள் அவர்களிடமிருந்து கற்கின்றவற்றிற்காக அந்தக் குழுமங்களுக்குப் பணம் தர ஏற்பாடு செய்யவேண்டும்.

தேசியப் பாதுகாப்பு என்ற பெயரால் மதிப்புமிக்க பல அறிவியல் பொருட்களும் தரவுகளும், பொதுமக்களுக்கும் தகுதி பெற்ற அறிவியல் அறிஞர்களுக்கும் கூட கிடைக்காமல் செய்கிறார்கள். அண்மைக் காலம் வரையில் அறிவியல் மட்டும்தான் கட்டுப்பாடுகளுக்கு அப்பால் இயங்கி வந்தது. அறிவியல் ஆய்வு செய்யும் திறன் படைத்த அனைவருக்கும் சமமான வாய்ப்புகள் இருந்தன. ஆனால், இப்போது அதிகாரவர்க்கமும், அமைப்பு முறையும் பொதுமக்களுக்கு அதனுடைய கருவிகள் கிடைக்காமல் செய்கின்றன. ஒரு காலத்தில் பன்னாட்டு வலைப்பின்னலாக இருந்த அறிவியல் கோட்பாடுகள் போட்டியிடும் அணிகளுக்கிடையே பிரிந்துபோய்க் கிடக்கின்றன. அறிவியல் குழுமங்களும், கருவிகளும், உறுப்பினர்களும் பயனுள்ள சாதனைகளை நோக்கி நடத்தப்படும் தேசிய, கூட்டிணையத் திட்டங்களில் அகப்பட்டுக் கொள்கின்றனர்.

இன்றைய உலகம் நாடுகளாலும், கூட்டிணையங்களாலும் ஆளப்பட்டு வருகிறது. எனவே கல்விப் பொருட்களை மிகக் குறைந்த அளவில் நாம் அணுகமுடியும். ஆனால் இந்தப் பொருட்களை நாம் அதிகம் அதிகமாக நமது பயன்பாட்டிற்குக் கொண்டு வருவதால் கல்வியின் நோக்கங்களுக்கும் அவற்றைப் பகிர்ந்துகொள்ள முடியும். இதனால் அரசியல் முட்டுக்கட்டுகளை உடைக்கும் அளவிற்கு நமக்கு அறிவொளி கிடைக்கும். பொதுக்கல்வி நிலையங்கள் பொருட்களில் கல்விப் பயன்பாடுகளின் மேலுள்ள அதிகாரத்தைத் தனியார் கைகளிலிருந்து பயிற்சி பெற்றவர்கள் கைக்கு மாற்றுகின்றன. எனவே கல்விக்கூடங்களை மாற்றுவது தனிமனிதன் கல்விக்காக அவற்றைப் பயன்படுத்தும் உரிமையை மீட்டுத்தரும். தனியார் அல்லது கூட்டிணையங்களின் ஆதிக்கத்திலிருந்து 'பொருட்களின்' கல்விப் பயன்பாட்டை விடுவித்தால் உண்மையான மக்களின் உடமை வெளிப்படும்.

திறன்களின் பரிமாற்றங்கள்

கித்தார் ஆசிரியரை அருங்காட்சியகத்தில் வைக்க முடியாது. பொதுமக்களின் உடமையாக்க முடியாது. கல்வியைக் கடையிலிருந்து வாடகைக்கு எடுக்கமுடியாது. ஆனால் கிதாரை அவ்வாறு செய்ய முடியும். அதாவது திறன்களைக் கற்கத் தேவையான பொருட்களிலிருந்து திறன்களை கற்றுத்தரும் ஆசிரியர்கள் வேறுவகையான வளங்கள். அதற்காக, எல்லாத் துறைகளிலுமே அவர்கள் தேவையானவர்கள் என்று சொல்லமுடியாது. நான் ஒரு கிதாரை வாடகைக்கு எடுக்க முடியும். கிதார் இசையை ஒலிநாடாக்கள் மூலமாகவும், படங்கள் வழியாகவும், நானே கற்றுக்கொள்ள முடியும். இந்த ஏற்பாடு பயனுள்ளதாகவும் இருக்கலாம். கிடைக்கக்கூடிய ஆசிரியரை விட ஒலிநாடாக்கள் சிறப்பாக இருந்தால், நான் கற்றுக்கொள்ளக்கூடிய நேரம் எனக்குப் பின்னிரவில் மட்டுமே கிடைக்குமானால், நான் இசைக்க விரும்புகின்ற ராகங்கள் எனது நாட்டில் யாருக்கும் தெரியாதிருந்தால், அல்லது நான் வெட்கப்பட்டுத் தனியாகக் கற்க விரும்புகிறேன் என்றால் இந்த ஏற்பாடு பயனுடையதாக இருக்கும்.

பொருட்களைப் பெறும் வழிகளிலிருந்து வேறுபட்ட ஒரு வழியாகவே திறன் ஆசிரியர்களைப் பட்டியலிட முடியும், தொடர்பு கொள்ள முடியும். ஒரு பொருள் பயன்படுத்துகிறவரின் கையில் அவருக்கு எப்போது வேண்டுமோ அப்போது கிடைக்கும். ஆனால் ஒரு ஆசிரியர் அவர் சம்மதம் தெரிவித்தால்தான் அவர் முறையான திறன் வளமாக ஆகிறார். மேலும் அவர்தான் காலம், இடம், கற்றுத் தரும் முறை ஆகியவற்றைத் தேர்ந்தெடுக்கிறார்.

அதேபோல, திறன் ஆசிரியர்களை உடன்ஒத்தவர்களிடமிருந்தும் பிரித்து அறிய வேண்டும். உடன்ஒத்தவர்கள் பொதுவான ஒரு ஆய்வில் ஈடுபடவேண்டுமென்றால் அவர்களுக்குப் பொதுவான ஆர்வங்களும், ஆற்றல்களும் இருக்க வேண்டும். அவர்கள் பகிர்ந்து கொள்ளும் ஒரு திறனில் பயிற்சி பெறவோ முன்னேற்றம் பெறவோ அவர்கள் ஒன்றாகச் சேர்கிறார்கள். எடுத்துக்காட்டு, பந்தாட்டம், நடனம், ஒரு முகாமை அமைப்பது, அடுத்த தேர்தல் பற்றி விவாதிப்பது ஆகியவை. ஆனால், திறனுள்ள ஒருவர் திறனை முதன்முறையாக ஒருவருக்குப் பரிமாற்றம் செய்கிறார், அதாவது கற்றுத்தருகிறார். அப்போது திறனில்லாத ஒருவர் திறனைப் பெற விரும்பித் திறனுள்ள ஒருவரை அணுகுகிறார்.

ஒரு 'திறன் மாதிரி' என்பவர் ஒரு திறனைக் கொண்டிருப்பவர். அதன் பயன்பாட்டைச் செய்துகாட்ட விரும்புவர். கற்கும் ஒருவருக்கு

இத்தகைய செய்துகாட்டல் ஒரு தேவையான வளமாக இருக்கிறது. இன்றைய புதிய கண்டுபிடிப்புகளால் ஒரு செய்து காட்டலை ஒலிநாடா திரைப்படம் அல்லது வரைபடம் மூலமாகச் செய்ய முடியும். ஆனால் நேரடியாகப் பார்க்கும் செய்துகாட்டலின் தேவை, குறிப்பாகத் தொடர்புத் திறன்களுக்கு மிகவும் தேவைப்படும். எங்களுடைய மையத்தில் 10 ஆயிரம் பேர் ஸ்பானிஷ் மொழியைக் கற்க முடிந்தது. அவர்கள் தாய்மொழி பேசுபவர்களைப் போலவே அவர்களுடைய இரண்டாம் மொழியாகிய ஸ்பானிஷ் மொழியைக் கற்கவேண்டும் என்ற ஆர்வத்தால் உந்தப்பட்டிருந்தால் அவர்கள் இரண்டில் ஒரு முறையைத் தேர்ந்துகொள்ளலாம். கவனமாக நிரலாக்கப்பட்ட கற்பித்தலைச் சோதனைச் சாலையில் பெறுவது ஒன்று. இன்னொன்று வேறு இரண்டு மாணவர்களுடன் ஸ்பானிஷைத் தாய்மொழியாகக் கொண்ட ஒருவருடன் பயிற்சி பெறுவது. மாணவர்கள் இந்த இரண்டாவது முறையையே தேர்ந்தார்கள்.

பல திறன்களுக்கு, அந்தத் திறனைச் செய்துகாட்டும் ஒருவர் மட்டும்தான் நமக்குத் தேவையாக இருக்கும், அல்லது கிடைக்கலாம். பேசுவதற்கும், காரோட்டுவதற்கும், சமைப்பதற்கும், தொலைத்தொடர்புக் கருவிகளைப் பயன்படுத்துவதற்கும் பயிற்சிபெறும் போது நாம் முறை சார்ந்த கற்றலையும் கற்பித்தலையும் நம்பவில்லை, குறிப்பாகக் கற்றல் பொருட்களை முதல் அனுபவமாய்ப் பெற்றபிறகு அதனை அறிகிறோம். அறுவைச் சிகிச்சையின் செயல்முறைகள், ஃபிடில் வாசித்தல் அல்லது தகவல் தொகுதியைப் பயன்படுத்துவது ஆகிய அனைத்தும் இதே வழிமுறைகளைக் கையாண்டு கற்க முடியும்.

இயல்பூக்கம் உடைய ஒரு மாணவனுக்கு அவன் செய்து கற்க வேண்டுமென்று விரும்புவதை ஒருவர் செய்து காட்டுவதைவிட வேறு மனித உதவி தேவைப்படாது. திறன்களைச் செய்துகாட்ட விரும்புபவர்கள் சான்றிதழைப் பெற்றிருக்க வேண்டுமென்று கட்டாயப்படுத்துவதற்குக் காரணங்கள் எவை? மக்கள் தாங்கள் விரும்பாதவற்றைக் கற்கிறார்கள் என்று நம்புவதும் எல்லா மக்களும் சிலவற்றை ஒரு குறிப்பிட்ட சூழல்களில், ஒரு குறிப்பிட்ட நேரத்தில் கற்கமுடியும் என்று கருதுவதுமே ஆகும்.

இன்றைக்குக் கல்விச் சாலையில் திறனுள்ளவர்கள் கிடைக்காததற்குக் காரணம் சான்றிதழ்கள் மேல் அதிக நம்பிக்கை வைத்திருப்பதுதான். ஒருதிறனை மற்றவர்கள் பெற்றுக்கொள்ள உதவும் ஒருவர் அவர்களுடைய கற்றல் குறைபாடுகளைக் கண்டறிந்து திறன்களை கற்றுக்கொள்ள அவர்களை ஊக்கப்படுத்த வேண்டுமென்று

கட்டாயப்படுத்துகிறோம். சுருக்கமாகச் சொன்னால் திறன்கள் ஆசிரியர் கல்வியாளராக இருக்கவேண்டும் என்பதைக் கட்டாயமாக்குகிறோம். ஆனால், கற்பிக்கும் தொழிலுக்கு வெளியே தேடினால் திறன்களைச் செய்து காட்டுபவர்கள் நிறைய கிடைப்பார்கள்.

அரச குடும்பத்தில் பிறந்த ஒருவருக்குக் கற்றுத்தருபவர் ஆசிரியராகவும் திறன் உள்ளவராகவும் இருக்க வேண்டும் என்று எதிர்பார்த்தார்கள். ஆனால், எல்லா மக்களுமே தங்கள் மகனை அலெக்சாண்டராக எண்ணுவதுமில்லை, தங்கள் மகனுக்கு அரிஸ்டாட்டில் போன்ற ஆசிரியர் வேண்டுமென்று கேட்பதுமில்லை. ஏனென்றால் அது தோல்வியில்தான் முடியும். ஏனென்றால் மாணவர்களை ஊக்கம் பெறச் செய்யும் ஆற்றலும் யுத்தியை அல்லது திறனைச் செய்து காட்டும் திறமையும், ஒருவரிடமே சேர்ந்திருப்பது அரிது.

எனினும் ஆர்வமான சிலர் திறன்களைச் செய்துகாட்டுபவர்களாக இருக்கத்தான் செய்வார்கள். அவர்கள் குறைவான எண்ணிக்கையில் இருந்தால் அந்தக் குறையை நீக்கிவிட முடியும். இருபதாம் நூற்றாண்டின் நாற்பதுகளில் வானொலிப் பெட்டிகளைப் பழுது நீக்குவோர் லத்தீன் அமெரிக்காவில் குறைவாகவே இருந்தார்கள். இருப்பினும் அவர்கள் டிரான்சிஸ்டர் வானொலிப் பெட்டிகள் வரும் வரையில் அதே தொழிலிலேயே இருந்தார்கள். இப்போது தொழில்நுட்பப் பள்ளிகளால் தகுந்த திறனுள்ளவர்களை உருவாக்க முடியவில்லை.

திறன்களை மக்கள் கற்றுக்கொள்ள முடியாததற்கும் பல காரணங்கள் உள்ளன. சுயநலத்தால் ஒருவர் தன்னுடைய திறனைப் பிறருடன் பகிர்ந்துகொள்ளாமல் இருக்கலாம். திறனுள்ளவர்கள் குறைவாக இருந்தால் அதிக வருவாய் கிடைக்கும். ஆசிரியர் திறனைக் கற்றுத் தரும்போது கற்றவர் தானே மற்றவர்களுக்குக் கற்றுத் தருவதில்லை. இதனால் ஆசிரியர் லாபம் அடைகிறார். மேலும் முறைசார்ந்த கல்விக்கூடத்தில் கற்றால்தான் அந்தத் திறன்கள் மதிப்புள்ளவை, நம்பகமானவை என்று மக்கள் எண்ண வைக்கப்படுகிறார்கள். மேலும் பணிகளுக்கான சந்தையும், திறன்கள் அரிதாக இருக்குமாறு பார்த்துக்கொள்கிறது. எப்படியென்றால் அனுமதியில்லாமல் பயன்படுத்துவதையும், கற்றுத் தருவதையும் தடைசெய்கிறது. மேலும் கருவிகளையும், அறிவையும் பெற்றிருப்போர் மட்டுமே இயக்கவும், பழுது நீக்கவும் கூடும் வகையான பொருட்களை உண்டாக்குகின்றது.

கல்விக் கூடங்கள் இவ்வாறு திறன்களுள்ள ஆட்கள் கிடைக்காதவாறு செய்கின்றன. ஓர் எடுத்துக்காட்டு: அமெரிக்காவில் செவிலியர் படிப்பை நான்காண்டுக்கான பட்டப்படிப்பாக ஆக்கியதால் செவிலியருக்குத் தட்டுப்பாடு ஏற்பட்டுவிட்டது. இரண்டு அல்லது மூன்றாண்டு படிப்பில் சேரக் கூடிய ஏழைப் பெண்கள் இப்போது பட்டப்படிப்பில் சேரமுடிவதில்லை.

ஆசிரியர்களுக்குச் சான்றிதழ் தேவை என்பது திறன்கள் கிடைக்காமல் போவதற்கு ஒரு காரணம். செவிலியர் மற்ற செவிலியர்களுக்குப் பயிற்சி அளிக்கலாம். ஊசி போடுவது, மருந்து கொடுப்பது, நோயாளிகளின் அட்டைகளை நிரப்புவது போன்ற திறன்களைக் கற்றுக் கொடுத்துவிட்டால் பயிற்சிபெறாத செவிலியருக்குத் தட்டுப்பாடுகள் இராது. சான்றிதழ் தரும் முறை கல்வியின் சுதந்திரத்தைச் சுருக்கிவிடுகிறது. ஒருவருடைய அறிவைப் பிறரோடு பகிர்ந்துகொள்வது அவருடைய உரிமை. அது இப்போது கல்விக்கூடத்தில் பணியாற்றுபவர்களுக்கு மட்டுமே உரிமையாகிவிட்டது. திறன்களைப் பயனுள்ள வகையில் பரிமாறிக் கொள்வதற்கான உரிமையைச் சட்டப்பூர்வமாக ஆக்கவேண்டும். அந்தத்திறனைக் கற்றுத்தரும் உரிமையைப் பேச்சுச் சுதந்திரத்தின் கீழ் கொண்டுவர வேண்டும். கற்றுத் தருவதற்கான கட்டுப்பாட்டை நீக்கிவிட்டால், அவற்றைக் கற்றலிலிருந்தும் உடனடியாக நீக்கிவிட முடியும்.

திறன்களைக் கற்றுத்தரும் ஆசிரியருக்கு ஊக்கத் தொகை வழங்க வேண்டும். சான்றிதழ்கள் பெறாத ஆசிரியர்களுக்குப் பொதுப்பணத்தைக் கொடுக்க இரண்டு வழிகள் உள்ளன. எல்லோரும் அணுகக்கூடிய வகையில் பொதுத்திறன் மையங்களை ஏற்படுத்தலாம். அவை தொழிற் பேட்டைகளுக்கு அருகில் அமைக்கப்படலாம். சில தொழில்களில் நுழைவதற்கு அடிப்படையான திறன்களை வாசித்தல், கணக்கு வழக்குப்பதிவு செய்தல், தட்டச்சு, கணினியியல் சில எந்திரங்களைக் கையாளுதல் போன்ற திறன்களை அங்கு கற்றுக்கொடுக்கலாம். இன்னொரு வழி சில தனிப்பட்ட குழுக்களுக்குத் திறன் மையங்களை நிர்வகிக்கும் பொறுப்பைக் கொடுத்தல். அங்கே வாடிக்கையாளர்கள் உரிய கட்டணம் செலுத்திக் கற்பார்கள்.

இவற்றைவிடப் புரட்சிகரமான அணுகுமுறை திறன்கள் பரிமாற்றத்திற்கென்று ஒரு வங்கியை ஏற்படுத்தல். அடிப்படைத் திறன்களைப் பெற ஒவ்வொரு குடிமகனுக்கும் கடன் கிடைக்கும். குறைந்த அளவிற்குமேல் திறன்களைப் பெற வேண்டுமென்றால் பிறருக்குத் தான் கற்ற திறனைக் கற்றுக்கொடுத்தல் மூலம் அதற்கான

மதிப்புக் கடனைப் பெறலாம். மாதிரிகளாகத் திறன் மையங்களில் பணியாற்றலாம், அல்லது வீட்டில் செயல்படலாம். விளையாட்டு மைதானத்தில் பயிற்சி தரலாம். பிறருக்கு ஒரு குறிப்பிட்ட கால அளவு கற்றுக்கொடுத்தால்தான் உயர்நிலைக் கற்றலுக்கு அதே அளவு நேரம் தரப்படும். இப்போது புதியதொரு உயர் சமுதாயம் உருவாகும், அது தாங்கள் பெற்ற கல்வியைப் பிறரோடு பகிர்ந்து கொண்டதால் பெற்ற நிலை.

குழந்தைகளுக்காகப் பெற்றோர் அத்தகைய திறன்மதிப்பைப் பெற உரிமையுண்டா? அப்படிக் கொடுத்தால் உயர்மட்டத்தில் இருப்பவர்களுக்கு இன்னும் வசதி செய்ததாக ஆகிவிடும். ஆனால், அதை ஈடு செய்யப் பின்தங்கியோருக்கு அதிக மதிப்பு கொடுக்க வேண்டும். திறன் பரிமாற்ற மையங்கள் செயல்படுவதற்குச் செய்தித் தொகுப்பு நூலை வளர்க்கும் முகமைகள் தேவைப்படும். அது அனைவருக்கும் விலையில்லாமல் கிடைக்கக் கூடியதாக இருக்கும். அத்தகைய முகமைகள் தேர்வு நடத்தல், மற்றும் சான்றிதழ் வழங்கல் முதலிய பணிகளையும் செய்து ஒருவரிடமே அதிகாரம் குவிவதைத் தடுக்கும்.

அடிப்படையில் எல்லாத் திறன் பரிமாற்றத்திற்கான உரிமையும் சட்டப்படி உறுதிசெய்யப்பட வேண்டும். சோதனை செய்து, தேர்ச்சி பெற்ற திறன்களின் அடிப்படையில் மட்டுமே உரிமை வழங்கப்படும். அப்போது தேர்வுகள் பொதுமக்களின் அதிகாரத்தில் இருக்கும். அவை வேலைக்குச் சான்றிதழ் தரும். இல்லையென்றால் மறைமுகமாக வேறுவகைத் தேர்வுகளை நுழைக்க வாய்ப்புகள் ஏற்பட்டுவிடும். விருப்பு வெறுப்பற்ற திறன் சோதித்தலை நடைமுறைப்படுத்த முடியும். எடுத்துக்காட்டாக ஒரு குறிப்பிட்ட எந்திரத்தைப் பயன்படுத்தும் திறனை அளவிட முடியும். தட்டச்சுச் சோதனை (வேகம், பிழைகளின் எண்ணிக்கை ஒருவர் சொல்லச் சொல்ல தட்டச்சு செய்ய முடியுமா முதலியன), வரவு செலவுக்கான கணக்குத் தயாரித்தல், கிரேனை இயக்குதல், காரோட்டல், கோபால் (*COBOL*) குறியீடு முதலிய சோதனைகள் தற்சார்பு இல்லாதவையாக ஆக்கமுடியும். உண்மையான பயன்பாட்டுக்கு அவசியமான திறன்களை எல்லாம் இவ்வாறே சோதிக்க முடியும். மனிதவள மேலாண்மைக்காக இன்றைய தேவைக்கேற்ப வேண்டிய திறன்களைச் சோதிக்கலாம். எடுத்துக்காட்டாக இருபது ஆண்டுகளுக்கு முன்னர் தட்டச்சு, வரவு செலவுக் கணக்கு தயாரித்தல் முதலிய திறன்கள் மட்டும் போதுமானவையாக இருந்தன. எனினும் அதிகாரப்பூர்வமான திறன் சோதனை தேவையா என்பதே கேள்விக்குறி. அடையாளம் இடுவதன் மூலம்

ஒருவரின் தன்மானத்தை அவசியமில்லாமல் புண்படுத்துவதைத் தடுப்பது, திறமைகளைச் சோதிப்பதை முழுவதுமாகத் தடுக்காமல் கட்டுப்படுவதாலேயே சாத்தியமாகும் என்று நான் நம்புகிறேன்.

உடன்ஒத்தோரை இணை சேர்த்தல்

இன்றைக்குப் பள்ளிகளில், எல்லா மாணவர்களையும் ஒரே அறைகளில் அடைத்து ஒரே வரிசைப்படி ஒரே மாதிரியாகக் கணக்கு, குடிமைப் பயிற்சி, எழுத்து ஆகியவற்றில் பயிற்சி தருகிறார்கள். சில வேளைகளில் ஒரு மாணவர் ஒரு சில பாடங்களை மட்டும் தேர்ந்துகொள்ள அனுமதிக்கப்படுகிறார். எப்படி இருப்பினும் ஆசிரியர்கள் ஏற்படுத்தும் இலக்குகளை வைத்தே உடன்ஒத்தோரின் குழுக்கள் சேர்ந்து கொள்கின்றன. ஆனால் ஒரு நல்ல கல்வி அமைப்பில் ஒவ்வொரு மாணவனும் ஒரு குறிப்பிட்ட செயல்பாட்டிற்கு உடன்ஒத்த ஒருவரைத் தேர்ந்துகொள்ள அனுமதிக்க வேண்டும்.

கல்விக்கூடமானது குழந்தைகளுக்கு வீட்டைவிட்டுத் தப்பித்துப் போகவும் புதிய நண்பர்களைச் சந்திக்கவும் வாய்ப்பினை அளிக்கிறது. அதே சமயம் அவர்கள் யாருடன் சேர்ந்து கற்றுக்கொள்கிறார்களோ அவர்களிலிருந்து மட்டுமே நண்பர்களைத் தேர்ந்துகொள்ள முடியும் என்ற கருத்தினையும் பதிய வைக்கிறது. ஆனால், அவர்கள் விருப்பப்படியே பிறரைச் சந்திக்கவும், அளவிடவும் தேர்ந்து கொள்ளவும் சிறிய வயதிலிருந்தே வாய்ப்பளித்தால், புதிய முனைப்புகளில் புதிய பங்காளர்களைத் தேடுவதை வாழ்நாள் ஆர்வமாக எடுத்துக்கொள்ள ஆயத்தப்படுத்தப்படுவார்கள்.

செஸ் விளையாடுபவர்கள் தங்களுடைய திறனுக்கு ஏற்றவர்களோடு தான் இணை சேர்வார்கள். நன்றாக விளையாடத் தெரிந்தவர் அவரை ஒத்தவருடனும், புதிதாகப் பழகுபவர் வேறொரு புதிதாகக் கற்பவருடனும் சேர்ந்துகொள்வர்கள். இந்த வாய்ப்பு மனமகிழ் மன்றங்களில் கிடைக்கும். ஆனால், குறிப்பிட்ட நூல்கள் அல்லது கட்டுரைகளைப் பற்றி விவாதம் செய்ய விரும்புபவர்கள் தங்கள் இணைகளைத் தேடக் கட்டணம் செலுத்த வேண்டியதிருக்கும். அதுபோல விளையாட்டு, சுற்றுலா, சைக்கிளில் மோட்டார் பொருத்துதல் முதலியவற்றிற்கு இணைகளைத் தேட வேண்டும். அப்படித் தேடுவதுதான் அற்புதமான பரிசு. கல்விக் கூடங்களுக்கு மாற்றாக ஒரே ஆர்வம் உள்ளவர்கள் சந்திக்குமாறு நிறுவனங்களை உண்டாக்குவதுதான் வழி.

திறன்களைக் கற்றுத் தருதல் எல்லோருக்கும் ஒரே மாதிரியான நன்மைகளைத் தருவதில்லை. ஆனால், உடன்ஒத்தவர்களை இணை சேர்த்தல் அப்படியில்லை. மேலும் திறன்களைப் பயிற்றுவிக்கும் ஆசிரியருக்கு வழக்கமான ஊதியத்திற்கும் மேல் ஊக்கத்தொகை வழங்க வேண்டும். ஏனென்றால் திறன்களைக் கற்றுத் தருதல் என்பது திரும்பத் திரும்பப் பயிற்சி அளிப்பது ஆகும். இது மாணவர்களுக்குச் சலிப்புத்தட்டும். திறன் பரிமாற்றத்திற்கு ஊக்கத்தொகை அல்லது பரிசு தேவைப்படும். ஆனால் உடனொத்தவர்களை இணை சேர்ப்பதற்கு ஊக்கத்தொகை எதுவும் தேவை இல்லை, தொடர்பு வலைப்பின்னல் இருந்தால் போதும்.

ஒலி நாடாக்கள், நிரல் வழிக் கற்றல், வடிவங்களையும், ஒலிகளையும் மாற்றுருவாக்கல் ஆகியவை பல திறன்களைக் கற்க ஆசிரியர்களைத் தேட வேண்டியதை அவசியமில்லாமல் ஆக்கிவிடுகின்றன. அவை ஆசிரியர்களின் திறமைகளை வளர்த்து ஒருவர் வாழ்நாளில் கற்கக்கூடிய திறன்களையும் அதிகரிக்கின்றன. அதேசமயம் புதிய திறன்களைக் கற்றவர்கள் அவற்றைப் பயன்படுத்தி மகிழ்வதும் அதிகரிக்கிறது. கிரேக்க மொழியைக் கற்ற ஒரு பெண் கிரேக்க அரசியலைப் பற்றி விவாதிக்க விரும்புவார். நியூயார்க் நகரில் இருக்கும் மெக்சிகோ நாட்டவர் ஸ்பானிய மொழிக்கு ‘காமிக்’ புத்தகங்களைப் படிப்பவர்களைத் தேடுவார். ஜேம்ஸ் பால்ட்வின் (அமெரிக்கக் கறுப்பின நாடக, நாவலாசிரியர்) அல்லது பாலிவர் (லத்தின் அமெரிக்கச் சுதந்திர வீரர்) படைத்தவற்றைப் பேச ஆர்வமுள்ள இணையர்களை இன்னொருவர் தேடுவார்.

உடன்ஒத்தவர்களை இணைக்கும் வலைப்பின்னலை இயக்குவது எளிது. பயனாளர் தனது பெயரையும் முகவரியையும் தெரிவித்து எந்தச் செயல்பாட்டிற்காக இணைப்பினைத் தேடுகிறார் என்பதைக் குறிப்பிடுவார். கணினி, அதே துறையில் ஈடுபாடு உள்ளவர்களின் பெயர்களையும் முகவரிகளையும் தரும். மக்கள் பெரிதும் விரும்பும் இந்தச் செயல்பாட்டைப் பெரிய அளவில் இது வரையில் பயன்படுத்தாதது வேடிக்கையாக இருக்கிறது.

வாடிக்கையாளர்க்கும் கணினிக்கும் இடையே செய்தித் தொடர்பை மின்னஞ்சல் ஏற்படுத்தும். பெரிய நகரங்களில் தட்டச்சு இணையங்கள் உடனடியான தொடர்பை ஏற்படுத்திவிடும். ஒரு பெயரையும் முகவரியையும் கணினியிலிருந்து பெற எந்தச் செயலுக்கு இணையர் தேவை என்பதைக் கணினியில் உள்ளீடு செய்ய வேண்டும். இது இருவருக்கும் இடையே மட்டுமே நிகழும் ஒன்றாக இருக்கும். கணினிக்கு உதவிசெய்ய அறிவிப்புப்

பலகைகள், செய்தித்தாள் விளம்பரங்கள் ஆகியவை பயன்படும். கணினி தரமுடியாத இணையை இவை தரமுடியும். இங்கே பெயர்களை வெளியிட வேண்டிய அவசியம் இல்லை. தேவையான வாசகர்கள் அவர்கள் பெயர்களைக் கணினியில் உள்ளீடு செய்யலாம். இதற்குப் பொதுமக்களின் ஆதரவுள்ள உடன்ஒத்தோர் இணைப்பு வலைப்பின்னல் தேவைப்படும்.

சுதந்திரமாகக் கூடுவதற்கான உரிமை அரசியல் சட்டப்படி அங்கீகாரம் பெற்றிருக்கிறது. பண்பாட்டின்படி ஏற்றுக்கொள்ளப்பட்டிருக்கிறது. ஆனால் இந்த உரிமை சில கூட்டங்கள் கூடுவதற்குச், சில நிபந்தனைகள் கட்டாயமாக்கப்பட்டு சட்டங்களால் தடுக்கப்படுகிறது. நிறுவனங்கள் வயது, வகுப்பு, பாலினம் அடிப்படையில் கூட்டம்கூட வேண்டுமென்று சொல்லுகின்றன. இராணுவம் ஒரு எடுத்துக்காட்டு, கல்விக்கூடம் இன்னொரு எடுத்துக்காட்டு.

கல்விக் கட்டமைப்பிலிருந்து விடுவிப்பது என்றால் ஒரு ஆள் இன்னொருவரை ஒரு கூட்டத்திற்குக் கட்டாயமாக வரவேண்டும் என்று வற்புறுத்தும் அதிகாரத்தை நீக்கவேண்டும். அதேபோல யாரும், அவருக்கு எந்த வயதாக இருந்தாலும், ஆணாக இருந்தாலும், பெண்ணாக இருந்தாலும் ஒரு கூட்டத்தைக் கூட்ட உரிமை வேண்டும். ஆனால் இந்த உரிமை கூட்டங்களைக் கூட்ட நிறுவனமயமாக்கியதைக் குறைத்துவிடுகிறது. ‘கூட்டம்’ என்பது ஒரு தனியாள் கூட்டம் கூட்டும் செயல் என்று பொருள். இப்போது அது ஒரு முகமையின் பணியாக ஆகிவிட்டது.

உடன்ஒத்தவர்களைச் சேர்க்கும் வழிகள் மக்களை ஒன்றாகச் சேர்க்க விரும்புகிற ஒவ்வொருவருக்கும் கிடைக்க வேண்டும். கல்விக்கூடக் கட்டிடங்கள் இதற்குப் பயன்படும். கல்வி அமைப்பும், கோவில்களைப் போலவே ஒரு சிக்கலைச் சந்திக்க வேண்டியிருக்கும். கோயில்களுக்குக் கிறிஸ்தவர்கள் வருவது குறைந்துவிட்டது போல இந்தப் புதிய முறையிலும் மாணவர்கள் கல்விக்கூடத்திற்கு வருவது குறைந்துவிடும். கல்விக்கூடங்களை வேறு வகைகளில் பயன்படுத்தலாம். அருகிலிருப்பவர்களுக்கு என்னென்ன நிகழ்வுகள் நடக்கப் போகின்றன என்பது அறிவிப்புப் பலகையில் குறிக்கப்படும். தேவையுள்ள மாணவர்கள் பயன்பெறுவார்கள். அதற்குக் கட்டணம் வசூலிக்காமல் இருக்கலாம் அல்லது கல்விச் சீட்டுகளைப் பயன்படுத்தலாம். ஓர் ஆசிரியருக்கு அவர் எத்தனை மாணவர்களைக் கவர்கிறாரோ அந்த அளவிற்கு ஊதியம் அளிக்கலாம். உயர் கல்வியிலும் இந்த முறையைப் பின்பற்றலாம். மாணவர்கள் ஆண்டுக்குப் பத்து

மணி நேரம் இந்த ஆசிரியர்களிடம் ஆலோசனை பெறலாம். பிற நேரங்களில் நூலகங்களையும், உடன்ஒத்தவர்களோடு இணைக்கும் வலைப்பின்னல், ஆற்றலுள்ளோரிடம் பயிற்சி பெறல் ஆகியவற்றைச் சார்ந்திருப்பார்கள்.

இன்றைக்குத் தொலைபேசியும் அஞ்சலும் தவறாகப் பயன்படுத்தப்படுவது போலவே இத்தகைய பொது இணைப்புகளும் தவறாகப் பயன்படுத்தப்படலாம். தொலைபேசிகளுக்கு இருப்பது போலவே இவற்றிற்கும் பாதுகாப்புகள் தேவைப்படும். செய்தி தேவைப்படுபவரின் பெயரும் முகவரியும், அச்சடிக்கப்பட்ட செய்தி மட்டும் இவற்றில் பயன்படுத்தப்படும். தவறாகப் பயன்படுத்தும் ஆபத்து இருக்கிறது என்பதாலேயே அதன் அதிகப்படியான பயன்களை விட்டுவிடக் கூடாது.

பேச்சுரிமை, கூட்டம்போடும் உரிமை பற்றி என்னைப் போலவே கவலை கொள்கிறவர்கள் இருக்கிறார்கள். அவர்கள் உடன்ஒத்தோரை இணைத்தல் என்பதை செயற்கையாக இருக்கிறது என்றும், இதை அதிகத் தேவையிலிருக்கும் ஏழைகள் பயன்படுத்தமாட்டார்கள் என்றும் வாதிடுகிறார்கள். அது போலவே, உள்ளூர் சமூகத்தில் வேரூன்றாமல் அந்தப் பொழுதில் ஏற்படும் சந்திப்புகளுக்குப் பலர் எதிர்ப்பு தெரிவிக்கிறார்கள். வேறு சிலருக்குக் கணினியைப் பயன்படுத்தி இணைப்பை ஏற்படுத்தலாம் என்பது பிடிக்கவில்லை. இப்படி ஆட்கள் ஒருவரையொருவர் சந்திக்காமல் கருவிகள் மூலம் தொடர்பை ஏற்படுத்துவது சரியல்ல என்பது அவர்கள் கருத்து.

இத்தகைய எதிர்ப்புகள் அர்த்தமுள்ளவைதான். ஆனால் அவை என்னுடைய முதன்மைக் கருத்தை எடுத்துக்கொள்ளவில்லை. முதலாவதாக இத்தகைய ஒரு பகுதியிலுள்ள மக்களுக்காக இயங்கும் மையங்கள் படைப்பாற்றலை வளர்ப்பவையாக, படைப்பாற்றலுக்கு வெளிப்பாடாக அமையும். இதனால் அவை அரசியல் குழுக்களாக ஆவது தடுக்கப்படும். மேலும் ஒருவர் ஒரே நேரத்தில் உடனொத்த குழுக்கள் பலவற்றில் சேரமுடியும். இது நகர வாழ்க்கையில் விடுதலைக்கான ஒருவழி. மேலும் குழந்தைப் பருவத்திலிருந்து ஒன்றாகப் பழகி இருந்தவர்களைவிடப் புதியவர்கள் தங்கள் அனுபவங்களை எளிதில் பகிர்ந்துகொள்ள முடியும். பெரிய மதங்கள் இப்படித் தொலைதூரத்தில் நிகழும் சந்திப்புகளையே ஊக்குவித்திருக்கின்றன. பயணங்கள், மடங்களில் வாழுதல், அவை ஒன்றுக்கொன்று உதவுதல் முதலியவை வழியாக அந்த மதங்களைப் பின்பற்றுபவர்கள் உரிமை பெற்றிருக்கிறார்கள். எனவே தெரியாதவர்களை இணைப்பது நகரங்களில் ஒடுக்கப்பட்ட மக்கள் வெளியே வருவதற்கு உதவும்.

உள்ளூர் சமூகங்கள் மதிப்பு வாய்ந்தவை. ஆனால் அவை இப்போது சிறிது சிறிதாக மறைந்து வருகின்றன. ஏனென்றால் நிறுவனங்கள் மனிதரின் சமூக உறவுகளை நிர்ணயிக்கத் தொடங்கிவிட்டன. ஒரு பகுதியிலிருப்பவர்களின் அண்டை வீடுகளின் உறவுகள் அவற்றின் அரசியல் முக்கியத்துவத்தை இப்படிப்பட்ட அதிகார வர்க்கத்தின் ஆதிக்கத்தால் இழந்துவிடுகின்றன. ஒரு பகுதியில் குடியிருப்பவர்களைச் சேர்த்து ஒரு பண்பாட்டுக் குழுவை மீண்டும் அமைக்கும் முயற்சி இந்த ஆதிக்கத்தை ஆதரிக்கத்தான் செய்கிறது. எனவே உடன்ஒத்தவர்களை இணைத்தல் நகரங்களின் உள்ளூர் வாழ்க்கை முறையை மீட்டெடுக்க உதவும். ஒருவர் அருகிலுள்ள மக்களோடு அர்த்தமுள்ள உரையாடலில் ஈடுபடுகின்ற பணியைத் திரும்பப் பெற்றுவிட்டால் அலுவலக நெறிகள், நகரத்தின் இங்கிதங்களிலிருந்து விலகிவிடுவார். ஒன்றாகச் சேர்ந்து செயல்படுவதற்குத் தீர்மானம்தான் முக்கியமானது என்று தெரிந்துவிட்டால், மக்கள் படைப்பாற்றலுள்ள அரசியல் பரிமாற்றத்திற்கு உள்ளூர் சமூகங்கள் உட்படவேண்டும் என்று கட்டாயப்படுத்துவார்கள்.

நகரவாசிகளின் வாழ்க்கை அதிகச் செலவு பிடிப்பதாக இருக்கிறது. ஏனென்றால் அவர்கள் பல நிறுவனங்களின் சேவைகளைச் சார்ந்திருக்க வேண்டியதிருக்கிறது. எனவே நகரங்களில் உடன்ஒத்தோரை இணைப்பது குடிமக்கள் அதிகாரவர்க்கத்தினைச் சார்ந்திருக்காமல் இருக்க முதல் படியாக இருக்கும்.

மேலும், மனித நம்பிக்கையை உண்டாக்கவும் இது முதல் படியாகத் தேவையான ஒன்றாக இருக்கும். கல்விக்கூட சமுதாயத்தில் கல்வியாளர்களுடைய பணியின் விளைவை அளக்கவும், யாரை நம்புவது, யாரை நம்பக்கூடாது என்பதை நிர்ணயிக்கவும் அவர்களுடைய தொழில் சார்ந்த தீர்ப்பையே சார்ந்திருக்க வேண்டியதிருக்கிறது. மருத்துவரிடமோ, வழக்குரைஞரிடமோ உளவியலாளரிடமோ ஏன் போகிறோமென்றால் அவர்கள் சிறப்பான கல்வி பெற்றவர்கள் என்பதால், அவர்கள் நம்முடைய நம்பிக்கைக்குப் பாத்திரமானவர்கள் என்று எண்ணுகின்றோம். ஆனால், கல்விக் கூடத்திலிருந்து விடுபட்ட சமுதாயத்தில் கல்வித் தொழில் செய்பவர்கள் அவர்களுடைய கலைத்திட்ட அடிப்படையில் அவர்களுடைய வாடிக்கையாளரின் நம்பிக்கைக்கு உரிமை கோர முடியாது. அல்லது வேறு தொழில் செய்பவர்களிடம் அனுப்பி வைத்துத் தங்கள் மதிப்பைக் காப்பாற்றிக்கொள்ளவும் முடியாது. எனவே தொழில் செய்பவர்களிடம் நம்பிக்கை வைக்காமல் ஒரு வாடிக்கையாளர் வேறு ஒரு தொழில் வல்லுநரிடம்

ஆலோசனை பெற்று அனுபவம் பெற்ற வேறு ஆட்களிடம் முதலில் கேட்டுத் தெரிந்துகொள்ளலாம். கணினி மூலமோ வேறு வலைப்பின்னல் வழியாகவோ இது சாத்தியமாகும். இந்த வலைப்பின்னல்கள் பொதுநல வசதிகள். இவை தங்களுக்கு வேண்டிய ஆசிரியர்களை மாணவர்களும், நோயாளிகள் தங்கள் மருத்துவரையும் தேர்ந்துகொள்ள உதவும்.

கல்வித்தொழில் செய்பவர்கள்

குடிமக்களுக்குக் கற்பதற்குப் புதிய வாய்ப்புகள் இருக்கின்றன. எனவே தலைமைப் பண்பைத் தேடும் ஆர்வமும் அதிகரிக்க வேண்டும். அவர்களுடைய சுதந்திரத்தையும் வழிகாட்டலுக்கான தேவையையும் அவர்கள் ஆழமாக உணர்வார்கள். பிறரால் வளைக்கப்படுவதிலிருந்து விடுதலை பெற்றிருப்பார்கள். எனவே மற்றவர்களின் வாழ்நாளில் கற்ற அனுபவங்களிலிருந்து பயன்பெறக் கற்றுக்கொள்ள வேண்டும். மேலும் நடைமுறை ஞானம் உள்ளவர்கள் நிறைய பேர் இருப்பார்கள். அவர்கள் புதியவர்களுக்கு அவர்களுடைய கல்வித் தேடலில் நிலைத்திருக்க உதவுவார்கள். இத்தகைய ஞானிகளின் எண்ணிக்கை கல்விக் கூடத்தின் பிடியிலிருந்து சமுதாயத்தை விடுவிப்பதால் அதிகம் ஆகும். அவர்கள் தங்களுடைய துறையில் முதிர்ச்சியும் தேர்ச்சியும் அடைந்திருப்பார்கள். அதே சமயம் செய்திகளைத் தருவோர் என்றோ திறன்களின் மாதிரிகள் என்றோ உரிமை கொண்டாடிக்கொள்ள மாட்டார்கள். எனவே உயர்தர ஞானம் அவர்களிடம் உண்மையாகவே வெளிப்படும்.

ஆசிரியர்களின் தேவை அதிகமாகும் போது அவர்கள் அதிகமான அளவில் கிடைப்பார்கள். பள்ளி ஆசிரியர்கள் என்ற கூட்டம் இல்லாதபோது சுதந்திரமான கல்வியாளரின் பணி உயர்வாகக் கருதப்படும். இது ஒரு முரண்பாடாக தோன்றும். ஏனென்றால் பள்ளிகளையும் ஆசிரியர்களையும் இணைத்தே நாம் பார்க்கிறோம். எனினும் முதல் மூன்று கல்விப் பரிமாற்றங்களில் இப்படித்தான் நடக்கும். இங்கே பெற்றோரும் இயற்கையான கல்வியாளரும் வழிகாட்டல் பெறுவார்கள். கற்பவர்களுக்கு உதவி தேவைப்படும் வலைப்பின்னல்களை இயக்க ஆட்கள் தேவைப்படுவார்கள்.

பெற்றோருக்கு என்ன வழிகாட்டல் தேவைப்படும்? தங்கள் குழந்தைகளைக் கல்விச் சுதந்திரத்தில் நடைபோடச் சரியான பாதை காட்ட அவர்களுக்கு வழிகாட்டல் தேவைப்படும். மேலும் கற்போருக்கு அனுபவமுள்ள தலைமை தேவைப்படும்.

இந்த இரண்டு தேவைகளும் வெவ்வேறானவை. முதலாவது கல்வியியலின் தேவை. இரண்டாவது எல்லாத்துறைகளிலும் அறிவுசார் தலைமை அளிப்பது. முதலாவதற்குக் கற்றல் பற்றிய அறிவும், கல்வி வளங்கள் பற்றிய அறிவும் தேவைப்படும். இரண்டாவதற்கு ஆய்வு மூலம் தேடலில் பெற்ற அனுபவத்தின் அடிப்படையிலான ஞானம் தேவைப்படும். இந்த இரண்டு வகை அனுபவங்களும் கற்றலுக்கு இன்றியமையாதவை. ஆனால் கல்விக்கூடங்கள் இவை இரண்டையும் ஒன்றாக இணைத்து விடுகின்றன.

சிறப்புக் கல்வித் தகுதி என்று மூன்று வகைகளைச் சொல்லலாம்:

1. இங்கே கூறப்பட்ட கல்விப் பரிமாற்ற நிலையங்கள் அல்லது வலைப்பின்னல்களை உண்டாக்கி இயக்குதல்.
2. வலைப்பின்னல்களைப் பயன்படுத்த மாணவர்களுக்கும் பெற்றோருக்கும் வழிகாட்டல்.
3. கடினமான அறிவுசார் ஆய்வுப் பயணங்களை மேற்கொள்ளுதல்

முதல் இரண்டும் தனியான தொழில்கள். கல்வி நிர்வாகிகளும் கல்வி ஆலோசகரும் வலைப்பின்னல்கள் உருவாக்கி நிர்வகிக்க வேண்டும். இதற்கு அதிக ஆட்கள் தேவைப்படாது. ஆனால், அவர்கள் கல்வி பற்றியும் நிர்வாகம் பற்றியும் ஆழமாகத் தெரிந்திருக்க வேண்டும். இது பள்ளிகள் பற்றிய கருத்துப் பதிவிற்கு மாறானதாக, எதிரானதாகக்கூட இருக்கலாம்.

இதுபோன்ற கல்வித் தொழிலுக்கு, சாதாரணப் பள்ளிகள் தேவையில்லையென்று ஒதுக்கியவர்கள் கூடத் தகுதியுள்ளவர்களாக இருப்பார்கள். அதே போல, கல்விக் கூடங்கள் தகுதியுடையவர்கள் என்று சான்றளித்தவர்கள்கூட இங்கே பயன்படமாட்டார்கள். கல்வி வலைப்பின்னல்களை நிறுவி நிர்வகிப்பதற்குத் திட்டமிடுபவர்களும், நிர்வாகிகளும் தேவைப்படுவார்கள். ஆனால், பள்ளிகளை நிர்வகிப்பதற்குத் தேவையான அளவு இங்கே இருக்காது. ஏனென்றால் இங்கே மாணவர் கட்டுப்பாடு, பொதுத்தொடர்பு, வேலைக்கு அமர்த்துவது, ஆசிரியர்களை விலக்குவது, மேற்பார்வை பார்ப்பது எதுவும் இருக்காது. அதே போலக் கலைத்திட்டம் அமைத்தல், பாடப்புத்தகம் வாங்குதல், விளையாட்டுத்திடல் மற்றும் வசதிகளைப் பராமரித்தல் முதலியனவும் இருக்காது. பொதுவாகக் குழந்தைகளைக் காப்பது, பாடங்களைத் திட்டமிடுவது, ஆசிரியர்களின் நேரத்தை எடுத்துக் கொள்ளும் ஆவணங்களை நிர்வகிப்பது முதலியனவும் கல்வி

வலைப்பின்னலில் இடம்பெறாது. மாறாக அருங்காட்சியகம், நூலகம் முதலியவற்றில் பணியாற்றுபவர்களுக்குத் தேவையான திறன்களும் இயல்புகளும் கற்றல் பின்னல்களை நடத்தத் தேவைப்படும்.

இன்றைய கல்வி நிலைய நிர்வாகிகள் ஆசிரியர் மாணவர்களை மற்றவர்களுக்கு மனநிறைவு ஏற்படும் வகையில் கட்டுப்பாட்டிற்குள் வைத்திருப்பதிலேயே குறியாக இருக்கிறார்கள். ஆனால் வலைப்பின்னலில் ஈடுபட்டிருப்போர் அதில் பிறர் குறுக்கிடாமல் பார்த்துக்கொள்வார்கள். அதே சமயம் மாணவர்கள், திறன் மாதிரிகள், கல்வித் தலைவர்கள், கல்விப் பொருட்கள் ஆகியோருக்கு இடையே சந்திப்பு நிகழ உதவுவார்கள். ஆனால் இப்போது கற்பிக்கும் ஆசிரியர்கள் அதிகாரம் செலுத்துவதில் ஆர்வம் உடையவர்களாக இருப்பார்கள். எனவே இந்த வேலையை அவர்கள் எடுத்துக்கொள்ள முடியாது. ஏனென்றால் கல்விப் பரிமாற்ற மையங்களை நிறுவுவது மக்கள், சிறப்பாக இளையோர், சில இலக்குகளைத் தேடுவதை எளிதாக ஆக்க வேண்டும்.

நான் இங்கே விவரித்து இருக்கின்ற வலைப்பின்னல்கள் வந்துவிட்டன என்றால் ஒவ்வொரு மாணவனும் தனக்குரிய பாதையைத் தேர்ந்து அதில் செல்ல முடியும். அறிவுள்ள மாணவன் தொழில் தெரிந்தவருடைய ஆலோசனையைப் பெறுவான். புதிய இலக்கைத் தேர்ந்துகொள்ள, எதிர்ப்படும் இக்கட்டுகளைத் தீர்க்க, பொருத்தமான வழிமுறைகளைத் தேர்ந்தெடுக்க உதவியை நாடுவான். இப்போதும் கூட தங்கள் ஆசிரியர் தங்களுக்கு அளித்தவற்றில் முக்கியமானது தங்களுக்கு அறிவுரை சொன்னதும் வழிகாட்டியதும்தான் என்பதை ஒத்துக்கொள்வார்கள். இங்கே கல்வியாளர்கள் அதே பணியைத் தாமாக முன்வந்து செய்வார்கள்.

வலைப்பின்னல் நிர்வாகிகள் வளங்களை மாணவர்கள் பெறுவதற்கு உதவுவார்கள். கல்வியாளர்கள் மாணவர்களுடைய இலக்கைத் தாமாக அடையும் வழியை மாணவர்களே கண்டுகொள்ள உதவுவார்கள். எடுத்துக்காட்டாக ஒரு மாணவன் சீன மொழியைப் பேச விரும்பினால் தனது அண்டை வீட்டுச் சீனரிடம் கற்றுக்கொள்வான். கல்வியாளர் அவர்களுடைய ஆற்றல்கள், இயல்புகள் கிடைக்கும் நேரம் ஆகியவற்றின் அடிப்படையில் பாடப்புத்தகம், கற்கும் முறை ஆகியவற்றை அவர்கள் தேர்ந்தெடுக்க உதவுவார். அதேபோல விமானத்தின் பாகங்களைப் பழுது நீக்கக் கற்க விரும்புபவரை தகுந்த ஒருவரிடம் பயிற்சிக்கு அனுப்புவார். ஆப்பிரிக்க வரலாற்றைப் பற்றி விவாதிக்க விரும்பும் ஒருவருக்கு அவரோடு ஒத்த தன்மையும் ஆர்வமும் உள்ள ஒருவரைக்

கண்டுபிடிக்க உதவுவார். வலைப்பின்னல் நிர்வாகியும், கல்வி ஆலோசகரும் கல்வியைத் தொழிலாகக் கொண்டவர்கள். இவர்களை அணுக விரும்புவோர் கல்விச் சீட்டுகளைப் பயன்படுத்துவார்கள்.

இவர்கள் இருவரிடமிருந்தும் வேறான பணியைச் செய்பவர் கல்வித் தலைவர். தலைமைப் பண்பை எளிதில் வரையறுக்க முடியாததால் தலைவரைக் கண்டுபிடிப்பது கடினம். தான் முன்னெடுத்துச் செல்வதைப் பின்பற்றி மக்கள் வந்தால், அவருடைய கண்டுபிடிப்புகளில் பயிற்சி பெற புதியவர்கள் சேர்ந்தால் அவர் தலைவர் எனப்படுவார். இதற்கு முன்னறிவிக்கும் தொலைநோக்கு தேவைப்படும்.

தலைமைப் பண்பு என்பது ஒருவர் சரியாக நடப்பதைப் பொறுத்தது அல்ல. தாமஸ் குன் சொல்லுவது போல அமைப்புமுறைகளும், கோட்பாடுகளும் மாறிக்கொண்டிருக்கும் போது புகழ்மிக்க தலைவர்கள் கூடத் தவறுசெய்கிறார்கள் என்று நிரூபிக்கப்படலாம். எனவே அறிவு சார்ந்த தலைமை என்பது நுண்ணறிவுக் கட்டுப்பாடு, கற்பனை, பிறருடைய பயிற்சியில் பங்குகொள்ளும் விருப்பம் ஆகியவற்றை அடிப்படையாகக் கொண்டது. ஓர் எடுத்துக்காட்டு: அமெரிக்காவின் அடிமை எதிர்ப்பு இயக்கத்திற்கும் அல்லது கியூபா புரட்சிக்கும், ஹார்லம் (கருப்பர் வசிக்குமிடம்) என்னும் இடத்தில் நடப்பதற்கும் ஒற்றுமை இருப்பதாக ஒரு மாணவன் கருதலாம். அப்போது வரலாற்று அறிஞராக உள்ள ஒரு கல்வியாளர் அவனுடைய குறைபாட்டை அவனே ஏற்றுக்கொள்ளுமாறு அவர் செய்யலாம். அப்போது அந்த வரலாற்று அறிஞர் தான் வந்த பாதையில் திரும்பச் செல்வார். அல்லது தன்னுடைய ஆய்வில் பங்குகொள்ள மாணவனை அழைப்பார். மாணவர் விமர்சனக் கண்ணோட்டத்தோடு வரலாற்றைப் பார்க்கப் பயிற்சி பெறுகிறார். இது பள்ளியில் கிடைக்காது.

குரு-சீடன் உறவு அறிவுக்கட்டுப்பாட்டுக்கு மட்டும் உரியது அல்ல. கலைகள், இயற்பியல், உள்ளப் பகுப்பாய்வு, கல்வியியல் அனைத்துக்கும் பொருந்தும். மலை ஏறுதல், அரசியல், தச்சு வேலை ஆகியவற்றிலும் பயன்படும். இவற்றிற்கெல்லாம் பொதுவானது என்னவென்றால் அவர்களுடைய உறவு விலைமதிப்பற்றது. இருவருக்குமே அது பெருமை சேர்க்கும்.

பேச்சாளர்கள், போலி குருக்கள், ஏமாற்றுக்காரர்கள், அருஞ் செயல் புரிபவர்கள் ஆகிய அனைவருமே தங்களைத் தலைமைப்பொறுப்பை ஏற்கும் திறமை படைத்தவர்கள் என்று காட்டிக்கொள்கிறார்கள். இதனால் சீடன் குருவைச் சார்ந்திருப்பதன்

ஆபத்து வெளிப்படுகிறது. இத்தகைய போலி ஆசிரியர்களிடமிருந்து தங்களைக் காப்பாற்றிக்கொள்ள வெவ்வேறு வழிகளில் வெவ்வேறு சமுதாயங்கள் முயன்றிருக்கின்றன. எடுத்துக்காட்டாக இந்தியர்கள் சாதி முறையை நம்பினார்கள். கிழக்கு யூதர்கள் தங்களின் மத குருக்களின் ஆன்மீகத் தலைமையை ஏற்றார்கள். கிறிஸ்தவத்தில் சில சமயங்களில் மடங்களில் நடக்கும் வாழ்க்கையையும், சில வேளைகளில் படிநிலைகளையும் நம்பினார்கள். ஆனால் இன்றைய சமுதாயம் பள்ளிகளின் சான்றிதழ்களைச் சார்ந்திருக்கிறது. இது நடைமுறையில் வழிகாட்டுவதற்கு நல்ல வழியா என்பது தெரியவில்லை. அப்படிச்செய்தால் சீடத்துவம் மறைந்து போகச்செய்கிறது எனச் சொல்லலாம்.

நடைமுறையில் திறன்களின் ஆசிரியர்களுக்கும், கல்வித் தலைவருக்கும் அதிக வேறுபாடுகள் இருப்பதாகத் தெரியவில்லை. ஆனால் உடற்பயிற்சி ஆசிரியர் மாணவர்களைத் தனது பாடத்திற்கு அறிமுகப் படுத்துகிறார் என்றால் அவரும் குருதான்.

உண்மையான குரு-சீடன் உறவு என்பதன் தன்மை அதனுடைய விலைமதிப்பற்ற பண்புதான். அரிஸ்டாட்டில் அதனை ஒழுக்கநெறி சார்ந்த நட்பு என்றே அழைக்கிறார். அதற்கென்று நிபந்தனைகள் எதுவும் இல்லை. எது செய்தாலும் அது நண்பனுக்கே செய்யப்படுகிறது. தாமஸ் அக்வினாஸ் இத்தகைய முறையில் கற்பித்தல் அன்பும் அருளும் நிறைந்த ஒரு செயல் என்று கூறுகிறார். இங்ஙனம் கற்பித்தல் ஆசிரியருக்கு ஓர் ஆடம்பரம். அவருக்கும் மாணவருக்கும் ஓய்வுநேர விளையாட்டு. இருவருக்குமே உள்ளார்ந்த நோக்கம் எதுவுமே இல்லாத அர்த்தமுள்ள செயல்.

உண்மையான தலைமைக்காக மீத்திறம் உள்ளவர்களைச் சார்ந்திருக்க வேண்டும் என்பது இன்றைய சமுதாயத்துக்கும் பொருந்தும். ஆனால், அதையே இப்போது ஒரு கொள்கை விளக்கமாகக் கொள்ள முடியாது. பொருட்களைச் செய்வதையும், மக்களைத் தங்களுக்கு ஏற்றவாறு வளைப்பதையும்விட மேலான மதிப்பீட்டு முறையை மீண்டும் ஏற்கும் ஒரு சமுதாயத்தை உருவாக்க வேண்டும். அத்தகைய சமுதாயத்தில் ஆய்வு செய்யும், புதியன காணும், படைப்புத் தன்மையுள்ள கற்றல் நிகழும். அது ஓய்வாக, வேலையில்லாமல் இருப்பதுபோலக் கருதப்படும். ஆனால் இந்தக் கற்பனை உலகிற்காக நாம் காத்திருக்க வேண்டாம். கல்விக் கூடக் கட்டிலிருந்து விடுபட்ட சமுதாயத்தில் உடன்ஒத்தோர் இன்றைய வசதிகள் இருக்கும்போது அவையே குரு தனக்கு நிகரான பொருத்தமான சீடர்களைச் சேர்த்துக்கொள்ளத் தூண்டுகோலாக

இருக்கும். மேலும் இது சீடர்கள் செய்தியைப் பகிர்ந்துகொள்ளவும் குருவைத் தேர்ந்துகொள்ளவும் வாய்ப்பளிக்கும்.

தொழில்களை விகாரப்படுத்துவது பள்ளிகளில் மட்டுமல்ல. மருத்துவமனைகள் கூட வீட்டில் சிகிச்சை பெறுவது இயலாததாகச் செய்துவிட்டன. மருத்துவமனையில் சேர்ப்பது நோயாளிக்குப் பயன் என்று நியாயப்படுத்தப்படுகிறது. அதே சமயம் மருத்துவரின் திறமை அவர் ஒரு மருத்துவமனையோடு தொடர்பு வைத்திருப்பதைப் பொறுத்தே இருக்கிறது. ஆசிரியர்கள் பள்ளிகளைச் சார்ந்திருப்பதை விடக் குறைவாகத்தான் மருத்துவர் இருக்கிறார். அதேபோல நீதிமன்றத்தில் வழக்குகள் குவிவதால், நீதி தாமதமாகிறது. தாமாக குருவாக விரும்பும் ஒருவரைக் கோயில்கள் சிறைப்பட்ட தொழிலாளியாக ஆக்குகின்றன. இதன் விளைவு குறைவான தொண்டிற்கு அதிகப் பணம். திறமை குறைந்தவர்கள் நிறைய வருவாயை ஈட்டுகிறார்கள்.

பழைய தொழில்கள் அதிக வருவாய் பெறுவதிலும் மதிப்புகிடைக்கிறது. அவற்றைச் சீர்திருத்துவது கடினம். ஆனால் ஆசிரியர் தொழிலைச் சீர்திருத்துவது எளிது. ஒரு காரணம் அது இப்போதுதான் வழக்கத்திற்கு வந்தது. இப்போது கல்வித் தொழில் தனக்கு மட்டுமே சொந்தம் என்று கல்வி உரிமை கொண்டாடுகிறது. கல்விபெற விரும்புபவர்களுக்கு மட்டுமல்லாமல் எல்லாத் தொழில்களுக்கும் பயிற்சி தரும் தகுதி பெற்றிருப்பதாகக் கூறிக்கொள்கிறது. வேறுதொழில்கள் இப்போது ஆட்களைச் சேர்த்துத் தாங்களே பயிற்சிகொடுக்கப் போவதாகச் சொல்லுகின்றன. மேலும், பள்ளி ஆசிரியர்கள் மிகக் குறைவான ஊதியமே பெறுகிறார்கள். பள்ளி அமைப்பின் இறுக்கமான ஆதிக்கத்தால் அவர்கள் எரிச்சலடைகிறார்கள். அவர்களில் முனைப்பாக உள்ள மீத்திறம் உடையவர்கள் அவர்களுக்கு விருப்பமான சுதந்திரமாகச் செயல்படக்கூடிய வேலைகளைத் தேடிக்கொள்கிறார்கள். புதிய சூழலில் அவர்களுக்குத் திறன் மாதிரிகளாகவும் வழிகாட்டிகளாகவும் வேலை கிடைக்கும்போது அதிக ஊதியமும் கிடைக்கும்.

இறுதியாக, பதிவுசெய்த மாணவன் சான்றிதழ் பெற்ற ஆசிரியரைச் சார்ந்து இருப்பதை எளிதாக உடைத்துவிடலாம். வேறு தொழில்களைச் சார்ந்திருப்பவர்களைவிட இவர்களை எளிதில் வெளியே கொண்டுவர முடியும். எடுத்துக்காட்டாக மருத்துவமனையில் உள்ள நோயாளி மருத்துவரைச் சார்ந்துதான் இருக்க வேண்டும். கல்விக்கூடங்களில் கற்பது கட்டாயம் இல்லையென்றால், ஆசிரியர்களுடைய வகுப்பில் அவர்கள் கவருகின்ற மாணவர்கள் மட்டுமே இருப்பார்கள். எனவே

தொழில்கட்டமைப்பை உடைத்துவிட்டால், பள்ளி ஆசிரியர் தேவைப்படமாட்டார்.

கல்விக்கூடங்களை கலைப்பது நடந்தேரும். அதுவும் வேகமாக நடக்கும். அதனைத் தடுக்கமுடியாது. எனவே, இதனை யாரும் துரிதப்படுத்த வேண்டியதில்லை. அது சரியாகப் போகிறதா என்பதைத்தான் கண்காணிக்க வேண்டும். ஏனென்றால் அவை எதிரெதிரான திசைகளில் போகக்கூடும். முதலாவதாக கல்வியாளருடைய சமுதாயத்தின் மேலுள்ள அதிகாரமும் கட்டுப்பாடும் பள்ளிக்கு வெளியில் போகலாம். கல்விக்கூடங்களில் இப்போதுள்ள சிக்கல்களால் கல்வியாளர்கள் சமுதாயத்திலுள்ள வலைப்பின்னல்களைத் தங்களுடைய செய்திகளைப் பரப்பப் பயன்படுத்தலாம். நல்ல நோக்கத்துடன் நம்முடைய நலனுக்காக என்று அவர்கள் சொல்லுவார்கள். ஆனால், சமுதாயத்தைக் கல்விக்கூடத்தின் பிடியிலிருந்து விடுவிக்கும்போது புதியதோர் உலகம் உண்டாகும். அதனை நிரல்வழிக் கற்றலின் *(Programme Learning)* நிர்வாகிகள் ஆதிக்கம் செலுத்துவார்கள்.

அடுத்து இப்போது சான்றிதழ் தருவதற்கான கலைத்திட்டக் கற்பித்தல் தீங்கு விளைவிக்கிறது என்பதை அரசுகள், வேலைக்கு அமர்த்துவோர், வரிசெலுத்துவோர். அறிவுள்ள கல்வியாளர்கள், கல்விக்கூட நிர்வாகிகள் புரியத் தொடங்கிவிட்டார்கள். இது பெருவாரியான மக்களுக்கு எதிர்பாராத வாய்ப்பளிக்கிறது. தங்களுக்குத் தெரிந்ததை, தாங்கள் நம்புவதைப் பிறருடன் பகிர்ந்துகொள்ளவும், தாங்கள் கற்பதற்குத் தேவையான கருவிகளைப் பயன்படுத்தவும் சமமான உரிமையைப் பெறுகிறார்கள். இந்நிலையில் கல்விப்புரட்சி சில இலக்குகளால் வழிநடத்தப்பட வேண்டும். அவை பின்வருமாறு:

1. கல்வி விழுமியங்கள் இப்போது சில மனிதர்கள், நிறுவனங்கள் ஆகியோரின் ஆதிக்கத்தில் இருக்கின்றன. அந்தக் கட்டுப்பாட்டை நீக்கி விடுதலை தரவேண்டும்.

2. திறன்களைப் பகிர்ந்துகொள்ளும் உரிமையைப் பெற, வேண்டிக் கேட்பவர்களுக்குக் கற்பிக்கவும், பயிற்சி தரவும் சுதந்திரம் உறுதி செய்யப்பட வேண்டும்.

3. கூட்டங்களைக் கூட்டவும், நடத்தவும் தேவையான திறனைத் தனியாட்களுக்குத் திரும்பக் கொடுத்து விமர்சனம் செய்யும் படைப்பாற்றல் உள்ள வளங்களை விடுவிக்க வேண்டும்.

4. நிறுவப்பட்ட ஒரு தொழில் தரும் சேவைகளுக்குத் தகுந்தாற் போலத் தன்னை மாற்றிக்கொள்ள வேண்டிய கட்டாயத்திலிருந்து ஒருவரை விடுவிக்க வேண்டும். அதற்கு அவருடைய உடன்ஒத்தவர்களுடைய அனுபவத்தைப் பகிர்ந்துகொள்ளவும் அவர் விரும்பும் ஆசிரியர், வழிகாட்டி, ஆலோசகர், மருத்துவர் ஆகியவரிடம் தன்னை ஒப்படைக்கவும் வாய்ப்பளிக்க வேண்டும். சமுதாயத்தைக் கல்வி நிலையக் கட்டிலிருந்து விடுவிப்பது பொருளாதாரம், கல்வி, அரசியல் ஆகியவற்றிற்கு இடையிலுள்ள வேறுபாடுகளை மங்கச் செய்துவிடும்.

இவ்வாறு நாம் கல்வி நிறுவனங்களை மறுஆய்வுக்கு உட்படுத்தியது மனிதனைப் பற்றிய நமது படிமத்தையும் மறுஆய்வு செய்யத் தூண்டுகிறது. கல்விக்கூடங்கள் வாடிக்கையாளராக ஆக்கத் தேவைப்படும் அந்த உயிரினத்திற்குத் தானாக வளரத் தேவையான சுய உரிமையும் இயல்பூக்கமும் இப்போது இல்லை. அனைவருக்கும் கல்வி என்பது ஒரு பெரிய பிராமீத்திய* முயற்சி என்பதை ஏற்றுக்கொள்கிறோம். ஆனால் ஓர் எபிமீத்திய* மனிதன் வாழ்வதற்கு உள்ள மாற்று உலகைப் பற்றிப் பேசுகிறோம். கல்வி வழிமுறைக்கு மாற்று உண்மையான தொடர்பு வலைகளால் அனைவருக்கும் தெரியக்கூடிய ஒரு உலகம் என்று குறிப்பிடுகிறோம். அப்போது இவை எப்படி நடைபெற முடியும் என்பதைத் தெளிவாக வரையறுக்க முடியும். அதன்மூலம் மனிதனின் எபிமீத்தியத் தலைமை வெளிப்படும் என்று எதிர்பார்க்கலாம். நாம் அதை திட்டமிடவோ உண்டாக்கவோ முடியாது.

★ பிராமீத்தியசும், எபிமீத்தியசும் கிரேக்கப் புராணத்தில் சகோதரர்கள். பிராமீத்தியஸ் படைப்பாற்றலுக்கு ஒரு அடையாளம். பேரார்வம் கொண்டவன். எபிமீத்தியஸ், அறிவாளியல்ல, மந்தம் ஆனால் வருங்காலத்தைப் பற்றிய அறிவு உடையவன். அடுத்த அதிகாரம் இவர்களைப் பற்றி விரிவாகக் கூறுகிறது.

7

எபிமீத்திய மனிதனின் மறுபிறப்பு

நான் ஒரு முறை நியூயார்க் பொம்மைக்கடை ஒன்றில் ஒரு எந்திரத்தைப் பார்த்தேன். நமது சமுதாயமும் அதுபோலத்தான் இருக்கிறது. அந்த எந்திரம் ஒரு உலோகப்பெட்டி. அதில் ஒரு பொத்தானைத் தொட்டவுடன் மூடியானது திறந்துகொள்ளும். உடனே ஒரு கை வெளியே வரும். அதன் விரல்கள் உடனே மூடியை இழுத்து மூடிவிடும். அது ஒரு பெட்டி. அதைத் திறந்தால் என்ன எதிர்பார்ப்போம்? உள்ளே ஏதாவது இருக்கும், வெளியே எடுத்துக்கொள்ளலாம் என்றுதான் எண்ணுவோம். ஆனால், உள்ளே அந்தப் பெட்டியை மூடுவதற்கான விசைதான் இருந்தது. இந்தப் பெட்டி பண்டோரா பெட்டிக்கு நேர்மாறானது.

கிரேக்கப் புராணத்தில் வரும் பண்டோரா எல்லாவற்றையும் கொடுக்கக்கூடிய பெண்ணாதிக்கப் பண்டைக் கிரேக்கத்தின் பூமித் தெய்வம் (பூமிக்கு வந்த முதல்பெண்). அவள் தீமைகள் எல்லாவற்றையும் வெளியில் போக அனுமதித்தாள். ஆனால், நம்பிக்கை தப்பித்துப் போகும்முன் மூடிவிட்டாள். இன்றைய மனிதனின் வரலாறு பண்டோராவின் கதை தானாக மூடும் பெட்டியில் முடிகிறது. எங்கும் நிறைந்து கிடக்கும் தீயவற்றை நீக்க நிறுவனங்களை உண்டாக்கும் பிராமீத்தியசின் கடும் முயற்சியின் வரலாறு. மறையும் நம்பிக்கை, வளரும் எதிர்பார்ப்புகளின் வரலாறு.

இதனைப் புரிந்துகொள்ள நம்பிக்கைக்கும் எதிர்பார்ப்புக்கும் உள்ள வேறுபாட்டைக் கண்டுபிடிக்க வேண்டும். இயற்கையின் நன்மைத்தனத்தில் நிலைப்பது நம்பிக்கையாகும். எதிர்பார்ப்பு என்பது மனிதனால் திட்டமிடப்பட்டு, அவனுடைய கட்டுப்பாட்டில் இருப்பவற்றின் விளைவுகளைச் சார்ந்திருக்கும். ஒரு பரிசை எதிர்ப்பார்க்கும் ஒருவருக்குள்ள ஆசையை மையமாக

வைத்திருப்பது நம்பிக்கை. நாம் உரிமையாகக் கொண்டாட ஒரு செயல்முறையை உண்டாக்குகிறோம். அதில் கிடைக்கக்கூடிய மனநிறைவுக்காக ஏங்குவது எதிர்பார்ப்பு. பிராமீத்தியசின் கொள்கை இப்போது நம்பிக்கையை மறைத்துவிட்டது. மனித இனத்தின் உயிர்வாழ்க்கை அதனை மீண்டும் ஒரு சமுதாய விசையாகக் கண்டறிவதைச் சார்ந்திருக்கிறது.

எல்லாத் தீமைகளையும் உள்ளடக்கிய ஒரு பானையுடன் பண்டோரா பூமிக்கு அனுப்பிவைக்கப்பட்டாள். ஆனால் அதில் நல்லதாக நம்பிக்கை மட்டுமே உள்ளே இருந்தது. நம்பிக்கை என்ற உலகில் ஆதி மனிதன் வாழ்ந்து வந்தான். அவன் இயற்கையின் கொடையைச் சார்ந்திருந்தான். தெய்வங்களின் இரக்கத்தின் மேலும், அவனுடைய இனத்தின் உள்ளுணர்வின் மேலும் அவன் நம்பிக்கை வைத்திருந்தான். பண்டைய கிரேக்கர்கள் நம்பிக்கைக்குப் பதிலாக எதிர்பார்ப்புகளை ஏற்றுக்கொண்டார்கள். அவர்களுடைய கதையில் பண்டோரா நல்லனவற்றையும் தீயனவற்றையும் திறந்து விட்டுவிட்டாள். ஆனால், அவள் தீமையைத் திறந்துவிட்டதை மட்டுமே அவர்கள் நினைவில் வைத்திருந்தார்கள். மேலும் அனைத்தையும் கொடுப்பவரே நம்பிக்கையையும் வைத்திருப்பவர் என்பதை மறந்துவிட்டார்கள்.

பிராமீத்தியஸ், எபிமீத்தியஸ் ஆகிய இரு சகோதரர்கள் கதையை கிரேக்கர்கள் சொன்னார்கள். முதலாமானவன் இரண்டாமானவனிடம் பண்டோராவை விட்டுவிட வேண்டுமென்று எச்சரித்தான். ஆனால், அவளையே அவன் திருமணம் செய்து கொண்டான். பண்டைய கிரேக்கத்தில் ‘எபிமீத்தியஸ்’ என்றால் ‘பின்புத்தி’ என்று பொருள். ஆனால், மந்தம் என்று அவர்கள் அர்த்தம் சொன்னார்கள். ஹீசியாட் இக்கதையை அதன் பழமை வடிவத்தில் சொன்னபோது கிரேக்கர்கள் பெண்வெறுப்புள்ள தந்தைவழிச் சமூகமாக மாறிவிட்டிருந்தார்கள். அறிவு சார்ந்த, அதிகாரம் செலுத்தக்கூடிய ஒரு சமுதாயத்தை உருவாக்கினார்கள். அதிகமாகப் பரவியிருந்த தீமைகளைச் சமாளிக்க நிறுவனங்களை அமைத்தார்கள். உலகை அமைக்கும் சக்தி தங்களுக்கு இருப்பதை உணர்ந்து அவர்கள் எதிர்பார்த்த சேவையை உண்டாக்குமாறு செய்தார்கள். அவர்களுடைய தேவைகளும், அவர்களுடைய பிள்ளைகளின் வருங்காலத் தேவைகளும் அவர்களுடைய கண்டுபிடிப்புகளைக் கொண்டு அமைய விரும்பினார்கள். அவர்கள் சட்டம் இயற்றுபவர்களாகவும், கட்டடக் கலைஞர்களாகவும், எழுத்தாளர்களாகவும், நகரங்களையும் கலைப்பொருள்களையும் உண்டாக்குபவர்களாகவும் தங்களுடைய குழந்தைகளுக்கு

மாதிரிகளாகவும் இருந்தார்கள். மனிதனைச் சமுதாயத்தின் பழக்க வழக்கங்களுக்கு அறிமுகப்படுத்த ஆதி மனிதன் சடங்குகளைச் சார்ந்திருந்தான். ஆனால் பண்டைய கிரேக்கர்கள் தங்கள் மூத்தோர்கள் திட்டமிட்டிருந்த நிறுவனங்களைச் சார்ந்திருந்தார்கள். அங்கு கல்வியின் மூலம் தகுதியானவர்களாக ஆகக் கூடியவர்களையே உண்மையான மனிதர் என்று ஏற்றுக்கொண்டார்கள்.

அப்போது உருவான பழங்கதை, கனவுகளை விளக்கும் உலகிலிருந்து வருமுன் உரைப்போரை உண்டாக்கிய உலகமாக மாறியதைப் பிரதிபலிக்கிறது. மிகப் பழங்காலத்திலிருந்தே பூமி தெய்வம் பார்னாசஸ் மலையின் சரிவில் வணங்கப்பட்டு வந்தது. இந்த மலைதான் பூமியின் மையமும் தொப்புளுமாகும். அங்கே டெல்ஃபி என்ற பெயர் கொண்ட கருவறையில் கயா உறங்கினாள். அவள் கேயாஸ் (குழப்பத்தின் தெய்வம்), ஈரோஸ் (காதல் தெய்வம்) ஆகியோரின் சகோதரி. அவளுடைய மகன் பைத்தான் என்ற டிராகன் (அரக்கன்). அவன், அவளுடைய கனவுகளைக் காத்துவந்தான். அப்பல்லோ என்ற சூரியக் கடவுள் டிராய் நகரத்தை உருவாக்கினான். அவன் கிழக்கேயிருந்து வந்து அரக்கனைக் கொன்று கயாவின் குகைக்குச் சொந்தக்காரனானான். அவனுடைய குருக்கள் கோவிலை எடுத்துக்கொண்டார்கள். அவர்கள் உள்ளூர் பெண் ஒருத்தியை ஒரு முக்காலியின் மேல் உட்கார வைத்தார்கள். அந்த முக்காலி பூமியின் புகையும் தொப்புள் மேல் வைக்கப்பட்டிருந்தது. அவளைப் புகையால் மயங்க வைத்தார்கள். பிறகு அவளுடைய பேச்சுகளைப் பாடல்களாக இசைத்து முன்னறிவிப்புகளாக ஆக்கினார்கள். பிலப்பனேசிய மனிதர்கள் தங்கள் பிரச்சினைகளை அப்பல்லோவின் கோயிலுக்குக் கொண்டுவருவார்கள். ஒரு நோயை, பஞ்சத்தை நிறுத்த, ஸ்பார்ட்டாவுக்குச் சரியான அரசியல் சட்டம் எதுவென்று கண்டுபிடிக்க பின்னர் பைசான்டியமாகவும், கால்சிடோனாகவும் ஆன நகரங்களுக்கு நல்ல இடத்தைத் தேர்வு செய்யவும் ஆலோசனைகள் கேட்டார்கள். குறிதவறாத அம்பு அப்பல்லோவின் குறியீடாயிற்று. அவரைச் சுற்றியிருந்த அனைத்தும் ஒரு நோக்கம் உள்ளதாகவும் பயனுள்ளதாகவும் இருந்தன.

பிளாட்டோ தனது குடியரசு நூலில் ஒரு மாதிரி நாட்டை விவரிக்கிறார். அங்கு மக்கள் ரசிக்கக்கூடிய இசை இருக்கக்கூடாது. அங்கு இரண்டுவகை யாழ்கள்தான் நகரங்களில் அனுமதிக்கப்பட்டன. ஏனென்றால் அவைதான் எதிர்த்துருவங்களையும் இணைத்திசைக்கும் ஆற்றல் வாய்ந்தவை என்று அவர் கருதினார். பேன் தெய்வத்தின் குழலுக்கு முன்னால்

நகரவாசிகள் அஞ்சினார்கள். ஏனென்றால் அது உள்ளுணர்வைத் தூண்டிற்று. எனவே குழலை இடையர்கள்தான் கிராமங்களில் வாசிக்கலாம்.

தான் வாழவிரும்பிய சட்டங்களுக்கான பொறுப்பை மனிதன் தானே ஏற்றுக்கொண்டான். சுற்றுச்சூழலைத் தன் சாயலாக அமைத்துக்கொண்டான். அன்னை பூமியால் பழமை வாழ்க்கைக்கு ஆதிகால அறிமுகம் குடிமகனுக்குரிய கல்வியாக மாறிற்று.

ஆதிமனிதனுக்கு விதி, உண்மை, தேவை ஆகியவற்றாலேயே உலகம் ஆளப்பட்டு வந்தது. தெய்வங்களிடமிருந்து நெருப்பைத் திருடிய பிராமீத்தியஸ் உண்மைகளைச் சிக்கல்களாக மாற்றினான். தேவையைப் பற்றிக் கேள்விகள் கேட்டான், விதியை எதிர்த்தான். பண்டைய மனிதன் மனிதக் கண்ணோட்டத்துக்கான நாகரிகமான சூழலை உருவாக்கினான். விதி - இயற்கைச் - சூழல் ஆகியவற்றை எதிர்க்கலாம் என்று அவனுக்குத் தெரிந்தது. ஆனால், அதனால் ஆபத்து இருக்கிறது என்பதையும் அவன் அறிவான். இன்றைய மனிதன் அதற்கும் மேல் போகிறான். அவன் தன் சாயலில் உலகைச் சமைக்க முயல்கிறான். தன்னாலேயே உருவாகும் சூழலைக் கட்டமைக்க முயல்கிறான். ஆனால், அதற்குத் தகுந்தாற்போலத் தன்னை ஆக்கிக்கொள்ள வேண்டிய நிபந்தனை இருக்கிறது என்று கண்டுபிடிக்கிறான். இப்போது மனிதனே ஆபத்தில் இருக்கிறான் என்பதை நாம் சந்திக்க வேண்டும்.

நியூயார்க்கில் இன்றைய வாழ்க்கை, எது இருக்கிறது எது இருக்க முடியும் என்ற வித்தியாசமான ஒரு காட்சியை உண்டாக்குகிறது. இந்தக் காட்சி இல்லாமல் வாழ்க்கையை நியூயார்க்கில் நடத்த முடியாது. அறிவியலால் தயாரிக்கப்படாத, மேம்படுத்தப்படாத, செயல்படுத்தப்படாத, திட்டமிடப்படாத, ஒருவருக்கு விற்கப்படாத எந்தப் பொருளையும் நியூயார்க் தெருக்களில் எந்தக் குழந்தையும் தொடாது. பூங்காத்துறை அவற்றை பூங்காவில் வைக்கலாம் என்று அனுமதித்ததனாலேயே மரங்கள் கூட இருக்கின்றன. குழந்தைகள் தொலைக்காட்சியில் பார்க்கும் நகைச்சுவைத் துணுக்குகள் கூட முன்னரே திட்டமிடப்பட்டவை. ஹார்லம் தெருக்களில் குழந்தைகள் விளையாடும் குப்பைகள் கூட யாருக்காகவோ திட்டமிடப்பட்ட பொருளின் உடைசல்கள் தான். விருப்பங்களும் அச்சங்களும் கூட நிறுவனங்களால் உருவாக்கப்படுகின்றன. சக்தியும் வன்முறையும்கூட அமைக்கப்பட்டு நிர்வகிக்கப்படுகின்றன. ஒரு பக்கம் முரடர் கூட்டம், இன்னொரு பக்கம் காவலர். கற்றல்கூடப் பாடப்பொருளை விழுங்குவதாக விளக்கம் தரப்படுகிறது. பாடப் பொருளும் ஆராய்ச்சி செய்யப்பட்டுத் திட்டமிடப்பட்டது. அங்கே

இருப்பதெல்லாம் ஒரு சிறப்பு நிறுவனத்தின் உற்பத்தி. வளர்ச்சித் திட்டத்திற்கு வெளியே உள்ள எதையும் ஒரு நகரக் குழந்தை எதிர்பார்க்க முடியாது. அவனுடைய கற்பனை கூட அறிவியல் கதையாக மாறிவிடும். திட்டமிடப்படாத எதனையும் அவன் அனுபவிக்க முடியாது. அப்படியே இருந்தாலும் அவை அழுக்கும், தவறுகளும், குற்றங்களும்தான். சாக்கடையில் கிடக்கும் ஆரஞ்சுத் தோல், ஒரு தெருநாய், ஒரு எந்திரம் பழுதடைதல் ஆகியவைதான் அவனுடைய படைப்பாற்றலுக்கும் கற்பனைக்கும் கிடைக்கும் தீனி.

ஏற்கெனவே திட்டமிடப்பட்டதைத் தான் குழந்தைகள் விரும்பமுடியும். எனவே குழந்தை தனது ஒவ்வொரு தேவையையும் ஒரு நிறுவனம் வடிவமைக்க முடியும் என்ற முடிவுக்கு வருகிறது. இலக்கு எதுவாக இருந்தாலும், நண்பனைச் சந்திப்பதாக இருந்தாலும் பக்கத்து வீட்டுக்காரர்களோடு உறவு வைத்துக்கொள்வதாக இருந்தாலும், வாசிக்கும் திறனாக இருந்தாலும் அவற்றை அடையும் வழி வரையறுக்கப்பட்டிருக்கும். ஒருவர் தனக்குத் தேவையான எதுவும் உற்பத்தி செய்யப்பட்டிருக்கும் என்பதை அறிவார். அதுபோல தேவையில்லாதது எதுவும் உற்பத்தி செய்யப்படமாட்டாது என்பதும் தெரியும். நிலாவுக்குச் செல்லும் ஒரு கலத்தை வடிவமைக்க முடிந்தால், நிலாவுக்குப் போவதற்கான தேவையையும் உண்டாக்கிவிடலாம். போகக்கூடிய இடத்திற்குப் போகாவிட்டால் அதுவே துரோகமாகிவிடும். அப்போது ஒரு தேவை நிறைவேற்றப்பட்டுவிட்டால், அதற்கு அடுத்த நிறைவேறாத தேவையைக் கண்டுபிடிக்க வேண்டுமென்ற அனுமானத்தை முட்டாள்தனமானது என்று காட்டிவிடும். ஆனால் அப்படிப்பட்ட உள்ளொளி முன்னேற்றத்தைத் தடுத்துவிடும்.

இன்றைய நகரவாசியின் மனநிலை பழங்கதையின் மரபில் நரகம் என்ற படிமத்தில் மட்டுமே தெரியும். சிசிஃபஸ் சிறிதுகாலம் தனாட்டோசோடு (சாவுத் தெய்வம்) கட்டப்பட்டிருந்தான். அவன் நரகத்தின் உச்சிக்கு ஒரு பாறையை மேல உருட்டவேண்டும். ஆனால், அவன் உச்சிக்குக் கொண்டுபோகும்போது அது சருக்கிக் கீழே வந்துவிடும். இன்னொரு கதை டன்டாலசைப் பற்றியது. அவன் தெய்வங்களால் அவர்களுடைய உணவைப் பகிர்ந்துகொள்ள அழைக்கப்படுகிறான். விருந்தின்போது அவன் எல்லாவற்றையும் குணப்படுத்தும் அம்புரோசியாவைத் (அமிர்தம்) தயாரிக்கும் ரகசியத்தைத் திருடிவிடுகிறான். இறவா வாழ்வைத்தரும் அதனைத் திருடியதால் அவன் வாழ்நாள் முழுவதும் அடங்காத பசியாலும் தாகத்தாலும் வாடுகிறான். அவன் ஆற்றில் நிற்கிறான், தண்ணீரைக்

குடிக்க முடியாது. ஆறு பின்வாங்கிவிடும். பழமரங்கள் இருக்கும், ஆனால் கிளைகள் பின்னால் போய்விடும். இவனால் பழங்களை உண்ண முடியாது. இந்த நரகத்தைப் போலத்தான் இன்றைய உலகம் இருக்கின்றது. என்றும் அதிமாகிக்கொண்டே போகும் தேவைகள் நிறைகின்றன.

எது வேண்டுமென்றாலும் தேவை என்று கேட்கும் எரிச்சலூட்டும் சக்தியை மனிதன் உண்டாக்கிக் கொண்டான். ஏனென்றால் அவன் கேட்கும் எதையும் செய்யமுடியாத ஒரு நிறுவனத்தை அவனால் நினைத்துக்கூடப் பார்க்கமுடியவில்லை. மிக சக்தி வாய்ந்த கருவிகளால் சூழப்பட்ட மனிதன் அந்தக் கருவிகளின் கருவியாக மாறிவிட்டான். ஆதித் தீமைகளை விரட்டுவதற்காக ஏற்பட்ட ஒவ்வொரு நிறுவனமும் தானே மூடிக்கொள்ளும் சவப்பெட்டியாக மனிதனுக்கு ஆகிவிட்டது. பண்டோரா தப்பித்துப்போக விட்டவற்றை அடைக்க அவன் உண்டாக்கிய பெட்டிக்குள்ளேயே அவனும் மாட்டிக்கொண்டான். எதிர்பாராமல் நம்முடைய பொறியின் இருட்டுக்குள்ளேயே நாம் முடங்கிவிடுகிறோம்.

உண்மை நிலை, யதார்த்தம், மனித முடிவைச் சார்ந்து இருக்கிறது. கம்போடியாவின் மேல் பயனற்ற முறையில் படையெடுத்த அதே அதிபர், அணுவை அதிகம் பயன்படுத்தும் வகையில் செய்ய ஆணையிட முடியும். ஹிரோசிமாவில் குண்டுபோட்ட பொத்தான் இப்போது பூமியின் தொப்புளை வெட்டிப்போடுகிறது. குழப்பம் (கேயாஸ்) ஈரோசயும் கயாவையும் மூழ்கச் செய்யும் ஆற்றலை மனிதன் பெற்றுவிட்டான். பூமியின் தொப்புளை அறுக்கும் மனிதனின் இந்தப் புதிய சக்தி நமது முடிவுக்கும் நிறுவனங்களின் முடிவுக்கும் நிறுவனங்களே காரணம் என்பதை நினைவுபடுத்திக் கொண்டிருக்கிறது. இராணுவத்தில் இந்த அபத்தம் தெளிவாகத் தெரிகிறது. இன்றைய படைக்கலன்கள் தங்களை அழித்துக்கொண்டுதான் விடுதலை, நாகரிகம், வாழ்க்கை ஆகியவற்றைக் காக்க முடியும். இப்போது பாதுகாப்பு என்றால் அது பூமியை அழிப்பதுதான்.

இந்த அபத்தம் இராணுவத் தளவாடங்களில் மட்டுமல்லாமல் பிறவற்றிலும் காணப்படுகிறது. அதனைச் செயல்படுத்த ஒரு பொத்தானை அழுத்த வேண்டியதில்லை. அவற்றின் அழிவு சக்தியை வெளிப்படுத்த ‘சுவிட்ச்’ எதுவும் தேவையில்லை. ஏனென்றால் அவற்றின் ஆதிக்கம் ஏற்கெனவே உலகை இருக்கிவிட்டுவிட்டது. அவை, தேவைகளை மிக வேகமாக உருவாக்குகின்றன. ஆனால், உற்பத்தி அந்த வேகத்தை எட்ட முடியவில்லை. அவை உண்டாக்கும் தேவைகளை நிறைவேற்றும்

முயற்சியில் அவை உற்பத்தி செய்யும் பொருட்கள் உலகையே விழுங்கிவிடுகின்றன. உழவுத்தொழில், உற்பத்தி, மருத்துவம், கல்வி ஆகிய அனைத்துக்கும் இது பொருந்தும். இன்றைய விவசாயம் மண்ணை நச்சாக்கி அதனைப் பயனற்றதாக ஆக்கிவிடுகின்றது. பசுமைப் புரட்சி புதிய விதைகளைப் பயன்படுத்தி விளைச்சலை மூன்று மடங்காக ஆக்கியிருக்கிறது. ஆனால், அதிக அளவில் உரங்களையும் பூச்சிக் கொல்லிகளையும் பயன்படுத்துகிறது. தண்ணீரும் மின்சாரமும் அதிகம் செலவாகின்றன. இவற்றின் உற்பத்தியால் கடல்களும் சுற்றுச்சூழலும் மாசுபடுகின்றன. வளங்கள் அழிவுபடுகின்றன. இது எல்லாத்தொழில்களிலும் நடைபெறுகின்றது. இந்த வேகத்தில் போனால் ஆக்சிஜனின் அளவு வளிமண்டலத்தில் மிகவும் குறைந்து போகும். அதைத் திரும்பச் செலுத்த முடியாது. அணுவைப் பிளப்பதோ, அணுவைச் சேர்ப்பதோ ஆபத்தைக் குறைக்கப்போவதில்லை. மருத்துவர்கள் மருத்துவச்சிகளின் இடங்களைப் பிடித்துக்கொண்டு பல உறுதிமொழிகளைத் தருகிறார்கள். மரபணு முறையில் திட்டமிடப்பட்டு, மருந்தியல் முறையில் இனிப்பாக்கப்பட்டு நோய்க்காலத்தை இன்னும் நீட்டிக்கும் திறமைகளைப் பற்றி உறுதியளிக்கிறார்கள். மனிதர்களுக்கு இடையேயும் மனிதருக்கும் உலகிற்கும் இடையேயும் உள்ள எல்லாத் தொடர்புகளும் முன்னரே வகுத்த திட்டத்தால் ஏற்படுகின்றன. ஏற்படவேண்டுமென்பது இன்றைய 'எல்லாம் - தூய்மை' என்னும் கொள்கை. கல்விக்கூடம் திட்டமிடப்பட்ட உலகிற்காக மனிதனைக் கருவியாக்கும் திட்டமிடப்பட்ட நடவடிக்கை. மனிதனைப் பிடித்துப் பொறியில் அடைக்கும் முதன்மைக் கருவி. மேலும் இந்த உலக விளையாட்டில் பங்குகொள்ள ஒவ்வொருவரையும் போதுமான அளவிற்குத் தயாரிக்க வேண்டும். ஆக உலகை இல்லாமல் செய்ய நாம் கற்கிறோம், மருத்துவம் பார்க்கிறோம், உற்பத்தி செய்கிறோம், பாடங்கள் கற்றுத்தருகிறோம்.

இராணுவ நிறுவனம் அபத்தமானது என்பது வெளிப்படை. ஆனால் பிற நிறுவனங்களின் அபத்தத்தைக் கண்டுபிடிப்பது கடினம். ஏனென்றால் அது மறைவானது, ஆனால் பயங்கரமானது. அணு ஆயுத அழிவைத் தடுக்க வேண்டும் என்றால் எந்தப் பொத்தானை அழுத்தக்கூடாது என்பது நமக்குத் தெரியும். ஆனால் சுற்றுச்சூழல் அழிவை எந்தப் பொத்தானும் தடுக்கமுடியாது.

பழங்காலத்தில் மனிதன் உலகைத் தன் திட்டங்களின்படி உருவாக்கலாம் என்று கண்டறிந்திருந்தான். அவன் தன் உள்ளொளியின் மூலமாக உலகம் ஆபத்தான நிலையில்

நாடகமயமானதாகவும் வேடிக்கையானதாகவும் இருப்பதை உணர்ந்தான். எனவே மக்களாட்சி நிறுவனங்கள் உருவாயின. அதன் அமைப்பினுள் மனிதன் நம்பத்தகுந்தவனாகக் கருதப்பட்டடான். எதிர்பார்ப்புகளும் மனிதனுடைய இயல்பும் ஒன்றையொன்று சமநிலையில் வைத்திருந்தன. அதனடிப்படையில் மரபு சார்ந்த தொழில்களும் அவற்றைப் பயன்படுத்த நிறுவனங்களும் தோன்றின.

ஆனால் யாருக்கும் தெரியாமல் மறைமுகமாக நிறுவனங்களின் செயல்முறை தனிமனித நல்லுறவைச் சார்ந்திருப்பதை நீக்கிவிட்டது. எனவே உலகம் மனிதத் தன்மையை இழந்துவிட்டது. ஆதிகாலத்து காட்டுமிராண்டிகள் மர்மமான தேவர்கள் மேல் பாரத்தைப்போட்டார்கள். ஆனால் இன்றைக்கு உலகம் இருக்கும் நிலைக்கு மனிதனின் திட்டமிடலே காரணமாகிவிடுகிறது. அறிவியல் அறிஞர்கள், பொறியியல் வல்லுநர்கள், மற்றும் திட்டமிட்டவர்களின் கையில் மனிதன் விளையாட்டுப் பொருளாக ஆகிவிட்டான்.

இப்படிப்பட்ட தர்க்கமுறை நம்மிடமே நடைபெறுவதைப் பார்க்கிறோம். பல துன்பங்கள் இந்த விளையாட்டில் தவிர்க்க முடியாதவை என்று மனிதன் ஏற்றுக்கொண்டான். எனக்குத் தெரிந்த மெக்சிக்கோ கிராமம் ஒன்றில் ஒரு நாளைக்குப் பத்துப் பன்னிரண்டு கார்கள்தான் போகும். ஒருநாள் ஒரு மெக்சிக்கன் தன் வீட்டு முன்னாலிருந்த சாலையில் விளையாடிக் கொண்டிருந்தார். ஒருவேளை அவர் சிறுவயதிலிருந்தே அங்கே தான் விளையாடிக் கொண்டிருந்திருப்பார். அப்போது வேகமாக வந்த கார் ஒன்று அவர்மேல் மோதிக் கொன்றுவிட்டது. இதைப் பற்றி என்னிடம் சொன்ன சுற்றுலாப் பயணி ஒருவர் மிகவும் கலங்கிப்போயிருந்தார். “அந்த ஆளுக்கு அப்படி நடந்துதானே தீரும்,” என்றார் அவர்.

முதலில் பார்க்கும்போது அந்தப் பயணி சொன்னது ஆதிகால மனிதனை நினைவுப்படுத்தியது. ஆதிவாசி சமூகத் தடையை மீறியதால் கொல்லப்பட்டிருப்பான். அதனால் இந்த இரண்டு கதைகளுக்கும் வெவ்வேறு பொருள்கள் உள்ளன. ஆதிவாசி இயற்கைக்கு அப்பாற்பட்ட ஒரு பெரிய சக்தியைக் குற்றம்சாட்டுகிறான். ஆனால் சுற்றுலாப் பயணி பிடிபடாத எந்திரம் பற்றிய பிரமிப்பில் பேசுகிறார். ஆதிவாசிக்குப் பொறுப்பு இன்னதென்று புரியவில்லை. ஆனால் சுற்றுலாப் பயணிக்குத் தெரிகிறது. அவர் அதை மறுத்துவிடுகிறார். இரண்டுபேரிடமுமே ஒரு நாடகத்தின் அவலம், தனிமனித முயற்சி, புரட்சி ஆகியவை இல்லை. ஆதிமனிதனுக்கு இது தெரியவில்லை. பயணியோ அதை இழந்துவிட்டார். ஆதிமனிதனின்

கட்டுக்கதையும் பயணியின் கட்டுக்கதையும் மனிதனுக்கு அப்பாற்பட்ட சக்திகளால் நிகழ்கின்றன. இரண்டு பேரும் அவல நிகழ்ச்சியால் ஏற்படும் புரட்சியை அனுபவிக்கவில்லை. ஆனால் ஆதிமனிதனுக்கு நிகழ்ச்சி இயற்கைக்கு அப்பாற்பட்ட மாந்திரீகச் சட்டங்களைப் பின்பற்றுகிறது. அமெரிக்கருக்கு அறிவியல் விதிகள் வழிகாட்டுகின்றன. அமெரிக்கரை இயக்கவியலின் சட்டங்கள் என்ற மாந்தரீகத்தினுள் இந்த நிகழ்ச்சி உட்படுத்துகிறது. அவரைப் பொருத்தவரையில் இந்த விதிகள்தான் உலகச் சமுதாய உளவியல் நிகழ்வுகளை நடத்துகின்றன.

எனினும் 1971ஆம் ஆண்டில் இருந்த மனநிலையுடன் நம்பிக்கை தரும் வருங்காலத்தைத் தேடுவது ஒரு மாற்றுவழிக்குத் தகுந்ததாக இருக்கிறது. நிறுவனங்களின் இலக்குகள், நிறுவனங்களின் உற்பத்திகளையே எதிர்க்கின்றன. ஏழைகளுக்கான திட்டங்கள் அதிகமானால் ஏழைகளையே அது உண்டாக்குகிறது. ஆசியாவில் நடந்த போர் வேறுபல வியட்நாம்களை உண்டாக்குகிறது. தொழில்நுட்பச் சேவைகளின் வளர்ச்சி குறைபாட்டைத்தான் ஏற்படுத்துகிறது. குழந்தை பிறப்பைக் கட்டுப்படுத்தும் மருத்துவமனைகள் இறப்பு எண்ணிக்கையைக் குறைக்கின்றன. இது மக்கள் தொகையைக் கூட்டுகின்றது. கல்விக் கூடங்களில் இடைநின்றோரின் எண்ணிக்கையை அதிகமாக்குகின்றது. ஒரு வகையான மாசைக் கட்டுப்படுத்த முயன்றால் இன்னொரு மாசு அதிகமாகின்றது.

நுகர்வோர் எவ்வளவு அதிகமாகப் பொருட்களை வாங்குகிறார்களோ அவ்வளவு அதிகமாக ஏமாற்றப்படுகிறார்கள். இதற்கு அறிவியல் கண்டுபிடிப்புகள் தொழில்நுட்பத் தேவைகளை விடப் பின்தங்கியிருப்பது ஒரு காரணமாக இருக்கலாம். அல்லது கொள்கையின் அடிப்படையிலோ, இனத்தின் அடிப்படையிலோ, வகுப்புவாத அடிப்படையிலோ அவற்றிற்கு எதிராக இருக்கும் பகைவர்கள் மேல் பழிசுமத்தலாம். அனுபவமுள்ள நுகர்வோர் மாந்திரீகத் தொழில்நுட்பத்தைச் சார்ந்து இருக்க முடியாது. ஏனென்றால் கட்டுப்படாமல் இயங்கும் கணினிகள், மருத்துவமனையில் ஏற்படும் தொற்றுநோய்கள், சாலை - வான்வெளித் தொலைபேசி முதலியவற்றில் ஏற்படும் நெரிசல்கள் ஆகியவற்றைப் பலரும் அனுபவித்திருப்பார்கள். பத்தாண்டுகளுக்கு முன்னர்தான் அறிவியல் கண்டுபிடிப்புகளால் வாழ்க்கை வசதிகளை முன்னேற்ற முடியுமென்ற எதிர்பார்ப்புகள் எழுந்தன. ஆனால் இப்போது அறிவியலாளர்கள் குழந்தைகளைப் பயமுறுத்துகிறார்கள். நிலவை நோக்கிய பயணம் மனிதன் தன் தவறுகளைத் தவிர்த்துச்

செயல்படலாம் என்பதைக் காட்டுகிறது. ஆனால், விதிமுறைகளுக்கு உட்பட்டு அறிவியலைப் பயன்படுத்தாவிட்டால் ஆபத்துகள் ஏற்படும் என்ற அச்சத்தையும் அது தருகிறது.

அதேபோல் சமூகச்சீர்திருத்தவாதி (சென்ற நூற்றாண்டின்) நாற்பதுகளை நோக்கிப்போக முடியாது. நிறைய பொருட்களை உற்பத்தி செய்துவிட்டால் சமமாக வினியோகிப்பதிலுள்ள சிக்கலைப் போக்கிவிடலாம் என்று நம்பினார்கள். ஆனால் அது மறைந்துவிட்டது. ஏனென்றால் இப்போதைய ரசனையையும் தேவையையும் நிறைவுசெய்ய அதிகமாகச் செலவாகின்றது. இந்தப் புதுத் தேவைகளை நிறைவேற்றுவதற்கு முன்னரே அவை பழையனவாக ஆகிவிடுகின்றன,

அடுத்து பூமியின் வளங்கள் குறையாமலே இருக்கும் என்ற நம்பிக்கையும் போய்விட்டது. பணக்கார நாடுகளிலுள்ள ஏழைகளுக்குக் கிடைக்கக்கூடிய பொருட்களும் வசதிகளும் உலகில் உள்ள எல்லோருக்கும் கிடைக்க எந்த அறிவியல் கண்டுபிடிப்பும் தொழில்நுட்பமும் உதவ முடியாது. எடுத்துக்காட்டாக இரும்பு, தகரம், செம்பு, ஈயம் ஆகியவை இப்போது கிடைப்பதைவிட நூறுமடங்கு வெட்டியெடுத்தால்தான் உலகத்தேவையை நிறைவுசெய்ய முடியும்.

இறுதியாக ஆசிரியர்கள் மருத்துவர்கள் மற்றும் சமூகத் தொண்டர்கள் ஆகியோர் அனைவருக்கும் பொதுவான ஒன்று இருக்கிறது. அவர்கள் எவ்வளவுதான் சேவைகளைச் செய்தாலும் அந்த வேகத்தையும் தாண்டி தேவைகளையும் உண்டாக்கிக் கொண்டிருக்கிறார்கள்.

பழமையான ஞானம் இப்போது கேள்விக்குறியாக இருக்கிறது. பொருளியல் விதிகள் கூடப் பணம்புரளும் குறுகிய வட்டத்திற்கு வெளியே செயலற்றுப் போகின்றன. பணத்தின் மதிப்பை எப்படி கண்டுபிடிக்கிறார்கள்? பொருளாதார வலிமையைச் செலவு - பயன் விகிதாச்சாரத்தின் அடிப்படையில் டாலர் கணக்கில் முதலாளித்துவ, பொதுவுடைமை நாடுகள் அளவிடுகின்றன. முதலாளித்துவம் அதன் சிறப்பைக்காட்ட உயர்ந்த வாழ்க்கைத்தரத்தை எடுத்துச்சொல்கிறது. ஆனால், பொதுவுடைமைக் கொள்கை அதனுடைய வெற்றிக்கு அடையாளமாக வளர்ச்சி விகிதக் குறியீட்டை முன்வைக்கின்றது. ஆனால் இரண்டு கோட்பாடுகளிலுமே திறமையை வளர்ப்பதற்கான செலவுகள் பல மடங்கு அதிகமாகி வருகிறது. பெரிய நிறுவனங்கள் பட்டியலிடப்படாத வளங்களுக்காகப் போட்டியிடுகின்றன. அவை காற்று, கடல், அமைதி, சூரிய ஒளி, உடல் நலம் ஆகியன. இவையெல்லாம் வீணாகிப் போனபிறகுதான் அவற்றின்

பற்றாக்குறையை மக்களுக்கு இவர்கள் தெரிவிக்கிறார்கள். உலகெங்கும் இயற்கை நச்சுத் தன்மையை அடைந்துவிட்டது. சமுதாயம் மனிதாபிமானத்தை இழந்துவிட்டது. உள்ளார்ந்த வாழ்க்கைத் தாக்கப்பட்டுவிட்டது. தனிமனிதச் செயல் செயலிழந்து போயிற்று.

மதிப்பீடுகளை நிறுவனமயமாக்கும் ஒரு சமுதாயம் பொருட்களையும் சேவைகளையும் உண்டாக்குவதை அவற்றிற்கான தேவையோடு அடையாளம் காண்கிறது. கல்வி அந்தப் பொருளைத் தேடுமாறு செய்கிறது. அதனுடைய விலை பொருளின் விலைக்குள் அடங்குமாறு இருக்கிறது. இன்றைய சமுதாயம் இப்படியே இருக்கவேண்டுமென்று உன்னை நம்பவைக்கிற விளம்பரமுகமை கல்விக்கூடம். இந்தச் சமுதாயத்தில் பெரிய நுகர்வோர் எல்லாம் பூமியை அழித்துவிடும் சக்திக்காகப் போட்டிபோடுகிறார்கள். அவர்களுடைய ஊதிப்போன வயிறுகளை நிறைக்கவும் சிறிய நுகர்வோரை அடிமைப்படுத்தவும், இருப்பதைக்கொண்டு நிறைவு பெறுவோரை அச்சுறுத்தவும் இவர்கள் முயலுகிறார்கள். நிறைவில்லாமை என்கிற பேராசைக் கொள்கைதான் இயற்கை வளங்கள் அழிவுபடுவதற்கும் சமுதாய ஏற்றத்தாழ்வு நிலை தொடர்வதற்கும் உள்ளம் நொந்து செயலற்றுப் போவதற்கும் அடிப்படைக் காரணம்.

இப்போது விழுமியங்கள் திட்டமிடப்பட்ட நடவடிக்கைகளால் நிறுவனமயமாக்கப்பட்டுவிட்டன. இந்தப் புதுச் சமுதாயத்தின் உறுப்பினர்கள் அவர்களும் சமுதாயமும் தேவையென்று கருதுகின்றவற்றை மதிப்பீடுகளாகக் கொள்வதில்தான் நல்ல வாழ்க்கை அடங்கியிருக்கிறது என்று நம்புகிறார்கள். ஒரு நிறுவனத்தின் மதிப்பு அது எவ்வளவு பொருளை உற்பத்தி செய்கிறது என்பதைப் பொறுத்திருக்கிறது. எனவே மனிதனுடைய மதிப்பு இந்தப் பொருட்களை அவன் எவ்வளவு பயன்படுத்திச் சிதைக்கிறான் என்பதில் அடங்கியிருக்கிறது. அதன்மூலம் அவன் இன்னும் அதிகமான தேவைகளை உண்டாக்குகின்றான். சுருங்கச் சொன்னால் ஒன்றை எரித்து அழிக்கின்ற திறமையில் தான் இன்றைய மனிதனின் மதிப்பு சார்ந்திருக்கிறது. அதாவது அவன் தன்னுடைய கரங்களாலேயே உண்டாக்கிய ஒரு உலையாக ஆகிவிட்டான். மனிதன் தன்னை ஓர் உலையாகக் கருதுகிறான். அந்த உலையில் அவனுடைய கருவிகள் உண்டாக்கிய மதிப்பீடுகளை எரித்துவிடுகிறான். அவனுடைய திறமைக்கு இங்கே அளவே இல்லை. பிராமத்தீயசின் செயலை உச்சக் கட்டத்திற்குக் கொண்டுபோய்விட்டான்.

மனிதன் தன்னுடைய சுயபிம்பத்தைச் சிதைத்துவிட்டான். அவனுடைய நனவுநிலையில் பின்னோக்கிப் போய்விட்டான். இதனால் பூமியினுடைய வளங்களை இல்லாமல் செய்து மாசுபடச்செய்துவிட்டான். எனவேதான் மொத்த மனித நனவுநிலை புதுவடிவெடுத்து இயற்கையின் மேலும் தனிமனிதனின் மேலும் சார்ந்திருக்கின்ற உயிரியாக இல்லாமல் நிறுவனங்களையே சார்ந்திருக்கத் தொடங்கிவிட்டான். இப்படி நல்ல விழுமியங்களை நிறுவனமயமாக்கியது, திட்டமிட்ட நடைமுறை வேண்டுபவர்கள் வேண்டியதைத் தரும் என்ற நம்பிக்கை, இந்த நுகர்வுக் கலாச்சாரம், பிராமத்தீயசின் பிழைக்குக் காரணமாக அமைகின்றன.

இந்த உலகச் சூழலில் புதியதொரு சமச்சீரைக் காண்பது விழுமியங்களை நிறுவன அமைப்பிலிருந்து விடுபடச்செய்வதைச் சார்ந்திருக்கின்றது.

மனிதன் தனது விதியையும் சுற்றுச் சூழலையும் கட்டுப்படுத்தும் ஆற்றல் பெற்றிருக்கிறான் என்ற கருத்தியலில் (ஹோமோ ஃபேபர்) ஏதோ தவறு இருக்கின்றது என்று சந்தேகப்படும் சிறுபான்மையினர் முதலாளித்துவ, பொதுவுடைமை வளர்ச்சி பெறாத நாடுகள் அனைத்திலும் வளர்ந்து வருகின்றார்கள். இப்போதைய மேல்மட்டத்தவர்களும் கூட இந்த ஐயத்தைப் பகிர்ந்துகொள்கிறார்கள். இதில் எல்லா வகுப்பைச் சார்ந்த, மதத்தைச் சார்ந்த, இனத்தைச் சார்ந்த மக்களும் இருக்கிறார்கள். அவர்கள் பெரும்பான்மையானோரின் கட்டுக்கதையை ஐயத்துடன் பார்க்கிறார்கள். குறிப்பாக அறிவியல் சார்ந்த கனவு உலகம், கொள்கை சார்ந்த பேய்த்தனம், பொருட்களும் சேவைகளும் சமமாகப் பகிர்ந்தளிக்கப்படும் என்ற எதிர்பார்ப்பு ஆகியவை கட்டுக்கதையைப்போல அவர்களுக்குத் தோன்றுகின்றன. பெரும்பான்மையானவர்களோடு தாங்களும் அகப்பட்டுக்கொண்டோம் என்று உணார்கிறார்கள். பல புதிய கொள்கைகள் பெரும்பான்மையானவர்களுடைய ஒத்த கருத்தினால் ஏற்பட்டிருக்கின்றது என்பதையும் அவர்கள் ஏற்றுக்கொள்வதில்லை. ஏனென்றால் அவை வெளியில் அறிவிக்கப்பட்ட நோக்கங்களுக்கு எதிரான விளைவுகளை ஏற்படுத்துகின்றன. இந்தச் சிறுபான்மை, அறிவியலால் எல்லாம் முடியும் என்பதை விமர்சிக்கிறது. பிராமீத்தியஸைப் பாறையில் கட்டிப்போட்டதுபோல இந்த ஏமாற்று வேலைகள் நம்மை நிறுவனங்களோடு கட்டிப்போடுகின்றன என்று எண்ணுகின்றது. நம்பிக்கையும், தொண்மை சார்ந்த முரணும் இந்தத் தவறான கொள்கையை வெளிப்படுத்த வேண்டும். பழங்கதை பிராமத்தீயஸ் முன்னறிவு உள்ளவன் என்றும் வடக்கு

நட்சத்திரம் முன்னோக்கிச் செல்ல அவன்தான் காரணம் என்றும் கருதுகிறது. ஆனால், அவன் நெருப்பைத் தெய்வங்களின் பிடியிலிருந்து ஏமாற்றிக் கொண்டுவந்து மனிதன் இரும்பை வளைக்க அதனைப் பயன்படுத்தச் செய்தான். அவ்வாறு அவன் தொழில்நுட்பத்தின் தெய்வமானான். இறுதியில் இரும்புச் சங்கிலிகளால் பிணைக்கப்பட்டான்.

டெல்ஃபியில் இருந்த பிதியா அரக்கனுக்குப் பதிலாக இப்போது கணினி வந்துவிட்டது. முன்னறிவிக்கும் ஆரக்கிளின் பாடல்களுக்குப் பதிலாக இப்போது 16 புள்ளி ரகசியக் குறியீடுகள் வந்துவிட்டன. தகவல் தொடர்பு எந்திரங்களை இயக்கும் மாலுமியாக மனிதன் மாறிவிட்டான். மனிதன் நம்முடைய விதிகளை மாற்றும் பொறுப்பை எந்திரங்களிடம் ஒப்படைத்துவிட்டான். இறுதிநிலை எந்திரம் நமது விதிகளை நிர்ணயிக்க வெளிப்பட்டுவிட்டது. இந்தச் சிறு கோளிலிருந்து விண்கலங்களில் பறந்துபோவதாகக் குழந்தைகள் கனவு காண்கின்றனர்.

நிலாவில் இருக்கும் மனிதனின் பார்வையில் மின்னும் நீலநிறக் கயாவை நம்பிக்கையின் கோளாகவும் மனித இனத்தின் கலமாகவும் *(AVD)* பிராமீத்தியஸ் அடையாளம் காண்கிறான். பூமி பற்றிய புதிய எண்ணம் அவனுடைய சகோதரனான எபிமீத்தியஸ் பூமி பண்டோராவைத் திருமணம் செய்து வைக்கும் காட்சியை முன்னிறுத்தும்.

இப்போது இந்த நிலையில் கிரேக்கப்பழங்கதை வருங்காலத்தில் நம்பிக்கை வைக்கும் ஒரு முன்னறிவிப்பாக மாறுகிறது. பிராமீத்தியசின் மகன் டியூகாலியன் கலத்தின் மாலுமி. அவன் நோவாவைப் போலப் பெருவெள்ளத்தைக் கடந்து மனித இனத்தின் தந்தையாக ஆனான். அந்த மனித இனத்தை எபிமீத்தியஸ் பண்டோரா இவர்களின் மகள் பிராவைக் கொண்டு ஆக்கினான். இதனால் பண்டோரா தேவர்களிடமிருந்து கொண்டுவந்த பைத்தோஸ் பற்றிய அர்த்தத்தை நாம் கண்டுபிடிக்கிறோம். அது பெட்டியினுடைய மாற்று. அதுதான் நம்முடைய கலம் அல்லது ஆர்க்.*

---

* கிறிஸ்தவர்களின் புனித நூலான திருவிவிலியத்தின் பழைய ஏற்பாட்டில் கடவுள் பெருவெள்ளத்தால் உலகை அழித்ததாகவும், அப்போது நோவா என்பவரை மட்டும் உயிரினங்கள் ஒவ்வொன்றிலிருந்து ஓர் இணையை எடுத்து தனது கப்பலில் சேர்த்துக் கொள்ளக் கட்டளையிட்டதாகவும் ஒரு செய்தி. அந்தக் கலத்திற்கு ஆர்க் என்று பெயர்.

எதிர்பார்ப்புகளுக்கு மேலாக நம்பிக்கையை வைக்கும் மக்களுக்கு ஒரு பெயரைச் சூட்ட வேண்டும். பொருட்களை விட மக்கள் மேல் அன்பு செலுத்துபவருக்கு ஒரு பெயரை வைக்க வேண்டும்.

> யாரும் உயிரோட்டம் இல்லாதவர்கள் இல்லை. அவர்கள் விதி கோள்களின் வரலாறு அவர்களிடம் இருப்பது.
> எதுவும் குறிப்பிடத்தகாதது அல்ல.
> கோள், கோளிலிருந்தும் வேறுபட்டது.

என்று நம்புபவர்களுக்கு ஒரு பெயர் வேண்டும். இவ்வுலகில் மற்றவர்களைச் சந்திக்க விரும்பும் மக்களுக்கு ஒரு பெயர் வேண்டும்.

> ஒரு மனிதன் மறைவாய் இருந்தான் என்றால் அந்த மறைவில் நண்பர்களை உண்டாக்கி கொண்டான் என்றால் மறைவாய் இருத்தல் சுவையில்லாமல் இருக்காது.

தீயைப் பற்றவைக்கவும், இரும்பை உலையில் வடிவாக்கவும் தங்களுடைய பிராமீத்தியஸ் சகோதரனுடன் கூட்டு வைத்துக்கொள்பவர்களுக்கு ஒரு பெயர் வேண்டும். அவர்கள் மற்றவர்களைக் கவனித்து அன்பு செலுத்தும் ஆற்றலை அதிகப்படுத்தவே அவ்வாறு செய்வார்கள்.

> அவர்களுக்கு உலகம் ஒவ்வொருவருக்கும் தனிப்பட்டது என்றும்
> அந்த உலகில் ஓர் உயரிய நிமிடம்,
> அந்த உலகில் ஓர் அவல நிமிடம் என்றும் தெரியும்.

இவை தனிப்பட்டவை.*

இந்த நம்பிக்கையுள்ள சகோதர சகோதரிகளை எபிமித்தீய மனிதர்கள் என்று அழைக்கலாம்.

[★ இந்த மேற்கோள்கள் எவஜெனி எவடுசெங்கோ என்ற ரஷியக் கவிஞரின் கவிதைகளில் இருந்து எடுக்கப்பட்டவை.]

※ ※ ※